AF747038

ജെന്നിയാണ് സ്നേഹം
സ്നേഹമാണ് ജെന്നി

jenniyanu sneham
snehamanu jenni
novel
•
t k d muzhappilangadu
•
first edition
march 2010
•
typesetting & published
chintha publishers, thiruvananthapuram
•
printed

•
cover
sudheesh kottambram

വിതരണം
ദേശാഭിമാനി ബുക്ക് ഹൗസ്
H O തിരുവനന്തപുരം–695 001

ബ്രാഞ്ചുകൾ
ദേശാഭിമാനി റോഡ് തിരുവനന്തപുരം • ഓവർബ്രിഡ്ജ് തിരുവനന്തപുരം • കെ എസ് ആർ ടി സി ബസ് സ്റ്റേഷൻ ആലപ്പുഴ • കെ എസ് ആർ ടി സി ബസ് സ്റ്റേഷൻ എറണാകുളം • ഐ ജി റോഡ് കോഴിക്കോട് • മാവൂർ റോഡ് കോഴിക്കോട് • എൻ ജി ഒ യൂണിയൻ ബിൽഡിങ് കണ്ണൂർ • സെൻട്രൽ ബസ് ടെർമിനൽ കോംപ്ലക്സ് താവക്കര കണ്ണൂർ • മച്ചിങ്ങൽ ലെയ്ൻ തൃശൂർ.

CO - 1447 / 2468

ജെന്നിയാണ് സ്നേഹം
സ്നേഹമാണ് ജെന്നി

ടി കെ ഡി മുഴപ്പിലങ്ങാട്

ചിന്ത പബ്ലിഷേഴ്സ്
തിരുവനന്തപുരം-695 001
വില : 80.00 രൂപ

ടി കെ ഡി മുഴപ്പിലങ്ങാട്

എഴുത്തുകാരൻ, നാടകപ്രവർത്തകൻ, പ്രഭാഷകൻ.

മനുസ്മൃതി ഒരു പഠനം, ദേവദാസികൾ, വ്യഭിചാരത്തിന്റെ ചരിത്രം (പഠനം) *സർക്കാർ കാര്യം മുറപോലെ, സിംഹങ്ങൾ ഉറങ്ങുന്നില്ല, നരബലി, മനസ്സ് എന്ന വഴി* (നാടകം) *പൊൻചിലങ്ക* (നോവൽ) *ഉണ്ണിക്കുട്ടനും കഥകളിയും, മുട്ടുവും കുഞ്ഞിസ്രാവും കടൽക്കാക്കയും* (ബാലസാഹിത്യം) തുടങ്ങിയവയാണ് പ്രധാനകൃതികൾ.

കേരളസാഹിത്യഅക്കാദമിയുടെ ബാലസാഹിത്യ അവാർഡ്, സംസ്ഥാന ബാലസാഹിത്യ ഇൻസ്റ്റിറ്റ്യൂട്ടിന്റെ നാടക അവാർഡ് തുടങ്ങി നിരവധി പുരസ്കാരങ്ങൾ.

ഭാര്യ : ടി വി ഉഷ

മക്കൾ : ശ്രീജിത് പ്രസാദ്, ശ്രീ സംഗീത ജഗദീശൻ, ശ്രീജിത് ശൈലേഷ്

വിലാസം : മുഴപ്പിലങ്ങാട്
കണ്ണൂർ- 670 662
ഫോൺ: 0497-2832008, 9446738336.

പ്രസാധകക്കുറിപ്പ്

ടി കെ ഡി മുഴപ്പിലങ്ങാടിന്റെ *ജെന്നിയാണ് സ്നേഹം സ്നേഹമാണ് ജെന്നി* എന്ന നോവൽ കാൾമാർക്സിന്റെ ഇതിഹാസതുല്യമായ ജീവിതത്തിലെ അവിസ്മരണീയ സംഭവങ്ങളെ ആസ്പദമാക്കി രചിച്ച നോവലാണ്. എന്നാൽ ഈ നോവലിലെ സംഭവ ചിത്രീകരണങ്ങളും വിശദാംശ ങ്ങളും വസ്തുനിഷ്ഠമായ ചരിത്രമെന്നതിലുപരി നോവ ലിസ്റ്റിന്റെ ഭാവനയും ആഖ്യാനസ്വച്ഛന്ദതയുമായിട്ടാണ് കൂടു തൽ സഹവർത്തിക്കുന്നത്. സാമാന്യവായനക്കാർക്ക് ആസ്വാദ്യകരമാവുംവിധം മാർക്സിന്റെയും ജെന്നിയു ടെയും ജീവിതത്തിലെ വികാരസാന്ദ്രമായ ഏടുകൾ ചിത്രീ കരിക്കുന്നതിൽ നോവലിസ്റ്റ് ഏറെ ശ്രദ്ധിച്ചിരിക്കുന്നു. മാർക്സിന്റെ ജീവിതവുമായി ബന്ധപ്പെട്ട മലയാളത്തിലെ ആദ്യസംരംഭമായ ഈ കൃതി വായനക്കാരുടെ വിലയിരു ത്തലിനായി സമർപ്പിക്കട്ടെ.

1

ജെന്നിയാണ് സ്നേഹം സ്നേഹമാണ് ജെന്നി

നിന്റെ സന്നിധാനത്തിൽ സ്നേഹം വിനയാന്വിതനായി നിൽക്കുന്നു. സ്വരതന്ത്രികൾ എവിടെ മധുരസംഗീതം പൊഴിക്കുന്നുവോ അവിടെ ഒളി ചിന്നുന്ന കിരണങ്ങൾക്കൊപ്പം ആത്മാവ് സ്വഛന്ദം പറന്നെത്തുന്നു.

എന്നിൽ നിന്ന് ഈ ഗാനങ്ങളെല്ലാം നീ സ്വീകരിച്ചാലും.

ജെന്നി,

കളിയായെങ്കിലും നീ ചോദിക്കുകയാവും. ഞാൻ എന്റെ ഗാനങ്ങ ളെല്ലാം എന്തിനു ജെന്നിക്കു സമർപ്പിക്കുന്നു എന്ന്?

എന്റെ ഗാനങ്ങൾ നിനക്കു മാത്രമുള്ളതാണ്. നിനക്കുമാത്രമേ എന്റെ ആത്മാവിനെ പാട്ടുകാരനാക്കാൻ കഴിയുകയുള്ളൂ.

നിനക്കുവേണ്ടി മാത്രമാണ് എന്റെ ഹൃദയം സദാ മിടിക്കുന്നത്.

ഓരോവരിയിലും ജെന്നി എന്നു മാത്രം എഴുതുന്നു. നിന്നെപ്പറ്റി മാത്ര മായെഴുതി എനിക്ക് അനേകായിരം താളുകൾ നിറയ്ക്കാൻ കഴിയും. എന്നാലും നിന്നെക്കുറിച്ചുള്ള ചിന്തകൾ ഈ പ്രപഞ്ചത്തോളം വലുപ്പ ത്തിൽ പിന്നെയും എന്നിൽ നിറഞ്ഞുകിടപ്പുണ്ടാവും.

ജെന്നിയാണ് സ്നേഹം

സ്നേഹമാണ് ജെന്നി.

എഴുതിക്കഴിഞ്ഞപ്പോൾ ജെന്നി മുന്നിൽ വന്ന് നിൽക്കുന്നുണ്ടെന്ന് തോന്നി. തലയുയർത്തി നോക്കി. ആരുമില്ല. കാൾ പതുക്കെ തലതാഴ്ത്തി യിരുന്നു.

ജെന്നി അടുത്തുണ്ടായിരുന്നെങ്കിൽ ഒരു നിമിഷം ആഗ്രഹിച്ചു.

കാൾ കണ്ണുകൾ അടച്ചു പിറകിലേക്ക് ചാഞ്ഞുകിടന്നു. അപ്പോഴും ജെന്നിയുടെ മുഖം മാത്രമാണ് മനസിൽ തെളിയുന്നത്. വശ്യമായി ചിരി ക്കുന്ന സുന്ദരമുഖം. സ്വരമാധുര്യം തുളുമ്പുന്ന വാക്കുകൾ സംഗീതം പോലെ ഒഴുകിയെത്തുന്നു.

കാൾ കിനാവിൽ നിന്നും തെന്നിയിറങ്ങി. കണ്ണുകൾ തുറന്നു തെരുവിലേക്ക് നോക്കി. ധൃതിയിൽ നടന്നു പോകുന്നവർ. ഓടിക്കളിക്കുന്ന കുട്ടികൾ.

കാൾ കവിതയെഴുതുന്ന പുസ്തകത്തിന്റെ ഏടുകൾ പതുക്കെ മറിച്ചു. ജെന്നിയെപ്പറ്റിയുള്ള കവിതകൾ ഏറെയുണ്ട്. ജെന്നിയാണ് കവിതകൾക്കെല്ലാം പ്രചോദനമേകുന്നത്. കവിതയ്ക്കുള്ള വിഷയവും ജെന്നി തന്നെ.

ജെന്നിയെ പിരിഞ്ഞിരിക്കുമ്പോഴാണ് ആ സ്നേഹസാമീപ്യത്തിന്റെ ശക്തി ബോധ്യമായത്. അയൽക്കാരി, കളിക്കൂട്ടുകാരി, സഹോദരി സോഫിയയുടെ സഹപാഠി, രാജ്യസഭാംഗവും ആദരണീയനുമായ വെസ്റ്റ്ഫാലൻ പ്രഭുവിന്റെ മകൾ, പ്രഭുകുമാരി.

ജെന്നി ഇപ്പോൾ എന്തു ചെയ്യുകയാവും? കാൾ പ്രഭുമന്ദിരത്തിലെ തിരക്കും ബഹളവും എന്നും കാണുന്നതാണ്. രാജസദസിലെ കൗൺസിലർ എന്ന നിലയിൽ പ്രഭുവിനെ കാണാനെത്തുന്നവർ എപ്പോഴുമുണ്ടാകും. പാരമ്പര്യവും പ്രശസ്തിയുമുള്ള കുലീനകുടുംബം. ബന്ധുക്കളുടെ സൗഹൃദസന്ദർശനങ്ങൾ. അവർക്കുള്ള സൽക്കാരങ്ങൾ.

യുറോപ്യൻ സൈനിക ചരിത്രത്തിൽ എന്നും ഓർമിക്കുന്ന പാരമ്പര്യമാണ് വെസ്റ്റ്ഫാലൻ കുടുംബത്തിന്റേത്. ധീരസൈനികനെന്ന് കേളി കേട്ട ഫിലിപ്പ് വെസ്റ്റ്ഫാലന്റെ മകനാണ് ജെന്നിയുടെ പിതാവായ ലഡ്വിങ് വെസ്റ്റ്ഫാലൻ. ജെന്നിയുടെ അമ്മയുടെ കുടുംബവും പ്രശസ്തമാണ്. സ്കോട്ട്ലൻഡിലെ ആർഗൺ പ്രഭുവിന്റെ വീരകഥകളെപ്പറ്റി അറിയാത്തവരില്ല. നാടോടിക്കഥകളും പാട്ടുകളും പ്രചാരത്തിലുണ്ട്. കുലമഹിമയുള്ള രണ്ടു പ്രഭുകുടുംബങ്ങളിലാണ് ജെന്നിയുടെ മാതാപിതാക്കൾ വളർന്നത്. പ്രഷ്യൻ രാജസദസിൽ അംഗമായിരുന്നെങ്കിലും ജെന്നിയുടെ അച്ഛൻ അയൽക്കാരുമായി നല്ല സൗഹൃദബന്ധം പുലർത്തിയിരുന്നു.

ജെന്നിയുടെ കുടുംബ പാരമ്പര്യമോ പ്രശസ്തിയോ തനിക്കില്ല. വെറും സാധാരണക്കാരുടെ ഇടയിലാണ് തന്റെ സ്ഥാനം. യഹൂദ മതത്തിൽ നിന്നും ക്രിസ്തുമതത്തിലേക്ക് പരിവർത്തനം ചെയ്യപ്പെട്ട കുടുംബം.

മതം മാറ്റത്തിന്റെ പ്രശ്നങ്ങൾ കുടുംബത്തിനകത്തുണ്ടാക്കിയ വിഷമങ്ങൾ നേരിട്ടനുഭവിച്ചു. യഹൂദമതത്തിൽപ്പെട്ടവർക്ക് സമൂഹത്തിൽ രണ്ടാംതരം പൗരത്വമാണുണ്ടായിരുന്നത്. പല അവകാശങ്ങളും നിഷേധിക്കപ്പെട്ടു.

നിയമജ്ഞനും പണ്ഡിതനുമായിരുന്നിട്ടും അച്ഛന് അഭിഭാഷകനാവാൻ കഴിഞ്ഞില്ല. യഹൂദന് അതിന് അർഹതയുണ്ടായിരുന്നില്ല. പല ദിവസങ്ങളിലും മതംമാറ്റത്തെപ്പറ്റി അച്ഛൻ അമ്മയോട് സംസാരിക്കുന്നത് കേട്ടിട്ടുണ്ട്. പക്ഷേ അമ്മ മതംമാറ്റത്തിനു തയാറായിരുന്നില്ല.

അമ്മയുടെ കുടുംബം യഹൂദപുരോഹിതന്മാരായ റാബികളുടേതാണ്. യഹൂദന്മാരുടെ ആചാര്യന്മാരായ ഇവരാണ് മതപരമായ കാര്യ

ങ്ങൾ നിർവഹിച്ചിരുന്നത്. പഴയ കാര്യങ്ങൾ പറയുമ്പോൾ ഈ പാരമ്പര്യം സൂചിപ്പിക്കാനും അതിൽ അഭിമാനംകൊള്ളാനും അവർക്ക് താൽപ്പര്യമായിരുന്നു. അതുകൊണ്ട് മതംമാറ്റം തന്റെ കുടുംബത്തിൽ ആരും ഇഷ്ടപ്പെടുകയില്ലെന്ന് അമ്മ കരുതി. എന്നാൽ മതം മാറിയാൽ മാത്രമേ സമൂഹത്തിൽ സ്ഥാനം ലഭിക്കുകയുള്ളൂ എന്ന് അവർ മനസിലാക്കി.

ഭർത്താവും മകളും ജ്ഞാനസ്നാനം സ്വീകരിച്ച് പ്രൊട്ടസ്റ്റന്റ് ക്രിസ്ത്യാനികളായി. ഹെന്റീറ്റെ അപ്പോഴും സ്വന്തം വിശ്വാസത്തിൽ ഉറച്ചുനിന്നു. ഒരു വർഷം കഴിഞ്ഞപ്പോൾ അമ്മയുടെ അച്ഛൻ മരിച്ചു. പിന്നീട് അമ്മയും മതംമാറി.

അച്ഛന്റെ കുടുംബവും യഹൂദപുരോഹിതന്മാരുടെതായിരുന്നു. സാമുവൽ എന്ന പേരുള്ള മുത്തച്ഛൻ അപ്പോഴും യഹൂദപുരോഹിതനായി ജീവിക്കുന്നുണ്ടായിരുന്നു. സാമുവലിന്റെ ഇളയ സഹോദരനാണ് അച്ഛൻ ഹെയ്ൻറിച് മാർക്സ്. ക്രിസ്ത്യാനികളായുള്ള മതംമാറ്റം മാർക്സ് കുടുംബത്തിന്റെ സാമൂഹ്യജീവിതാവസ്ഥകളെയും മാറ്റി. അയൽക്കാരുടെ സ്നേഹസൗഹൃദങ്ങൾക്ക് അവരും പങ്കാളികളായി.

ഒരു ആറുവയസുകാരൻ കുട്ടിയുടെ അനുഭവത്തിൽ മതം മനുഷ്യനെ എങ്ങനെ സ്വാധീനിക്കുന്നുവെന്ന് നേരിട്ട് അറിയാൻ കഴിഞ്ഞു. യഹൂദ പാരമ്പര്യത്തിന്റെ പുറംതോട് പൊട്ടിച്ച് പുറത്തുവന്നപ്പോൾ സ്വാതന്ത്ര്യം കൂടിയതുപോലെ തോന്നി. എന്നാൽ പുതിയ മതത്തിന്റെ ആവരണത്തിൽ പൂർണമായി ഉൾപ്പെട്ടതുമില്ല. ഹെയ്ൻറിച് മാർക്സ് പുതിയ ചിന്താധാരകൾ സ്വീകരിച്ചു. ഫ്രഞ്ചുവിപ്ലവകാരികളുടെ ആശയങ്ങൾക്കനുസരിച്ചുള്ള പൊതുപ്രവർത്തനങ്ങളിൽ ഏർപ്പെട്ടു. പുതിയ സംഘടനകളിലും പ്രസ്ഥാനങ്ങളിലും ചേർന്നു പ്രവർത്തിച്ചു. അഭിഭാഷകനായി ജോലി ചെയ്തു.

അയൽവാസിയും പുരോഗമന ചിന്താഗതിക്കാരനുമായ വെസ്റ്റ്ഫാലൻ പ്രഭുവുമായി ഹെയ്ൻറിച് മാർക്സിനുള്ള ബന്ധം കുറെക്കൂടി ദൃഢമായി.

ജെന്നിയുമായുള്ള സൗഹൃദം കാൾ മാർക്സിന് വെറും കളിക്കൂട്ടുകാരിയുമായുള്ള ബന്ധം മാത്രമായിരുന്നു. പതുക്കെപ്പതുക്കെ അത് ഹൃദയാഭിലാഷങ്ങളുടെ പങ്കുവയ്ക്കലായിത്തീർന്നു. പിന്നീട് അവരുടെ ഹൃദയഭാഷകൾ ഒന്നായിത്തീർന്നു. അവസാനം ഇരു ഹൃദയങ്ങളും ഒന്നായിത്തീർന്നു.

ജെന്നിയാണ് സ്നേഹം
സ്നേഹമാണ് ജെന്നി.

ജെന്നിയുടെ പിതാവ് തന്നെ മകനെപ്പോലെ സ്നേഹിക്കുന്നു. സായാഹ്നസവാരിക്ക് ഒപ്പം കൊണ്ടുപോകുന്നു. ഷേക്സ്പിയർ നാടകങ്ങളിൽ നിന്നുള്ള ഭാഗങ്ങൾ പറഞ്ഞു കേൾപ്പിക്കുന്നു. കഥാസന്ദർഭങ്ങളും സാഹിത്യമൂല്യങ്ങളും വിശദീകരിക്കുന്നു. സാഹിത്യകാര്യങ്ങളിലും പഠ

നത്തിലുമുള്ള തന്റെ താൽപ്പര്യത്തെ തിരിച്ചറിഞ്ഞിട്ടുണ്ട്. വീട്ടിലെല്ലാവരും സ്നേഹത്തോടെയേ പെരുമാറാറുള്ളു. പക്ഷേ ഫെർഡിനാൻഡ് ഇതൊന്നും ഇഷ്ടപ്പെടുന്നില്ല.

ഫെർഡിനാൻഡുമായുള്ള ബന്ധം അത്ര സുഖമുള്ളതല്ല. പഴയ നാടുവാഴി പ്രഭുക്കന്മാരുടെ അഹന്ത കലർന്ന രക്തമാണ് ഇപ്പോഴും അവന്റെ ഞരമ്പുകളിലൂടെ പ്രവഹിക്കുന്നത്. വെസ്റ്റ്ഫാലൻ പ്രഭുവിന്റെ ആദ്യഭാര്യയിൽ പിറന്ന മകൻ. ദുരഭിമാനി. കാൾ മനസിലാക്കിയിട്ടുണ്ട്.

ജെന്നിയുമായി അടുത്ത് പെരുമാറുന്നത് ഫെർഡിനാൻഡ് ഇഷ്ടപ്പെട്ടിരുന്നില്ല. പക്ഷേ ജെന്നി അതത്ര കാര്യമാക്കിയിട്ടില്ല.

ഫെർഡിനാൻഡിന്റെ സ്നേഹിതന്മാരായ നിരവധി പ്രഭുകുമാരന്മാർ ജെന്നിയെ അവരുടെ ജീവിതപങ്കാളികളാക്കാൻ ആഗ്രഹിക്കുന്നതായി അറിഞ്ഞിട്ടുണ്ട്. എന്നാൽ ജെന്നി അവരുടെ മുന്നിൽ പ്രത്യക്ഷപ്പെടാതെ ഒഴിഞ്ഞുമാറി നിൽക്കുന്നതിനെപ്പറ്റിയും അറിഞ്ഞിട്ടുണ്ട്.

സുന്ദരിയായ പ്രഭുകുമാരി.

യോഹന്നാ ബർത്താജൂലി ജെന്നി വോൺ വെസ്റ്റ്ഫാലൻ എന്ന് മുഴുവൻ പേരു പറഞ്ഞ് പാരമ്പര്യമഹത്വം വെളിപ്പെടുത്തേണ്ട പ്രിയപ്പെട്ട കൂട്ടുകാരി, ജെന്നി.

ബർലിനിൽ എത്തിയതിനു ശേഷം ജെന്നിക്ക് മാത്രമായി അനേകം കത്തുകൾ എഴുതിയിട്ടുണ്ട്. സോഫിയുടെ എഴുത്തിനൊപ്പമാണ് അവൾക്കുള്ള എഴുത്തുകൾ വയ്ക്കുന്നത്. പക്ഷേ അച്ഛൻ എഴുതിയിരിക്കുന്നത് അതു പോരെന്നാണ്.

മേശമേൽ ചിതറിക്കിടക്കുന്ന പുസ്തകങ്ങൾക്കിടയിൽ നിന്നും അച്ഛൻ എഴുതി അയച്ചിട്ടുള്ള കത്ത് കാൾ തിരഞ്ഞുപിടിച്ചു. വീണ്ടും വായിച്ചു.

പ്രിയപ്പെട്ട കാൾ,

നിന്നോടെനിക്കുള്ള സ്നേഹം നിമിത്തം എന്റെ പ്രകൃതത്തിന് തികച്ചും ഒത്തുപോകാത്ത രീതിയിലുള്ള ചില കാര്യങ്ങളിൽ ഇടപെടുവാൻ ഞാൻ ആഗ്രഹിക്കുന്നു. അത് ഇടയ്ക്ക് എന്നെ ശല്യപ്പെടുത്തുന്നുമുണ്ട്. എന്നാൽ ഒരു ത്യാഗവും വളരെ വലുതല്ല. എന്റെ കുട്ടികളുടെ നന്മയ്ക്ക് അത്യാവശ്യമാണെങ്കിൽ.

നിന്റെ ജെന്നിക്ക് എന്നെ വളരെ വിശ്വാസമാണ്. എന്നാൽ നല്ല സ്നേഹമർഹിക്കുന്ന ആ പെൺകുട്ടി തുടരെത്തുടരെ അവളെത്തന്നെ ദ്രോഹിക്കുന്നു. നിനക്ക് ഉപദ്രവകരമാവുന്ന കാര്യങ്ങൾ ചെയ്യാൻ അവൾക്ക് ഭയമുണ്ട്. അവളുടെ അച്ഛനമ്മമാർക്ക് ഇക്കാര്യം അറിയില്ലെന്നത് അവളുടെ മനസിൽ ഒരു ഭാരമായിരിക്കുന്നു.

ജെന്നിയുടെ അച്ഛനമ്മമാർ ഇപ്പോൾ ഒന്നും അറിയേണ്ട എന്നാണ് അവളുടെ അഭിപ്രായമെന്ന് ഞാൻ അനുമാനിക്കുന്നു. ഒരു തരം ലജ്ജയായിരിക്കും കാരണം. മുദ്രവെച്ച് പ്രത്യേകം ഒട്ടിച്ചയക്കുന്ന നിന്റെ കത്ത് അവർക്കാശ്വാസം നൽകും.

ഭാവനാസമ്പന്നനായ വെറുമൊരു കവിയുടെ കത്തായിരിക്കരുത്. പരിശുദ്ധപ്രേമത്തിന്റെ നല്ല ഭാവങ്ങളും ഉന്മേഷദായകമായ വാക്യങ്ങളുമൊക്കെയാവാം. അതങ്ങനെയാവുമെന്ന് ഞാനറിയുന്നു. നിന്റെ ബന്ധത്തെക്കുറിച്ചും വ്യക്തമായ ധാരണ ആ കത്തിലുണ്ടാവണം. പ്രത്യാശകൾ കരുതലില്ലാതെ പ്രകാശിപ്പിക്കണം.

ഈ ബന്ധത്തെക്കുറിച്ച് വ്യക്തമായ ഉറപ്പ് അവൾക്ക് കൊടുക്കുക. അതുപോലെ തന്നെ പൗരുഷത്തോടുകൂടി അവളോട് ആവശ്യപ്പെടുക. പിന്നോട്ടു നോക്കാതെ, അൽപ്പംപോലും മനസു പതറാതെ ശാന്തമായി വിശ്വാസപൂർവം ഭാവിയിലേക്കു നോക്കാൻ. നിനക്ക് നിന്റെ അച്ഛനോടെന്തു പറയാൻ തോന്നുന്നു? നിന്റെ അച്ഛനിങ്ങനെയൊരു ഇടത്തട്ടുകാരനായി കാണുന്നതിൽ നീ അത്ഭുതപ്പെടുന്നില്ലേ? എന്റെ സ്വാധീനം അറിയപ്പെടുമ്പോൾ പല ആളുകളും എത്ര തെറ്റായിട്ടായിരിക്കും എന്നെക്കുറിച്ച് വിധികൽപ്പിക്കുക. എത്ര മോശപ്പെട്ട ഉദ്ദേശ്യങ്ങളായിരിക്കും എന്നിൽ ആരോപിക്കുക. ഞാൻ സ്വയം ആക്ഷേപിക്കുകയല്ല.

സ്വർഗം അതിന്റെ അനുഗ്രഹമരുളുമ്പോൾ ഞാൻ അതീവ സന്തുഷ്ടനായിരിക്കും. കത്തിനോടൊപ്പം പണവും അയക്കുന്നു.

നീ ആവശ്യപ്പെട്ടതിനും കൂടുതൽ തുകയ്ക്കാണ് ചെക്ക്. ആവശ്യത്തിലേറെ നീ ചെലവാക്കുകയില്ല എന്നു ഞാൻ വിശ്വസിക്കുന്നു.

കത്തിലെ ഓരോ വാക്കുകളും പൂക്കളായി വിരിഞ്ഞു നിൽക്കുന്നു. ഒരച്ഛനും മകനെ ഇത്രത്തോളം സ്നേഹിക്കുകയും ഇങ്ങനെ ഉപദേശിക്കുകയും ചെയ്തിട്ടുണ്ടാവില്ല.

അടുത്തും അകന്നും നിന്ന് ജെന്നിയുമായി പെരുമാറുന്നതെല്ലാം അച്ഛൻ വീക്ഷിച്ചിരുന്നു. മറ്റാരെക്കാളും മുമ്പെ അതിന്റെ പരിണാമവും തിരിച്ചറിഞ്ഞു.

ഒരു വർഷം ബോൺ സർവകലാശാലയിൽ നിയമ ശാസ്ത്രം പഠിച്ചു. സ്വാതന്ത്ര്യവും വിശാലവുമായ ലോകം എന്തെന്നറിയുകയായിരുന്നു. വേണ്ടതിലും വേണ്ടാത്തതിലും താൽപ്പര്യം കാണിച്ചു. ആദ്യമായി മറ്റൊരു സ്ഥലത്ത് താമസിക്കുമ്പോൾ തോന്നുന്ന സ്വാതന്ത്ര്യം ആസ്വദിച്ചു.

ബോണിൽ എന്തു പഠിക്കണമെന്ന് നിശ്ചയിച്ചിരുന്നു. നിയമശാസ്ത്രം പഠിച്ച് അച്ഛനെക്കാൾ വലിയ നിയമപണ്ഡിതനും അഭിഭാഷകനുമാകണം. ഇതാണ് അച്ഛന്റെ ആഗ്രഹം. ഒരു അധ്യാപകനാകണമെന്ന ആഗ്രഹം അപ്പോഴും മനസിൽ സൂക്ഷിച്ചു.

സെക്കണ്ടറി സ്കൂളിലെ പ്രധാനാധ്യാപകനായ യോഹാൻ വോൺ വൈത്തൻ ബാക്, ഭൗതികശാസ്ത്രത്തെപ്പറ്റി വിവിധ സന്ദർഭങ്ങളിൽ പറയുമായിരുന്ന ഗണിതശാസ്ത്ര അധ്യാപകൻ യോഹാൻ സ്റ്റെയിനിംഗർ എന്നിവർ മാതൃകാധ്യാപകരെന്ന നിലയിൽ മനസിൽ സ്ഥാനം നേടിയിരുന്നു. അവരെപ്പോലെ അധ്യാപകനാവുക എന്നത് ആഗ്രഹമായിത്തന്നെ നിലനിർത്തേണ്ടി വന്നു. എങ്കിലും സർവകലാശാലയിലെ പാഠ്യവിഷയ

ങ്ങൾ തെരഞ്ഞെടുത്തപ്പോൾ ഒമ്പതു വിഷയങ്ങൾക്ക് പേരുചേർത്തു.

വായനയും പഠനവും തന്നെ പ്രധാനം. ഉറക്കംപോലും കുറഞ്ഞു. ബോണിൽ വിദ്യാർഥിസംഘടനയിൽ അംഗമായി. അതിന്റെ പ്രസിഡന്റായി. കവിത എഴുതിത്തുടങ്ങിയ കാലം. അല്ലെങ്കിൽ ജെന്നിയെപ്പറ്റി കവിതകൾ എഴുതാനിരിക്കാനാവാത്ത കാലം. അവിടെയുണ്ടായിരുന്ന കവികളുടെ ക്ലബ്ബിൽ നിത്യസന്ദർശകനായി. തിരക്കുപിടിച്ച ദിവസങ്ങൾ. രോഗബാധിതനായി. ഒന്നും ചെയ്യാനാവാത്ത നിലയിലെത്തി. പാഠ്യവിഷയങ്ങൾ ആറായി കുറച്ചു. അതും വല്ലാത്ത ഭാരമായി. പിന്നീട് മൂന്നു വിഷയങ്ങൾ മാത്രം മതിയെന്ന് നിശ്ചയിച്ചു.

രോഗം മാറിയപ്പോൾ പുതിയ ചങ്ങാതിമാർ കൂട്ടിനെത്തി. ധാരാളം സമയം ബാക്കിയുണ്ട്. അവരുടെ ഒപ്പം മദ്യപാനം പതിവായി. ഒരുദിവസം കുടിച്ചു ബഹളം വച്ചതിന് സർവകലാശാലാ അധികൃതർ പിടികൂടി. ഒരു ദിവസത്തേക്ക് തടവിലിട്ടു. അവിടെയും സുഹൃത്തുക്കൾ കാണാനെത്തി. അവർ കൊണ്ടുവന്ന മദ്യം അവിടെയും വിതരണം നടത്തി.

സർവകലാശാലയിലെ വിദ്യാർഥികളിൽ വിവിധ താൽപ്പര്യമുള്ളവർ പ്രത്യേക സംഘമായി പ്രവർത്തിച്ചു. സംഘട്ടനവും പതിവാണ്. ഒരിക്കൽ നടന്ന സംഘട്ടനത്തിൽ ഒരു പ്രഭുകുമാരനുമായി ഏറ്റുമുട്ടി. അന്നത്തെ മുറിവ് നെറ്റിയിലിപ്പോഴുമുണ്ട്.

മാർക്സ് മുറിപ്പാടിൽ പതുക്കെ തടവി. എല്ലാം അച്ഛനറിയുന്നുണ്ടായിരുന്നു. ബോണിൽ എന്തുണ്ടായാലും അച്ഛനു വിവരം കിട്ടും. മകന്റെ പഠനകാര്യത്തിൽ അത്ര ശ്രദ്ധയായിരുന്നു.

നിയമ വിരുദ്ധമായി ആയുധം സൂക്ഷിച്ചു എന്നു പറഞ്ഞ് ഒരുദിവസം പൊലീസ് പിടികൂടി. പഠിപ്പു മാത്രം നടക്കുന്നില്ല; മറ്റെല്ലാം നടക്കുന്നുണ്ടെന്ന് അച്ഛൻ മനസിലാക്കി.

പഠനത്തിനുള്ള നല്ല അന്തരീക്ഷവും അവസരവും ബർലിനിലുണ്ടെന്ന് അറിഞ്ഞു. അങ്ങനെയാണ് ബർലിൻ സർവകലാശാലയിൽ എത്തിയത്. ഒരു വർഷത്തെ ബോണിലെ ജീവിതം നൽകിയ അനുഭവങ്ങളിൽ നിന്നും ഏറെ പഠിച്ചു.

ബർലിൻ പുതിയ അനുഭവങ്ങളും ആവേശവും നൽകി. പഠനത്തിൽ ശ്രദ്ധിച്ചു. ഒപ്പം ജെന്നിയെപ്പറ്റിയുള്ള ചിന്ത ജീവിതവിജയത്തെപ്പറ്റി ഓർമിപ്പിച്ചു. ജെന്നിയെപ്പറ്റി ധാരാളം കവിതകൾ എഴുതി.

ബോണിൽ നിന്നും പഠനം നിർത്തി തിരിച്ചുവന്നപ്പോൾ ജെന്നിക്ക് അതിഷ്ടമായില്ല. പരിഭവമായിരുന്നു. ബർലിനിലേക്ക് പോവുകയാണെന്ന് കേട്ടപ്പോൾ വിഷമമായി. അവിടെ പഠനം പൂർത്തിയാക്കാൻ വീണ്ടും കുറേ വർഷങ്ങൾ കഴിഞ്ഞേപറ്റൂ. അതുകഴിഞ്ഞ് വിവാഹം.

ഇല്ല അതു നടക്കില്ല.

ട്രയറിലെ പ്രഭുകുമാരന്മാർ ജെന്നിയെ വിവാഹം ചെയ്യാൻ ആഗ്രഹിക്കുന്നു. ജെന്നിക്ക് അതറിയാം. പലരും വിവാഹവാഗ്ദാനവുമായി സമീപിച്ചിട്ടുണ്ട്. നേരിൽ സംസാരിക്കാൻ ശ്രമിച്ചിട്ടുണ്ട്.

ജെന്നിയില്ലാത്ത ഒരു ജീവിതത്തെപ്പറ്റി ചിന്തിക്കാനാവില്ല. ബോണിലെ ഏകാന്തമായ പകലുകളും രാത്രികളും ജെന്നിയെപ്പറ്റിയുള്ള സ്വപ്നങ്ങൾ കൊണ്ടാണ് നിറം പിടിപ്പിച്ചത്. ബർലിനിൽ പോയി തിരിച്ചു വരുമ്പോഴേക്കും ജെന്നി ഏതെങ്കിലും ഒരു പ്രഭുകുമാരന്റെ വധുവായി മാറിയാൽ....

ജെന്നി അതു സമ്മതിക്കില്ല. പക്ഷേ രാജസദസിലെ അംഗമായ വെസ്റ്റ്ഫാലൻ പ്രഭു നിശ്ചയിച്ചാൽ പ്രഭുസ്ഥാനത്തെപ്പറ്റി അഭിമാനം കൊള്ളുന്ന ഫെർഡിനാൻഡ് അത് അനുകൂലിച്ചാൽ, ജെന്നി എന്തു ചെയ്യും?

ഒരു പരിഹാരം കണ്ടേ മതിയാവൂ.

ബർലിനിലേക്കു പോകുന്നതിനുമുമ്പേ ജെന്നിയുമായി രഹസ്യമായി വിവാഹ പ്രതിജ്ഞ നടത്തുക. ഒരുതരം രഹസ്യവിവാഹം തന്നെയാണത്.

സഹോദരി സോഫിയ എല്ലാം അറിയുന്നവളാണ്. ഏറെയൊന്നും ആലോചിച്ചില്ല. മറ്റാരോടും പറഞ്ഞില്ല. ഔപചാരികമായ ചടങ്ങുകളില്ല.

രണ്ടു ഹൃദയങ്ങൾ ഒന്നുചേർന്നു. രണ്ടു ജീവിതങ്ങൾ പങ്കുവയ്ക്കാൻ നിശ്ചയിക്കപ്പെട്ടു.

ജെന്നിയാണ് സ്നേഹം

സ്നേഹമാണ് ജെന്നി.

ജെന്നിക്കുള്ള എഴുത്തും കവിതയും ഇന്നുതന്നെ അയയ്ക്കണം. കാൾ നിശ്ചയിച്ചു.

2

ഒരേ താളത്തിൽ മിടിക്കുന്ന ഹൃദയങ്ങൾ

'ഞാൻ ജെന്നിയെക്കുറിച്ച് അന്വേഷിക്കുന്നില്ലെന്ന് കാൾ കുറ്റപ്പെടുത്തിയത് തീരെ ശരിയായില്ല. ഞാനെന്നും നിങ്ങൾ രണ്ടുപേരെയുംപറ്റി ഓർക്കാറുണ്ട്. ജെന്നി കാളിനെ ആത്മാർഥമായി പ്രേമിക്കുന്നു. ജെന്നിക്ക് കാളിനെക്കാൾ കൂടുതൽ വയസുണ്ടെന്നതുകൊണ്ട് മനഃപ്രയാസപ്പെടുന്നത് അവളുടെ മാതാപിതാക്കളുടെ പ്രേരണമൂലമാണ്. ജെന്നി എന്നും നമ്മുടെ വീട്ടിൽ വരാറുണ്ട്. ഇന്നലെയും വന്നിരുന്നു. കാളിന്റെ കവിത കിട്ടി എന്നു പറഞ്ഞു. ഒപ്പം തേങ്ങിക്കരയുകയും ചെയ്തു.'

സോഫിയുടെ കത്ത് കിട്ടിയപ്പോൾ സമാധാനമായി. ജെന്നി തന്നെക്കുറിച്ച് ഓർത്ത് കരയുന്നു.

സോഫിയുടെ കത്തും കൈയിൽ വെച്ചുകൊണ്ട് ഏറെനേരമിരുന്നു. അവളെ എങ്ങനെ സമാധാനിപ്പിക്കണമെന്ന് അറിയില്ല. ജ്യേഷ്ഠത്തിയായ സോഫിയുടെ പ്രായമാണ് ജെന്നിക്ക്. പക്ഷേ തങ്ങളുടെ ഹൃദയങ്ങൾക്ക് ഒരേ പ്രായമാണ്. ആഗ്രഹങ്ങൾക്ക് ഒരേ രൂപമാണ്. സ്വപ്നങ്ങൾക്ക് ഒരേ നിറമാണ്. വ്യത്യാസം തോന്നിയിട്ടേയില്ല.

ഏതെങ്കിലും ഒരു പ്രഭുകുമാരന്റെ മണവാട്ടിയായി ജെന്നിയെ പറഞ്ഞയക്കാൻ ബന്ധുക്കൾ തമ്മിൽ മത്സരമാണ്. പറ്റിയ ആളെ അവർ തന്നെ കണ്ടെത്തുന്നു. ജെന്നിയോട് അത് പറയുകയും ചെയ്യുന്നു.

ബെർലിൻ അകലെയാണ്. ആ അകലത്തെപ്പോലും തന്റെ മനസ്സ് കീഴടക്കുന്നു. ജെന്നിയെ ആശ്വസിപ്പിക്കാൻ വഴി അന്വേഷിക്കുന്നു.

കാൾ ജെന്നിക്ക് അപ്പോൾത്തന്നെ എഴുതി:

"ജെന്നീ,

നിന്നിലേക്ക് ഒഴുകിയടുക്കുന്നത് എന്റെ ആത്മാവാണ്. സ്വർഗീയ രാഗത്തിന്റെയും പ്രകാശത്തിന്റെയും അനുഭവമായ് നിന്നിൽ എന്റെ ഗീതങ്ങൾ പ്രതിധ്വനിക്കട്ടെ.

വിദൂരതയിൽ നിന്റെ ഓർമയുടെ മധുരദുഃഖവുമായ് ഞാൻ ഗാനാലാപനം നടത്തുന്നു.

ജെന്നി എന്റെ കൂടെയുണ്ട് എന്ന ചിന്ത, എന്നെ നിർഭയനും സ്വതന്ത്രനുമാക്കുന്നു.

ജെന്നീ, നിന്റെ ഹൃദയതാളത്തിനൊപ്പം എന്റെ ഹൃദയവും മിടിക്കുന്നു.

നമ്മുടെ വിരഹത്തെക്കുറിച്ചോർത്ത് എന്റെ വീണ പോലും വിലപിക്കുന്നു.

ജെന്നീ, നിന്റെ കണ്ണുകൾപോലെ വിലപ്പെട്ടതായി എനിക്ക് മറ്റൊന്നുമില്ല. മിഴികൾ ആഹ്ലാദത്താൽ പ്രകാശപൂർണമാകുമ്പോൾ ഞാൻ ഉന്മത്തനാകും. അവ അശ്രുപൂർണമാകുന്നുവെന്നറിയുമ്പോൾ ഞാൻ വിഷാദമഗ്നനാവുന്നു.

ജെന്നി, മധുരരാഗനിശ്വാസങ്ങളാൽ ഞാൻ നിന്നെ ആശ്വസിപ്പിക്കട്ടെ. ആഹ്ലാദിപ്പിക്കട്ടെ.

മൂടൽമഞ്ഞ് ഒഴിഞ്ഞുപോയതുപോലെ മനസ്സ് ശാന്തമായി. കാൾ ജെന്നിക്കുള്ള കത്ത് പൂർത്തിയാക്കി വച്ചു. എന്നിട്ട് അച്ഛനെഴുതിയ കത്തെടുത്ത് വായിച്ചു:

കാൾ നീ ഭാഗ്യവാനാണ്. ഇത്തരം ഭാഗ്യം നിന്നെപ്പോലെ അപൂർവം യുവാക്കൾക്കേ കിട്ടിയിട്ടുള്ളൂ. നിന്റെ സദാചാരബോധത്തെപ്പറ്റി എനിക്കഭിമാനമുണ്ട്. എന്നും സദാചാരബോധത്തോടെ ജീവിക്കുക.

നീ വിദ്യാസമ്പന്നരുടെ കൂടെയാണിടപഴകുന്നത് എന്നതിൽ ഞാൻ സന്തുഷ്ടനാണ്. ഒന്നേ എനിക്ക് പറയാനുള്ളൂ. ആരോഗ്യം അപകടത്തിലാക്കിയുള്ള പഠിത്തം വേണ്ട. നിന്റെ കണ്ണിന്റെ കാഴ്ചക്കുറവ് കൂടുതലാവാൻ വഴി വയ്ക്കരുത്.

എനിക്കേറ്റവും താൽപ്പര്യം നിന്റെ പഠനകാര്യത്തിലാണ്. അതേക്കുറിച്ചൊന്നും നിന്റെ കത്തിലെവിടെയും എഴുതിക്കാണുന്നില്ല.

ജെന്നിയും നീയും തമ്മിലുള്ള ബന്ധത്തെക്കുറിച്ച് അവളുടെ മാതാപിതാക്കൾ എങ്ങനെ പ്രതികരിക്കുമെന്ന ഭയത്തിലാണവൾ. എനിക്ക് കഴിയുമായിരുന്നെങ്കിൽ ഞാൻ ഈ പ്രശ്നത്തിന് പരിഹാരമുണ്ടാക്കിയേനേ. എന്തു ചെയ്യാം, ഞാനിപ്പോൾ ദുർബലനാണല്ലോ.

നീ ദയാലുവാണെന്ന ഒരൊറ്റ കാരണംകൊണ്ടാണ് നിന്നെ ഞാനെന്റെ ഏറ്റവും പ്രിയപ്പെട്ട പുത്രനായി കണക്കാക്കുന്നത്. നിന്റെ ബുദ്ധിപരമായ കഴിവുകളെക്കുറിച്ച് എനിക്കറിയാം.

കാൾ അച്ഛന്റെ സ്വരം നേരിട്ട് കേൾക്കുകയാണെന്നതുപോലെ കുറെക്കൂടി ഒതുങ്ങിയിരുന്നു. ഏതു നിമിഷത്തിലും നേർത്ത ചിരിയും പ്രസന്നഭാവവുമായി അച്ഛൻ മുറിയിലേക്ക് കയറിവന്നേക്കാം എന്നു പ്രതീക്ഷിച്ചു. സ്നേഹവും ഉപദേശവും നിർദേശവും പ്രോത്സാഹനവും അംഗീകാരവും തമ്മിൽ എവിടെയാണ് അതിരിട്ട് നിൽക്കുന്നതെന്ന് തിരിച്ചറി

യാനാവാത്ത രീതിയിലാണ് അച്ഛൻ സംസാരിക്കുക. കത്തുകളിലും അങ്ങനെ തന്നെയാണ് എഴുതാറുള്ളതെന്നറിയാം.

ജെന്നിയെപ്പറ്റി അച്ഛനെഴുതിയ ഭാഗം ഒന്നുകൂടി വായിച്ചു.

വീട്ടുകാരെ ഇക്കാര്യം അറിയിക്കുന്നതിന് അച്ഛൻ തയാറല്ല എന്നു വ്യക്തമായി. ജെന്നിയുടെ പിതാവുമായുള്ള ബന്ധത്തെ മറ്റൊരു തരത്തിൽ ഉപയോഗപ്പെടുത്താൻ അച്ഛൻ തയാറല്ല.

ഇനിയെന്തു ചെയ്യും?

ഒരുത്തരം തേടി കാളിന്റെ മനസ്സ് അലഞ്ഞു; ജെന്നിയുമായി ഒരു യാത്ര തുടങ്ങിക്കഴിഞ്ഞു. അനന്തതയിലേക്ക് വഴി നീളുകയാണ്. കണ്ടുനിൽക്കുന്നവരൊക്കെ നിസ്സഹായരായി യാത്രാമംഗളം നേരുന്നു.

ജെന്നി മാത്രമേ കൂട്ടിനുള്ളു. ജെന്നിക്കു താൻ മാത്രമേയുള്ളു. അകലങ്ങളിലാണെങ്കിലും ഹൃദയങ്ങൾ ഒന്നാവുകയാണ്.

കാൾ അച്ഛന് എഴുതി:

'ഞാൻ അങ്ങയെ വിട്ടുപോന്നപ്പോൾ ഒരു പുതിയ ലോകം എന്റെ മുമ്പിൽ തുറക്കപ്പെടുകയായിരുന്നു. പ്രേമത്തിന്റെ ലോകം. ആദ്യമതൊരു വിഭ്രാന്തി മാത്രമായിരുന്നു. സാക്ഷാൽക്കരിക്കുമെന്ന പ്രതീക്ഷകൾക്ക് വകയില്ലാത്ത വിഭ്രാന്തി. എന്നെ വളരെ ആഹ്ലാദിപ്പിക്കേണ്ടതായിരുന്നു ആ യാത്ര. പ്രകൃതിയുടെ മഹിമാതിരേകത്തെപ്പറ്റി പ്രചോദനം കൊള്ളുവാൻ വക നൽകുന്നതാകേണ്ട യാത്ര, ജീവിതാനന്ദം ഉത്തേജിപ്പിക്കാൻ സഹായകമാകേണ്ട യാത്ര, സത്യത്തിൽ എന്നെ ഒട്ടും ഉന്മേഷവാനാക്കിയില്ല.

വാസ്തവത്തിൽ ആ യാത്ര എന്നെ കണക്കിലേറെ നിരുന്മേഷവാനാക്കുകയാണ് ചെയ്തത്. എന്തുകൊണ്ടെന്നാൽ വഴിനീളെക്കണ്ട പാറക്കൂട്ടങ്ങൾ എന്റെ ഉള്ളിലെ വികാരങ്ങളെക്കാൾ കഠിനമോ പരുക്കനോ ആയിരുന്നില്ല.

വൻ നഗരങ്ങൾ എന്റെ രക്തത്തോളം തിളച്ചു മറിയുന്നതായിരുന്നില്ല. എന്റെ ഭാവനയിലെ വിഭവങ്ങളെക്കാൾ അധികമോ രുചികരമോ ദഹിക്കാത്തതോ ആയിരുന്നില്ല സത്രങ്ങളിലെ തീൻമേശയിൽ നിരന്ന വിഭവങ്ങൾ. ഞാൻ എഴുത്തു നിർത്തട്ടെ. ഒന്നുകൂടി. ഏതു കലാവസ്തുവും ജെന്നിയോളം സുന്ദരമായി തോന്നിയില്ല.'

മകന്റെ എഴുത്തു വായിച്ചപ്പോൾ ഹെയ്ൻറിച് മാർക്സിന് വല്ലാത്ത വിഷമമായി. ഒരുവശത്ത് കാളിന്റെ പഠനം. മറുവശത്ത് കാളിന് ജെന്നിയോടുള്ള പ്രണയവും ബന്ധവും. രണ്ടും ചേർന്നുപോകണം, അല്ലെങ്കിൽ എല്ലാം കുഴപ്പത്തിലാകും. അച്ഛൻ മകന് എഴുതി:

നിന്റെ മാതാപിതാക്കൾക്ക് നീ ദുഃഖമാണ് നൽകുന്നത്. അൽപ്പം പോലും സന്തോഷം നൽകുന്നില്ല. ബോണിൽ നീ കാട്ടിക്കൂട്ടിയ വിക്രിയകൾ എന്തൊക്കെയാണെന്ന് നിന്നെ ഓർമിപ്പിക്കേണ്ടതില്ലല്ലോ. ചെറുപ്പത്തിലേ നീ കുടുംബത്തിൽ നിന്ന് അകന്ന് താമസിച്ചു. അത് നിന്റെ നന്മയ്ക്കുവേണ്ടിയാണല്ലോ എന്ന് ഞങ്ങൾ ആശ്വസിച്ചു, വിശ്വസിച്ചു.

നിയമം പഠിച്ച് മകൻ അഭിഭാഷകനാകണമെന്നാണ് അച്ഛന്റെ ആഗ്രഹം. എന്നാൽ മാതൃകാധ്യാപകരായി മനസിൽ കരുതിയ ചില രുടെ രൂപമാണ് എന്നും വഴികാട്ടിയാണെന്ന് തോന്നിയത്.

ബർലിനിലെ ജീവിതം അനുഭവസമ്പന്നമാണ്. എല്ലാ രംഗങ്ങളിലും സ്വാധീനം ചെലുത്തുന്ന ഭൂവുടമകൾ, അവർക്കൊപ്പം നിൽക്കുന്ന ഫാക്ട റിയുടമകൾ, അടിച്ചമർത്തപ്പെടുന്ന തൊഴിലാളികൾ, അവരുടെ ദുരിത ങ്ങൾ, എല്ലാം കൺമുന്നിലുണ്ട്. എല്ലാറ്റിന്റെയും കാര്യകാരണങ്ങൾ അറി യാൻ ശ്രമിച്ചു.

കലാലയങ്ങളിലുള്ള പഠനത്തിലുമേറെ സമൂഹത്തിൽ നിന്നും നേരി ട്ടറിയാനുണ്ട്. പാഠപുസ്തകങ്ങളിൽ വായിക്കപ്പെടുന്നതു മാത്രമല്ല സത്യം.

നിയമശാസ്ത്രത്തോടൊപ്പം തത്വചിന്തയും ചരിത്രവും വിവിധഭാ ഷകളും പഠിക്കാൻ അവസരം കണ്ടെത്തി. പ്രഭാഷണം കേൾക്കാനുള്ള സദസുകളിൽ സ്ഥിരം സന്ദർശകനായി.

തത്വശാസ്ത്രത്തിൽ തൽപ്പരരായവർ ചേർന്ന് രൂപീകരിച്ച ഡോക്ടേ ഴ്സ് ക്ലബ്ബിൽ അംഗമാകണമെന്ന് സുഹൃത്തുക്കൾ ആവശ്യപ്പെട്ടപ്പോൾ അംഗമായി.

ബർലിനിൽ കാളിനെ ഏറ്റവും ആകർഷിച്ച അധ്യാപകൻ എഡ്വേർ ഡ് ഗാൻ ആണ്. പുരോഗമനവാദി, നിയമജ്ഞൻ, നിർഭയൻ. എന്നാൽ ഭരണാധികാരികൾ ഗാനിന്റെ നീക്കങ്ങൾ രഹസ്യമായി നിരീക്ഷിക്കുന്നു ണ്ടായിരുന്നു. ഗാനിന്റെ അനുയായിയും ശിഷ്യനുമെന്ന നിലയിൽ കാളും പൊലീസിന്റെ നോട്ടപ്പുള്ളിയായത് അധികമാരുമറിഞ്ഞില്ല. പക്ഷേ കുഴ പ്പങ്ങളൊന്നുമുണ്ടായില്ല.

ബർലിനിലെ ജീവിതം തന്നെ ഉഴുതുമറിക്കുകയാണ്. കാണാത്ത കാഴ്ചകൾ, അറിയാത്ത കാര്യങ്ങൾ, ചിന്തയെയും ഭാവനയെയും ഉത്തേ ജിപ്പിക്കുന്ന അനുഭവങ്ങൾ. പക്ഷേ അച്ഛന് മകന്റെ മനസറിയാൻ കഴി ഞ്ഞില്ല. അച്ഛൻ എഴുതി:

'എനിക്കേറ്റവും താൽപ്പര്യം നിന്റെ പഠനകാര്യത്തിലാണ്. അതേ ക്കുറിച്ചൊന്നും നിന്റെ കത്തിലെവിടെയും പരാമർശിച്ചിട്ടില്ല.

നിന്നിൽ നിന്ന് ജെന്നിയെ അകറ്റാൻ ഒരു രാജകുമാരനും ആവില്ല. അവളുടെ മനസും ശരീരവും അവൾ നിനക്കുവേണ്ടി മാത്രം ഉഴിഞ്ഞു വെച്ചിരിക്കുകയാണ്. മറ്റൊരു പെൺകുട്ടിക്കും ചെയ്യാൻ പറ്റാത്ത ത്യാഗ മാണവർ നിനക്കുവേണ്ടി ചെയ്യുന്നത്.'

മതി. സമാധാനമായി. ബർലിനിൽ പഠനകാര്യത്തിൽ ശ്രദ്ധവെച്ചു. ബാഹ്യമായ എല്ലാ കെട്ടുപാടുകളും പഠനത്തിനുവേണ്ടി മാറ്റിവെച്ചു.

അച്ഛന്റെ എഴുത്തിലെ ഒരുപദേശം കാൾ മനസിൽ രേഖപ്പെടുത്തി വച്ചു.

'ഒരു അക്കാദമിക് പദവിയിലെത്താൻ ഒരാൾക്ക് എത്ര വയസായി രിക്കണമെന്ന് എനിക്കറിയില്ല. എന്തായാലും അത്തരമൊരു പദവിയിലെ ത്താൻ നീ ശ്രമിക്കണം.'

മറക്കില്ല. കാൾ പഠനത്തിനായി മുഴുവൻ സമയവും മാറ്റിവെച്ചു. ജെന്നിയെപ്പറ്റിയുള്ള ചിന്തയും കവിതയോടും സാഹിത്യത്തോടുമുള്ള താൽപ്പര്യവും മാത്രം മനസിൽ നിന്നും ഒഴിഞ്ഞില്ല. അച്ഛന്റെ ആഗ്രഹത്തിനനുസരിച്ച് നല്ല നിലയിൽ ബിരുദം നേടണം. പക്ഷേ ബർലിനിലേക്ക് അച്ഛനെപ്പറ്റിയുള്ള ഒരു ദുഃഖവാർത്തയാണ് സോഫി എഴുതി അറിയിച്ചത്.

കരൾസംബന്ധമായ രോഗം ബാധിച്ച് അച്ഛൻ ചികിത്സയിലാണ്. അച്ഛനെ കാണണം. നാട്ടിലേക്ക് മടങ്ങി. വീട്ടിലെത്തി. കണ്ടു. ആരുടെയും മരുന്നിനും സ്നേഹത്തിനും ആ ജീവൻ രക്ഷിക്കാനായില്ല. ഹെയ്ൻറിച് മാർക്സ് മരിച്ചു. എല്ലാവരുമുണ്ട്. എങ്കിലും താൻ അനാഥനായതുപോലെ തോന്നി കാളിന്.

ദുഃഖാചരണത്തിനു ശേഷം ബർലിനിലേക്ക് തിരിച്ചുപോകണം.

ജെന്നിയോട് പഴയതുപോലെ പെരുമാറാൻ കഴിയുന്നില്ല. എങ്കിലും അവസരം കിട്ടുമ്പോഴൊക്കെ അവൾ സോഫിയയുടെ അടുത്തെത്തി. സോഫിയയാകട്ടെ സമാധാനത്തിന്റെ മാലാഖയെപ്പോലെ കുടുംബത്തിലെ എല്ലാവർക്കും ആശ്രയിക്കാവുന്നവളായി മാറിക്കഴിഞ്ഞിരുന്നു.

കാൾ ബർലിനിലേക്ക് തന്നെ തിരിച്ചുപോയി.

ബർലിൻ എല്ലാ ദുഃഖങ്ങൾക്കും അവധി നൽകുന്നു. രാവുകളും പകലുകളും ഒരുപോലെ തിരക്കുള്ളതായിത്തീർന്നു. കലാലയപഠനം, ഡോക്ടേഴ്സ് ക്ലബിലെ സംവാദം, കവിതയെഴുത്ത്, പ്രത്യേകവിഷയങ്ങളിൽ വേണ്ട വിവരങ്ങൾ ശേഖരിക്കുന്നതിനുള്ള വായന, സമയത്തിനൊപ്പമെത്തണമെങ്കിൽ ജീവിതത്തിന്റെ വേഗത ഇനിയുമേറെ കുറയ്ക്കേണ്ടി വരുമെന്നു തോന്നിയ ദിവസങ്ങൾ.

അധ്യാപകരും സഹപാഠികളും കാളിന്റെ വാക്കുകൾ ശ്രദ്ധിച്ചു തുടങ്ങി. സദസുകളിൽ കാൾ ശ്രദ്ധാകേന്ദ്രമായി മാറി. ദാർശനികവിഷയങ്ങളിൽ അവഗണിക്കാനാവാത്ത വിധം വ്യക്തവും യുക്തവുമായ വിശകലനങ്ങൾ നടത്തി.

കാൾ കവിതയെഴുത്തു തുടർന്നു.

ജെന്നിയോടുള്ള പ്രേമപാരവശ്യം മാത്രം നിറഞ്ഞ കവിതകൾക്കുപുറമെ സ്വന്തം ആത്മാവിന്റെ അവസ്ഥാന്തരങ്ങളും കവിതയ്ക്കു വിഷയമായി മാറി. കവിതയുടെ സ്വരം ദൃഢമാകുന്നതും ആവിഷ്കാര വിഷയങ്ങൾ വൈവിധ്യം തേടുന്നതും സ്വയം തിരിച്ചറിഞ്ഞു.

കാളിന്റെ ചിന്തയിലും വീക്ഷണത്തിലും പ്രതികരണങ്ങളിലുമുള്ള സൂക്ഷ്മതയും വിശാല സാമൂഹ്യതാൽപ്പര്യങ്ങളും തിരിച്ചറിഞ്ഞ കൂട്ടുകാർ ബൗദ്ധികമായ വളർച്ചയിൽ സന്തോഷിച്ചു. പക്ഷേ ആശയങ്ങളുടെ ലോകത്ത് കാളിന് സമാധാനം കിട്ടിയില്ല.

"എന്റെ മാനസികപീഡ കാരണം പല ദിവസങ്ങളിലും ചിന്തിക്കാനുള്ള കഴിവുതന്നെ ഇല്ലാതായി. ഒരു ഭ്രാന്തനെപ്പോലെ തോട്ടത്തിൽ പലപ്പോഴും വട്ടത്തിൽ ചുറ്റി."

മാനസികമായുള്ള ആശയസംഘർഷം ശാരീരികാരോഗ്യത്തെയും ബാധിച്ചു. ഡോക്ടറെ കണ്ടു.

കുറെ നാളത്തെ പൂർണവിശ്രമമാണ് ഡോക്ടർ വിധിച്ചത്. ബർലിനിൽ അതു നടക്കില്ല. പുസ്തകങ്ങളും സുഹൃത്തുക്കളും സംവാദസദസുകളും കവിതാചർച്ചയും അങ്ങനെ ഓരോരോ കാര്യങ്ങൾ എപ്പോഴുമുണ്ട്.

ബർലിനടുത്ത ഒരു ഗ്രാമത്തിലേക്ക് പോയി. പൂർണവിശ്രമം. സ്ത്രാലോ ഗ്രാമം കാളിനെ സ്വീകരിച്ചു. ശാന്തമായ ഗ്രാമം. സംവാദമില്ലാത്തപകലുകൾ. ചിന്തിച്ചു പുലർത്തേണ്ടതില്ലാത്ത രാവുകൾ. സുഖം, ശാന്തി, സമാധാനം.

എല്ലാം വെറുതെ. ഡോക്ടറേറ്റിനുള്ള ഗവേഷണപ്രബന്ധം തയാറാക്കണം. ഗ്രാമത്തിൽത്തന്നെ അധികദിവസം തങ്ങിയാൽ പറ്റില്ല. വീണ്ടും ബർലിനിലേക്ക് മടങ്ങി.

'പ്രകൃതിയെപ്പറ്റിയുള്ള തത്വജ്ഞാനീയത്തിൽ ഡെമോക്രീറ്റസിന്റെ ദർശനവും എപ്പിക്യുറസിന്റെ ദർശനവും' തമ്മിലുള്ള വ്യത്യാസം എന്നതാണ് ഗവേഷണവിഷയം. ഹെഗലിന്റെ ഗ്രന്ഥങ്ങൾ ഒന്നിനു പിറകെ ഒന്നായി വായിച്ചു തള്ളി. കുറിപ്പുകൾ തയാറാക്കി. ഗവേഷണപ്രബന്ധം തയാറാക്കി.

ഒരു പ്രശ്നം സുഹൃത്തുക്കൾ ചൂണ്ടിക്കാണിച്ചു. ശ്രദ്ധേയമായ ഒരു കാര്യം.

"ഹെഗലിന്റെ ദർശനത്തെപ്പറ്റി പഠനമാരംഭിച്ചു. എന്നാൽ ഹെഗലിന്റെ ആശയവാദത്തെ എതിർക്കുന്നേടത്താണ് അത് അവസാനിച്ചത്."

കാൾ സ്വന്തം നിലപാട് വ്യക്തമാക്കി. എപ്പിക്യുറസിന്റെ ഒരു സൂക്തം എടുത്തു കാണിച്ചു.

'ജനങ്ങൾ ആരാധിക്കുന്ന ദൈവത്തെ നിഷേധിക്കുന്നവനല്ല. മറിച്ച് ദൈവങ്ങളെപ്പറ്റി ജനങ്ങൾ വിശ്വസിക്കുന്നതെല്ലാം ശരിയാണെന്ന് സ്ഥാപിക്കുന്നവനാണ് വാസ്തവത്തിൽ ദൈവനിന്ദ നടത്തുന്നത്.'

ആശയവാദിയായ ഹെഗലിനെക്കാൾ ഭൗതികവാദിയായ എപ്പിക്യുറസിനോടായിരുന്നു മനസ്സ് അടുത്തത്.

മനുഷ്യർക്ക് അഗ്നി നൽകിയതിന് ദൈവത്താൽ ശപിക്കപ്പെട്ട് ചുട്ടുപൊള്ളുന്ന പാറയിൽ ഇരുമ്പുചങ്ങലകളാൽ ബന്ധിതനായി കിടന്ന പ്രൊമിത്യൂസ് ഏറ്റവുമിഷ്ടപ്പെട്ട കഥാപാത്രമായി തോന്നി. ഹൃദയം കൊത്തിപ്പറിച്ചെടുക്കുവാൻ പറന്നടുക്കുന്ന കഴുകന്മാരെ നോക്കി പ്രൊമിത്യൂസ് അലറിപ്പറഞ്ഞ വാക്കുകൾ അഗ്നിച്ചീളുകളായ് തെറിച്ചു:

"സത്യം പറഞ്ഞാൽ എല്ലാ ദൈവങ്ങളെയും ഞാൻ വെറുക്കുന്നു."

കാളിന്റെ പ്രബന്ധത്തിൽ സ്വർഗത്തിലെയും ഭൂമിയിലെയും എല്ലാ ദൈവങ്ങൾക്കുമെതിരെയുള്ള തത്വവിചാരമാണുള്ളത്.

*ദി ഡിഫറൻസ് ബിറ്റ്‌വീൻ ദി ഡെമോക്രീറ്റിയൻ ആന്റ് എപ്പിക്യൂറിയൻ ഫിലോസഫി ഓഫ് നേച്ചർ

---

* കാൾമാർക്സിന് ഡോക്ടറേറ്റ് ലഭിച്ച പ്രബന്ധം.

ഡെമോക്രെറ്റസ്, എപ്പിക്യൂറസ് - ഗ്രീക്ക് ദാർശനികർ.

പ്രബന്ധം പരിശോധിച്ചവർ പറഞ്ഞു: "ബർലിൻ സർവകലാശാലയിൽ നിന്നും ഈ ഗവേഷണ പ്രബന്ധത്തിന് അംഗീകാരം കിട്ടുകയില്ല."

കാളിനും തോന്നിത്തുടങ്ങി.

ഇനി എന്തു ചെയ്യും?

ആലോചിച്ചു വഴികണ്ടെത്തുകയും ചെയ്തു. പലരും ഉപദേശിച്ചു.

"യേനാ സർവകലാശാലയിൽ ഗവേഷണ പ്രബന്ധം സമർപ്പിക്കാം."

സമർപ്പിച്ചു. ഡോക്ടർ ബിരുദം ലഭിക്കുകയും ചെയ്തു.

ഡോക്ടർ കാൾ മാർക്സ്.

കൂട്ടുകാരുടെ കാൾ പ്രശസ്തമാം വിധം തത്വശാസ്ത്രരംഗത്ത് സ്വന്തം കഴിവ് തെളിയിച്ചിരിക്കുന്നു. എല്ലാവർക്കും സന്തോഷമായി.

കാളിന് വാത്സല്യവും സ്നേഹവും നൽകുന്നതിൽ ഒട്ടും പിശുക്ക് കാണിക്കാത്ത, വയസുകൊണ്ട് വളരെ മുതിർന്ന വ്യക്തിയാണ് മോസസ് ഹെസ്. അദ്ദേഹം തന്റെ ഒരു സുഹൃത്തിന് എഴുതി:

'ഇന്നു ജീവിച്ചിരിക്കുന്ന ദാർശനികരിൽ അത്യുന്നനും അധികം താമസിയാതെ ജർമനിയുടെ മുഴുവൻ ശ്രദ്ധ ആകർഷിക്കാൻ കഴിവുള്ളയാളുമാണ് ഡോ.മാർക്സ്. അദ്ദേഹം മധ്യകാലമതത്തിന്റെയും രാഷ്ട്രീയത്തിന്റെയും അന്ത്യം കുറിക്കും. അദ്ദേഹത്തിൽ അതിഗഹനമായ ദാർശനികവിജ്ഞാനവും നിശിതമായ വിവാദസാമർഥ്യവും ഇടകലരുന്നു. റൂസോയും വോൾട്ടയറും ഫൊയർബാഹും ലെസ്സിങ്ങും ഹൈനെയും ഹെഗലും ഒരാളിൽ സമന്വയിച്ചതായി സങ്കൽപ്പിക്കുക. അവർ നേർക്കുനേരെ നിരന്ന് ഇരിക്കുന്നു, എന്നല്ല സമന്വയിച്ചിരിക്കുന്നു എന്നാണ് ഞാൻ പറഞ്ഞത്. അതാണ് ഡോക്ടർ മാർക്സ്.'

അടുത്തു നിന്നവരും അകന്നുനിന്നവരും മാർക്സിന്റെ വളർച്ച ഒരുപോലെ അംഗീകരിച്ചു. ദാർശനികവിഷയത്തിലുള്ള കഴിവുകളെപ്പറ്റി പറഞ്ഞുകേട്ടവർ മാർക്സിനെ നേരിൽ കണ്ടപ്പോൾ അത്ഭുതപ്പെട്ടു. ചിലർ പറഞ്ഞു:

"വെറും പയ്യൻ. പത്തിരുപത് വയസുള്ളവൻ."

"ശരിയാണ്. മാർക്സിന് ഇരുപത്തൊന്നു വയസേ പ്രായമുള്ളൂ."

അടുത്തറിയുന്നവർ വ്യക്തമാക്കി.

സന്തോഷത്തിന്റെയും സംതൃപ്തിയുടെയും ദിനങ്ങൾ. അച്ഛൻ ആഗ്രഹിച്ചത് നേടിയിരിക്കുന്നു. പക്ഷേ ഈ സന്തോഷം പങ്കുവെക്കാനും അഭിനന്ദനങ്ങൾകൊണ്ട് തന്നെ മൂടാനും അച്ഛനില്ല.

ദുഃഖത്തിന്റെ ഒരല തന്നെ വന്നുതൊട്ടു. ഒന്നും പറയാനില്ല.

നിയമശാസ്ത്രം പഠിക്കാൻ പോയിട്ട് തത്വശാസ്ത്രത്തിൽ ഡോക്ടർ ബിരുദം നേടിയത് അച്ഛന്റെ സമ്മതത്തോടെയാണ്.

'നിനക്കിഷ്ടമുള്ളത് പഠിക്കുക. നിന്റെ പഠനത്തിനായ് ഞാനെന്തു ത്യാഗവും സഹിക്കും.'

അച്ഛന്റെ വാക്കുകൾ ഹൃദയത്തിൽ മുഴങ്ങുന്നു. മാർക്സ് അച്ഛന്റെ ചെറുചിത്രം എടുത്തു നോക്കി. നേർത്ത ഒരു ചിരിയുണ്ട് ആ ചുണ്ടുകളിൽ. മതി. സന്തോഷത്തോടെ സംതൃപ്തിയോടെ ആ ഫോട്ടോ ചീത്തയാകാനിടവരാത്ത വിധം പൊതിഞ്ഞ് വീണ്ടും കുപ്പായക്കീശയിൽ സൂക്ഷിച്ചു.

പഠനം കഴിഞ്ഞു. ഇനി, ലോകത്തിന്റെ വിശാലതയിലേക്കിറങ്ങണം. ഓർമയുടെ പൂമരം കിലുക്കുന്ന ഒരു കുളിർക്കാറ്റുപോലെ ജെന്നിയെപ്പറ്റിയുള്ള വിചാരം കടന്നുവന്നു. കാൾ പതുക്കെ പറഞ്ഞു:

"ജെന്നീ, പ്രിയപ്പെട്ട ജെന്നീ, ജെന്നിയുമായി ആലോചിച്ചു വേണ്ടതു ചെയ്യാം."

ഡോക്ടർ കാൾമാർക്സ്.

തത്വശാസ്ത്രത്തിൽ ഒരു കോളേജ് പ്രൊഫസർ ആകാനുള്ള യോഗ്യത നേടിയ കാളിനെ ആദരവോടെ പലരും സ്വീകരിച്ചു. എന്നാൽ ഒരു സ്കൂൾ വിദ്യാർഥിയുടെ സ്വാഭാവികമായ ലജ്ജയും ശങ്കയും ഒതുക്കവും തന്നിൽ ഇപ്പോഴും ബാക്കിയുണ്ടെന്ന് കാൾ വിശ്വസിച്ചു. വായിക്കാനും പഠിക്കാനുമുള്ള ആവേശം ഇപ്പോൾ അൽപ്പം വർധിക്കുകയും ചെയ്തിട്ടുണ്ട്. കാളിനു തോന്നി.

അതു വെറും തോന്നലല്ല എന്ന് കാളിന്റെ പുസ്തകതാൽപ്പര്യം സ്വയം ബോധ്യപ്പെടുത്തി.

3

ഒരു തൊഴിൽ തെരഞ്ഞെടുക്കുന്ന യുവാവിന്റെ ചിന്തകൾ

ഡോക്ടർ ബിരുദം നേടി ബർലിനിൽ നിന്നും വരുന്ന കാളിനെ സ്വീകരിക്കാൻ ജെന്നി ഒരുങ്ങി നിന്നു.

എന്തു നൽകിയാണ് കാളിനെ സന്തോഷിപ്പിക്കേണ്ടതെന്ന് ആലോചിച്ചു. താൻ തന്നെയാണ് കാളിനുള്ള ഏറ്റവും വലിയ സമ്മാനമെന്ന് ഓർത്തപ്പോൾ നാണം തോന്നി.

വെസ്റ്റ്ഫാലൻ പ്രഭുവിന് കാളിനോടുള്ള സ്നേഹവാത്സല്യങ്ങൾ വർധിച്ചു. ഡോക്ടറേറ്റിന് വേണ്ടി തയാറാക്കിയ പ്രബന്ധം തന്റെ പേരിലാണ് സമർപ്പിച്ചിരിക്കുന്നത് എന്ന് ഓർത്തപ്പോൾ അൽപ്പം അഭിമാനം തോന്നി.

ഡോക്ടർ ബിരുദത്തിനായി എഴുതിയ ഗവേഷണപ്രബന്ധം തനിക്ക് ആദരോപഹാരമായി സമർപ്പിക്കുന്നുവെന്ന് സൂചിപ്പിച്ചുകൊണ്ടും അതിനുള്ള സമ്മതം നൽകണമെന്ന് അപേക്ഷിച്ചുകൊണ്ടും കാൾ എഴുതിയ കത്ത് പ്രഭു എടുത്തു. ഒരിക്കൽക്കൂടി അത് വായിക്കാൻ തോന്നി.

കാളിന്റെ കത്തുകൾ ഹൃദയത്തിന്റെ ഭാഷ സംസാരിക്കുന്നു. സ്നേഹത്തിന്റെ കുളിരു പകരുന്നു. ആദരവിന്റെ സ്പർശം അനുഭവിപ്പിക്കുന്നു. കവിതയുടെ ആത്മാംശം വെളിപ്പെടുത്തുന്നു. പ്രഭു വായിച്ചു തുടങ്ങി:

'താങ്കളുടെ പ്രിയങ്കരമായ പേര് നിസ്സാരമായ ഒരു ലഘുലേഖയുടെ ആമുഖത്തിൽ എഴുതിച്ചേർക്കുന്നത് എന്റെ പ്രിയമുള്ള പിതൃതുല്യനാണ് അങ്ങ് എന്നതുകൊണ്ടാണ്.

എന്നോട് ക്ഷമിച്ചാലും. എന്റെ സ്നേഹസൂചകമായ എളിയ തെളിവാണിത്. ഇതു നൽകാൻ മറ്റൊരു സന്ദർഭംവരെ കാത്തിരിക്കാൻ എനിക്കു ക്ഷമയില്ല. യുവവാസനകൾ നിലനിർത്തുകയും സത്യത്തെ

വിവേകപൂർവം പ്രകീർത്തിക്കുകയും പുരോഗതിയെ സഹർഷം സ്വാഗതം ചെയ്യുകയും പതിവാക്കിയ അങ്ങയെ ആരാധിക്കാൻ സന്ദർഭം ലഭിക്കുക സൗഭാഗ്യമാണ്. എന്നെപ്പോലെ ആത്മചൈതന്യം നൽകുന്ന വീര്യത്തെപ്പറ്റി സംശയാലുക്കളായ ഏവർക്കും ഈ സൗഭാഗ്യം കൈവരട്ടെ.

പിന്തിരിപ്പൻ ഭൂതങ്ങളെയോ പലപ്പോഴും കറുത്തിരുളുന്ന അന്തരീക്ഷത്തെയോ കണ്ട് അങ്ങ് ഒരിക്കലും പിന്തിരിഞ്ഞിട്ടില്ല.

ഈ ലോകത്തിന്റെ ഹൃദയത്തിൽ ജ്വലിക്കുന്ന പ്രകാശത്തെ മറയ്ക്കുന്ന തിരശ്ശീല തുളച്ചു കീറിക്കാണാൻ തീവ്രമായ ആദർശനിഷ്ഠ നൽകുന്ന ഉൾക്കാഴ്ച അങ്ങയെ സഹായിക്കുന്നു.

ആദർശനിഷ്ഠ ഒരു വ്യാമോഹമല്ലെന്നും അതൊരു സത്യമായ യാഥാർഥ്യമാണെന്നും ഉള്ളതിന് പിതൃകൽപ്പനായ അങ്ങ് എനിക്കെന്നുമെന്നും ഒരു സജീവ ദൃഷ്ടാന്തമായി വർത്തിക്കുന്നു.'

വെസ്റ്റ്ഫാലൻ പ്രഭുവിന്റെ കൈയിൽ തൂങ്ങിപ്പിടിച്ചു നടന്നിരുന്ന കുട്ടിയായിത്തന്നെ കാൾ ഇപ്പോഴും പെരുമാറുന്നുവോ. വാത്സല്യത്തിന്റെ നിറവാർന്ന ചിരിച്ചുണ്ടിൽ വിരിഞ്ഞ കേവലോപചാരത്തിന്റെ വെറും വാക്കുകളല്ല ഇത്.

കാളിനെ മകനെപ്പോലെയേ കരുതിയിട്ടുള്ളു ഇനിയുള്ള നാളുകളിൽ അങ്ങനെതന്നെയായിരിക്കുകയും ചെയ്യും.

വെസ്ത്ഫാലൻ പ്രഭു മാർക്സിനെ മകനായി മനസുകൊണ്ട് ദത്തെടുത്തു കഴിഞ്ഞു. ജെന്നിയുമായുള്ള വിവാഹത്തെപ്പറ്റിയായി പിന്നീടുള്ള ചിന്ത. കുടുംബാംഗങ്ങളിൽ ചിലർക്ക് മാർക്സിന്റെ നേരെയുണ്ടായിരുന്ന നീരസം മാറ്റിയെടുക്കണം പ്രഭു നിശ്ചയിച്ചു.

കുടുംബ പാരമ്പര്യവും സാമൂഹിക പദവികളും ഹൃദയബന്ധങ്ങളെ അലോസരപ്പെടുത്തരുത്.

പ്രഭു നിശ്ചയിച്ചു.

മാർക്സ് സ്വന്തം വീട്ടിലെത്തി. അച്ഛനില്ലാത്ത വീട്. അമ്മയും സഹോദരങ്ങളും സ്നേഹംകൊണ്ട് മൂടി. കുടുംബത്തിലെ മൂത്ത ആൺകുട്ടിയാണ് മാർക്സ് ഇപ്പോൾ. മോറിസ് ഡേവിഡ് എന്നൊരു കുഞ്ഞ് മാർക്സിനു മുമ്പെ ഉണ്ടായിരുന്നു. പക്ഷേ ചെറുപ്പത്തിലേ മരിച്ചുപോയി. നാല് ആൺമക്കളും അഞ്ച് പെൺമക്കളുമുള്ള കുടുംബം. അമ്മയ്ക്ക് വീട്ടുജോലികൾ ഒഴിഞ്ഞ സമയമില്ല.

സോഫിയ അനുജന്റെ കാര്യങ്ങളിൽ പ്രത്യേക താൽപ്പര്യം കാണിച്ചു. കൂട്ടുകാരി ജെന്നിയെപ്പറ്റി പറഞ്ഞു. വിവാഹത്തിന് നിർബന്ധിച്ചു.

"വേണ്ടത് തന്നെ. പക്ഷേ.."

"എന്താണ് പറയൂ."

സോഫിയ ചോദിച്ചു.

"ഒരു ജോലി..."

മാർക്സ് പറഞ്ഞു നിർത്തി.

ഒരു അധ്യാപകനാവുകയെന്നതാണ് മാർക്സിന്റെ ലക്ഷ്യം. ഏതെങ്കിലും കലാശാലയിൽ പ്രൊഫസർ ജോലി ലഭിക്കുവാൻ ഡോക്ടർ

ബിരുദം മതി. പക്ഷേ പ്രഷ്യയിൽ പുരോഗമന ചിന്താഗതിക്കാരായ അധ്യാപകരെ സർവകലാശാലകളിൽ നിന്നും പ്രഷ്യൻ ഭരണാധികാരികൾ പിരിച്ചുവിട്ടുകൊണ്ടിരിക്കുന്നു.

പ്രഷ്യയിൽ ഒരു അധ്യാപകനാവാൻ കഴിയില്ലെന്ന് കുറച്ച് ദിവസങ്ങൾ കൊണ്ടുതന്നെ മനസിലായി. ഇനിയെന്താണ് വേണ്ടത്.

ജെന്നിയുമായി സംസാരിച്ചു. മാർക്സിന്റെ മനസറിയാവുന്ന ജെന്നി സമാധാനിപ്പിച്ചു. തൊഴിൽ തെരഞ്ഞെടുക്കുന്നതിനെപ്പറ്റി ഹയർസെക്കണ്ടറി സ്കൂൾ അവസാനപരീക്ഷയ്ക്ക് എഴുതിയ ഉപന്യാസം ജെന്നിയും പിന്നീട് കാണുകയുണ്ടായി.

തൊഴിൽ തെരഞ്ഞെടുക്കുന്ന ഒരു യുവാവിന്റെ ചിന്തകൾ.

കാൾ പതിനേഴാം വയസിലെഴുതിയ ലേഖനം പ്രശംസനീയമായിരുന്നു. അധ്യാപകർ ഹൃദയം തുറന്ന് അഭിനന്ദിച്ചിട്ടുണ്ട്.

"നമ്മുടേതെന്ന് നാം കരുതുന്ന സ്ഥാനം എപ്പോഴും നമുക്ക് നേടിയെടുക്കാൻ കഴിയില്ല. നമ്മുടെ ഭൗതികഘടനയുടെ ഭീഷണമായ ഒരു പ്രതിബന്ധമാണിത്."

ഹയർസെക്കന്ററി സ്കൂൾ ഉപന്യാസത്തിലെ വാചകങ്ങൾ മാർക്സ് ഓർമയിൽ നിന്നെടുത്തു പറഞ്ഞു. ജെന്നി ശ്രദ്ധാലുവായ കേൾവിക്കാരിയായി മാറി.

"നാം നമ്മുടെ ജീവിതം സ്വയം കെട്ടിപ്പടുക്കാനൊരുങ്ങുമ്പോൾ മാനസികവും ശാരീരികവുമായ നിയമങ്ങളുമായും സമൂഹവുമായും ദുരിതം നിറഞ്ഞ സംഘർഷങ്ങളിൽ ഏർപ്പെടുന്നു. തന്റെ ഉള്ളിലിരുന്ന് പോരടിക്കുന്ന ശക്തികളെ സമരസപ്പെടുത്താൻ കഴിഞ്ഞാലേ ജീവിതത്തിൽ ഏൽക്കുന്ന ആഘാതങ്ങളെ ധീരമായി ചെറുക്കാൻ കഴിയുകയുള്ളൂ."

ഒരു നിമിഷം മാർക്സ് മൗനിയായി. ജെന്നിയുടെ മനസറിയാനുള്ള ശ്രമം. ജോലിയാണ് പ്രധാനം, ജോലിയെപ്പറ്റിയുള്ള ദാർശനികപ്രശ്നങ്ങളല്ല എന്ന് അറിയാം. പക്ഷേ, എന്താണ് ചെയ്യാനാവുക?

ജെന്നിയും അതുതന്നെയാണ് ചിന്തിച്ചത്. കാൾ എപ്പോഴും പറയാറുണ്ട്;

"പൊതുഗുണത്തിനായി പ്രവർത്തിച്ച് നന്മയാർന്നവരെയാണ് ചരിത്രം മഹാമതികളെന്ന് വിശേഷിപ്പിക്കുന്നത്. ഏറ്റവുമധികം പേർക്ക് സുഖം നൽകിയ മനുഷ്യനാണ് ഏറ്റവും സുഖം നേടിയ മനുഷ്യൻ.

മനുഷ്യവർഗത്തിനുവേണ്ടി ബലിയർപ്പിക്കപ്പെട്ടവനെ അനുകരിക്കുന്നവനാണ് ആദർശപുരുഷനെന്ന് മതം പഠിപ്പിക്കുന്നു.

മനുഷ്യവർഗത്തിനുവേണ്ടി കൂടുതൽ ചെയ്യാൻ കഴിയുന്ന ഒരു തൊഴിൽ നാം തെരഞ്ഞെടുത്താൽ യാതൊരു ഭാരത്തിനും നമ്മുടെ മുതുക് വളച്ചൊടിക്കാൻ സാധിക്കുകയില്ല. കാരണം ആ ഭാരമെല്ലാം എല്ലാവർക്കും വേണ്ടിയുള്ള ത്യാഗമാണ്. പരിമിതവും സ്വാർഥപരവുമായ സന്തോഷമല്ല ഇതിൽ നിന്നും സംജാതമാകുക. നമ്മുടെ സന്തുഷ്ടി ലക്ഷക്കണക്കിനുള്ളവരുടേതാണ്."

സേവനവും ത്യാഗവും കാളിന്റെ ലക്ഷ്യവും മാർഗവുമായിക്കഴിഞ്ഞിരിക്കുന്നു. ഒപ്പം താനുമുണ്ടാവണമെന്ന് കാൾ ആഗ്രഹിക്കുന്നു. യാത്ര തുടങ്ങിക്കഴിഞ്ഞു. ഇനി മടക്കമില്ല.

ജെന്നി കാളിന്റെ കൈ മുറുകെപ്പിടിച്ചു. സ്നേഹത്തിന്റെയും അനുഭാവത്തിന്റെയും ഒളിമിന്നൽ ആ കണ്ണുകളിൽ വായിച്ചു.

ദിവസങ്ങൾ കടന്നുപൊയ്ക്കൊണ്ടിരുന്നു. വിവാഹകാര്യത്തിൽ തീരുമാനമെടുക്കാൻ ഇനി വൈകരുതെന്ന് വെസ്റ്റ്ഫാലൻ പ്രഭു നിശ്ചയിച്ചു. പക്ഷേ കഴിഞ്ഞില്ല.

വെസ്റ്റ്ഫാലൻ പ്രഭു മരിച്ചു.

ജെന്നിയെ ആശ്വസിപ്പിക്കണം. സ്വയം ആശ്വസിക്കണം. മാർക്സ് തീക്ഷ്ണമായ അനുഭവങ്ങൾക്ക് പാകപ്പെടാൻ സ്വയം വിധേയനായി. കവിതയെഴുത്ത് വളരെ അപൂർവമായി. തത്വശാസ്ത്രപരമായ വിഷയങ്ങളിൽ ആഴ്ന്നിറങ്ങി, ദുഃഖങ്ങൾക്ക് അവധി നൽകി. ദാർശനികമായ കരുത്തു നേടി. പ്രയാസങ്ങളെ അതിജീവിച്ചു. ലേഖനങ്ങൾ എഴുതിത്തുടങ്ങി. പലതും പ്രസിദ്ധീകരിക്കപ്പെട്ടു.

കൊളോണിൽ നിന്നും ഒരു പത്രം പ്രസിദ്ധീകരണമാരംഭിച്ചു. *റൈനിഷെത് സൈറ്റുങ്ങ്.* അതിന്റെ ലേഖകനായി ചേർന്നു.

താൽപ്പര്യമുള്ള ജോലി. ഉൽപ്പതിഷ്ണുക്കളാണ് പത്രത്തിന്റെ പിറകിലുള്ളത്. എങ്കിലും അവർ സമ്പന്നവിഭാഗത്തോടൊപ്പം നിൽക്കുന്നവരാണ്. മാത്രമല്ല, പത്രത്തിനുമേൽ കർശനമായ സെൻസർഷിപ്പുമുണ്ട്.

എഴുത്തിനെയും പത്രപ്രവർത്തനത്തെയും പറ്റി മാർക്സ് എഴുതിയ ഒരു ലേഖനം ജെന്നി താൽപ്പര്യപൂർവം വായിച്ചു.

"ജീവിക്കാനും എഴുതാനും വേണ്ടി എഴുത്തുകാരൻ തീർച്ചയായും പണം സമ്പാദിക്കണം. പക്ഷേ പണം സമ്പാദിക്കുന്നതിനു വേണ്ടി മാത്രം ജീവിക്കുകയും എഴുതുകയും ചെയ്തുകൂടാ."

"ആദർശം കൊള്ളാം. പക്ഷേ പണം കിട്ടാതെ എങ്ങനെ ജീവിക്കും."

ജെന്നി സ്വയം ചോദിച്ചുപോയി.

ലേഖകനായി പത്രവുമായി ബന്ധപ്പെട്ട മാർക്സ് അതിന്റെ പൊളിറ്റിക്കൽ എഡിറ്ററായി നിയമിക്കപ്പെട്ടു. നിശിതവും ധീരവുമായ നിലപാടുകൾക്കുള്ള അംഗീകാരമായിരുന്നു അത്.

തിരക്കുപിടിച്ച ദിവസങ്ങൾ.

ജെന്നിയെ കാണുന്നതിനുള്ള സമയം അപൂർവമായി. ജെന്നിയും വിഷമിച്ചു. എങ്കിലും ഓരോ തവണയും കണ്ടുമുട്ടുമ്പോൾ ജെന്നി സ്നേഹസാന്ത്വനങ്ങളുടെ മധുരാനുഭവങ്ങളാൽ കാളിന്റെ മനസു നിറച്ചു. ഇഷ്ടപ്പെട്ട തൊഴിൽ ചെയ്യുന്നതിന്റെ ഉത്സാഹത്താൽ ഊർജസ്വലനായി കാൾ ജെന്നിയുടെ മുന്നിലെത്തിക്കൊണ്ടിരുന്നു.

ഒരു ദിവസം പത്രമോഫീസിൽ ഒരാൾ ഒരു ലേഖനവുമായി വന്നു. ഫ്രെഡറിക് എംഗൽസ്.

കാൾ മാർക്സും എംഗൽസും തമ്മിൽ കണ്ടു. അധികമൊന്നും സംസാരിച്ചില്ല. എങ്കിലും കൂടിക്കാഴ്ചയിൽ പരസ്പരം മനസിലാക്കാവുന്ന കാര്യങ്ങൾ പങ്കുവച്ചു.

എംഗൽസ് ഒരു സൈനികനെന്ന നിലയിൽ ബർലിനിലുണ്ടായിരുന്നു. ഒഴിവുസമയത്ത് ബർലിൻ സർവകലാശാലയിൽ ബാഹ്യവിദ്യാർഥി എന്ന നിലയിൽ ചേർന്നു പഠിക്കാനും പോയിരുന്നു. യുവഹെഗലിയന്മാരുടെ സംഘത്തിലും പങ്കെടുത്തിരുന്നു. പക്ഷേ നേരിൽ കണ്ടിട്ടില്ല.

മാർക്സിനെപ്പറ്റി എംഗൽസ് ബർലിനിൽ നിന്നു തന്നെ ധാരാളം കേട്ടിരിക്കുന്നു. ആശയവാദികളുമായി നിരന്തരം വാഗ്വാദത്തിൽ ഏർപ്പെട്ടിരുന്ന മാർക്സിനെപ്പറ്റി ബർലിനിലെ പത്രസദസുകളിൽ പറഞ്ഞു കേട്ടിരുന്നു. മാർക്സിന്റെ ലേഖനങ്ങൾ വായിച്ചിരുന്നു.

"ഞാൻ മാഞ്ചസ്റ്ററിലേക്ക് പോവുകയാണ്. അവിടെ ഒരു തുണിമില്ലിന്റെ ഓഫീസിൽ ഒരു ജോലി ശരിയായിട്ടുണ്ട്".

എംഗൽസ് പറഞ്ഞു.

മാഞ്ചസ്റ്റർ വ്യവസായവിപ്ലവത്തെത്തുടർന്ന് ഏറ്റവും വലിയ തുണി ഉൽപ്പാദനകേന്ദ്രമായിത്തീർന്ന നഗരം. എംഗൽസ് അങ്ങോട്ട് പോവുകയാണെന്നറിഞ്ഞപ്പോൾ മാർക്സ് താൽപ്പര്യപൂർവം കേട്ടിരുന്നു.

വ്യക്തിപരമായ കാര്യങ്ങൾ ഏറെയൊന്നും പറഞ്ഞില്ല. മാഞ്ചസ്റ്ററിൽ തുണിമില്ലുടമയായ അച്ഛൻ മകനെ വ്യവസായിയാക്കുന്നതിനുള്ള പരിശീലനത്തിനാണ് മാഞ്ചസ്റ്ററിലേക്ക് അയയ്ക്കുന്നത് എന്ന് മാർക്സ് മനസിലാക്കി.

എംഗൽസ് യാത്ര പറഞ്ഞിറങ്ങി.

റൈനിഷെത് സൈറ്റുങ്ങ് പത്രത്തിൽ വന്നുകൊണ്ടിരുന്ന ലേഖനങ്ങളെപ്പറ്റി സമൂഹത്തിന്റെ മുകൾത്തട്ടിൽ നിന്നും പുറപ്പെട്ടുകൊണ്ടിരുന്ന ആക്ഷേപങ്ങൾ മാർക്സ് അവഗണിച്ചു. റൈൻ പ്രവിശ്യയിലെ പ്രഭുസഭയിൽ പത്രസ്വാതന്ത്ര്യത്തെക്കുറിച്ചു ചർച്ച നടത്തേണ്ടിവന്നു. പത്രസ്വാതന്ത്ര്യം അതിരു കവിയുന്നുവെന്ന് ചർച്ചയിൽ പങ്കെടുത്തവരെല്ലാം ഒരേ സ്വരത്തിൽ വാദിച്ചു.

മാർക്സ് എഴുതിയ ലേഖനത്തിൽ പ്രതിനിധിസഭയിൽ നടന്ന ചർച്ചയെ ജനവിരുദ്ധമെന്ന് വിശേഷിപ്പിച്ചു. ഇപ്പോൾ നിലവിലുള്ള സഭ പിരിച്ചു വിട്ട് യഥാർഥ ജനപ്രതിനിധിസഭ പുതുതായി രൂപീകരിക്കണമെന്ന് ആവശ്യപ്പെട്ടു.

പത്രത്തിനോടും മാർക്സിനോടുമുള്ള എതിർപ്പ് കൂടുതൽ ശക്തമായി. എന്നാൽ ജനങ്ങൾ മാർക്സിന്റെ ലേഖനത്തെപ്പറ്റി ആവേശപൂർവം പറഞ്ഞുതുടങ്ങി. ഭരണാധികാരികളും കത്തോലിക്കസഭയും തമ്മിലുള്ള വർഗീയതയെയും സംഘർഷങ്ങളെയും വിശകലനം ചെയ്തുകൊണ്ട് എഴുതിയ ലേഖനം സെൻസർമാർ പ്രസിദ്ധീകരിക്കാൻ സമ്മതിച്ചില്ല.

മാർക്സും പത്രത്തിന്റെ ഓഹരിയുടമകളും തമ്മിലുള്ള അഭിപ്രായവ്യത്യാസങ്ങൾ വർധിച്ചു. സ്വന്തം നിലപാടുകൾക്കും വീക്ഷണങ്ങൾക്കും എതിരായി ആശയപരമായി വിരുദ്ധചേരിയിൽ നിൽക്കുന്നവർ എഴുതിക്കൊണ്ടുവന്ന ചില ലേഖനങ്ങൾ പത്രാധിപരായ മാർക്സ് പ്രസിദ്ധീകരിച്ചില്ല. പത്രത്തിന്റെ സെൻസർമാർ, ഗവൺമെന്റ് ഉദ്യോഗസ്ഥർ, പത്ര

ത്തിന്റെ ഓഹരിയുടമകൾ എന്നിവരുമായി നിത്യവും പത്രാധിപരെന്ന നിലയിൽ മാർക്സിന് പോരടിക്കേണ്ടി വന്നു. പത്രം നിരോധിക്കപ്പെട്ടു. പ്രസിദ്ധീകരണം നിറുത്തിവച്ചു.

ജെന്നിയുമായി എല്ലാക്കാര്യങ്ങളും സംസാരിച്ചു. കാൾ തെറ്റായി ഒന്നും ചെയ്യുകയില്ല. പക്ഷേ ഒന്നും ചെയ്യാതിരിക്കുന്നതെങ്ങനെ? ഉണ്ടായിരുന്ന ജോലിയും നഷ്ടപ്പെട്ടു.

ജെന്നി കാളിന്റെ നിലപാടുകളെ ന്യായീകരിച്ചു.

മാർക്സിന്റെ ലേഖനങ്ങൾ പത്രത്തിന് നല്ല വായനക്കാരെ ഉണ്ടാക്കിയിട്ടുണ്ട്. അതുകൊണ്ട് പത്രാധിപരെന്ന നിലയിൽ മാർക്സ് തന്നെ വേണമെന്നും പത്രത്തിന്റെ വിമർശനസ്വരം അൽപ്പം മയപ്പെടുത്തണമെന്നും ഓഹരിയുടമകൾ കൂടിയിരുന്ന് തീരുമാനിച്ചു. അങ്ങനെയെങ്കിൽ പത്രത്തിനെതിരെയുള്ള നിരോധനം പിൻവലിക്കും. വീണ്ടും പ്രസിദ്ധീകരിക്കാം.

മാർക്സ് സമ്മതിച്ചില്ല. അവർക്കുള്ള മറുപടി പത്രത്തിൽ നിന്നും രാജിവെച്ചുകൊണ്ട് മാർക്സ് നൽകി. പത്രമില്ലാതായതോടെ നാവില്ലാത്തതു പോലെയായി. പറയാനേറെയുണ്ട്. പക്ഷേ അത് ജനങ്ങളിലെത്തിക്കാൻ മാർഗമില്ല. ഒരു പുതിയ പത്രം തുടങ്ങണം. നിലവിലുള്ള സകലതിനെയും നിർദാക്ഷിണ്യമായി വിമർശിക്കുന്ന പത്രം.

ആഗ്രഹം നല്ലതു തന്നെ. പക്ഷേ അതിനുള്ള പണം, സൗകര്യം, സ്ഥലം ഒന്നും കൈയിലില്ല. ജെന്നിയുമായി ചർച്ച ചെയ്തു. എല്ലാം കേട്ടു. പക്ഷേ പ്രായോഗികമായി ഇവിടെവെച്ച് ഒന്നും നടക്കില്ല എന്ന് അവൾ വ്യക്തമാക്കി.

പുതിയ പത്രം പാരീസിൽ നിന്നും പ്രസിദ്ധീകരിക്കുന്നതാണ് നല്ലത്. പാരീസിൽ പോയി താമസിച്ചേ അതു കഴിയുകയുള്ളൂ. പക്ഷേ ജെന്നിയെ വിട്ടുപിരിഞ്ഞ് പോകാനും വയ്യ.

ജെന്നിയും അമ്മയും താമസം മാറ്റിയിരുന്നു. വെസ്റ്റ് ഫാലൻ പ്രഭുവിന്റെ മരണത്തോടെ അമ്മയും മകളും ഫെർഡിനാൻഡിന്റെ കൂടെ താമസിക്കാൻ ഇഷ്ടപ്പെട്ടില്ല. റൈൻ നദീതീരത്തുള്ള ചെറുപട്ടണമായ ക്രൊയത്സ്നഹിൽ ചെന്ന് മാർക്സ് ജെന്നിയെ കണ്ടു.

വിവാഹക്കാര്യം സംസാരിച്ചു.

അമ്മ സമ്മതിച്ചു. വിവാഹം നടന്നു.

വിവാഹത്തിനു ശേഷം മാർക്സും അവിടെത്തന്നെ താമസിച്ചു. അവരുടെ വിവാഹത്തെപ്പറ്റി നല്ലതുമാത്രം ചിന്തിച്ചിരുന്ന വെസ്റ്റ്ഫാലൻ പ്രഭുവും ഹെയ്ൻറിച് മാർക്സും ജീവിച്ചിരിപ്പില്ല. മധുവിധുകാലത്ത് അവരെപ്പറ്റിയുള്ള ഓർമകൾ പരസ്പരം പങ്കുവെച്ചു.

റൈൻ നദിയിലൂടെ ഉല്ലാസയാത്ര നടത്തി വീട്ടിലെത്തിയാൽ മാർക്സ് ലേഖനം എഴുതും. അടുത്തിരുന്ന് ജെന്നി എഴുതിക്കൊണ്ടിരിക്കുന്ന മാർക്സിനെ നിരീക്ഷിക്കും. പ്രണയഭാവത്തിന്റെ പ്രസാദങ്ങളും

തത്വചിന്താവിഷയങ്ങളോടുള്ള ഗൗരവസമീപനവും തമ്മിലുള്ള അന്തരം ജെന്നി നേരിട്ടറിഞ്ഞു.

ഭരണകൂടത്തെയും സമൂഹജീവിതത്തെയും പറ്റി മാർക്സ് ചരിത്രപരമായ വിശകലനങ്ങൾ നടത്തി ലേഖനങ്ങൾ എഴുതി. അഞ്ചു മാസത്തോളം അവിടെ താമസിച്ചു. ഇനിയും ഇവിടെ തുടരാൻ പറ്റില്ല.

മാർക്സ് ജെന്നിയോട് പറഞ്ഞു:

"പാരീസിലേക്ക് പോകാം. അവിടെ ഒരു പത്രം തുടങ്ങാനുള്ള പ്രവർത്തനങ്ങൾ നടത്തണം."

"പോകാം."

ജെന്നിക്കും പാരീസിലേക്കുള്ള യാത്ര സന്തോഷകരമാണ്. കാളിനെപ്പോലെ സ്വതന്ത്ര ചിന്തയും നിശിതമായ വിമർശനശൈലിയുമുള്ള ഒരാൾക്ക് ഇവിടെ ഒന്നും ചെയ്യാനാവുകയില്ല. ജെന്നിക്കും കാര്യങ്ങളെല്ലാം അറിയാം.

മാർക്സും ജെന്നിയും പാരീസിലേക്ക് പുറപ്പെട്ടു. ഫ്രാൻസിന്റെ തലസ്ഥാനനഗരിയായ പാരീസ് പുരോഗമനവാദിയായ മാർക്സിനെയും ജെന്നിയെയും ഹൃദയപൂർവം സ്വീകരിക്കാൻ കാത്തിരുന്നു.

പാരീസ് പുതിയൊരു വിപ്ലവമുന്നേറ്റത്തിന്റെ വേദിയായി മാറിക്കഴിഞ്ഞിരുന്നു. തൊഴിലാളിവർഗത്തിന്റെ രഹസ്യവും പരസ്യവുമായി പ്രവർത്തിക്കുന്ന അനേകം പ്രസ്ഥാനങ്ങളും സംഘടനകളും അവിടെ ഉണ്ടായിരുന്നു.

4

ചിന്തയുടെ പങ്കാളി

സമത്വം, സ്വാതന്ത്ര്യം, സാഹോദര്യം. ഫ്രഞ്ചുവിപ്ലവത്തിന്റെ ഈ മുദ്രാവാക്യങ്ങൾ മുഴക്കിയ പാരീസ് മാർക്സിനെ ഹൃദയപൂർവം സ്വാഗതം ചെയ്തു. തൊഴിലാളികൾക്കുവേണ്ടി ചിന്തിക്കുകയും എഴുതുകയും ചെയ്ത വ്യക്തിയെന്ന നിലയിൽ മാർക്സിനെ പാരീസിലെ പുരോഗമന ആശയക്കാർക്ക് കേട്ടറിവുണ്ട്.

മാർക്സിന്റെ നാട്ടുകാരിൽ ചിലരും പാരീസിലുണ്ട്. അവർ മാർക്സിനെ താമസസ്ഥലത്തു ചെന്നു കണ്ടു. ജർമനിയിൽ നിന്നും പാരീസിലെത്തിയ കൈത്തൊഴിൽകാരും കൂട്ടത്തിലുണ്ട്.

മാർക്സും ജെന്നിയും അവരെ സ്വീകരിച്ചു. പ്രതിഭാശാലിയായ പത്രപ്രവർത്തകൻ ജർമനിയിൽ തന്റെ പ്രവർത്തനം തുടരാനാവാതെ നാടുവിട്ടു വന്നിരിക്കുന്നു. ഒപ്പം നവവധുവും. തങ്ങളുടെ ബന്ധുവെന്ന നിലയിൽ മാർക്സിനെയും ജെന്നിയെയും അവർ പരിഗണിച്ചു.

ദിവസം കഴിയുന്തോറും മാർക്സിന്റെ വീട്ടിലെത്തുന്ന അതിഥികളുടെ എണ്ണം വർധിച്ചു വന്നു.

താണതട്ടിൽ ജീവിക്കുന്ന ജർമൻ കൈത്തൊഴിലാളികൾ, ഫാക്ടറിത്തൊഴിലാളികൾ, വിദ്യാർഥികൾ, വിവിധ കലാശാലകളിലെ അധ്യാപകർ, കവികൾ, കലാകാരന്മാർ തുടങ്ങി ജീവിതത്തിന്റെ എല്ലാ മേഖലകളിലുള്ളവരും അവിടെ വന്നെത്തി. അവരുമായി, അവർക്ക് താൽപ്പര്യമുള്ള വിഷയങ്ങളെപ്പറ്റി സംസാരിച്ചു. അവർക്ക് പറയാനുള്ളത് പറയുമ്പോൾ നല്ല കേൾവിക്കാരനായി.

പാരീസിലെ ജീവിതസാഹചര്യങ്ങളുമായി പൊരുത്തപ്പെടാൻ ജെന്നി നിശ്ചയിച്ചു. ചെറിയ വാടകവീട്. പാചകക്കാരോ പരിചാരകരോ ഇല്ലാത്ത

വീട്. പ്രഭുകുടുംബത്തിന്റെ അന്തരീക്ഷത്തിൽ നിന്നും മോചനം നേടിയതിന്റെ സുഖം ജെന്നി അനുഭവിച്ചു. ബന്ധുക്കളെയും ഇഷ്ടജനങ്ങളിൽ പലരെയും വിട്ടുപോന്നതിന്റെ ദുഃഖം മാർക്സിന്റെ സാന്നിധ്യം കൊണ്ടു മറന്നു.

വിവാഹാവസരത്തിൽ വീട്ടിൽ നിന്ന് കിട്ടിയ വെള്ളിപ്പാത്രങ്ങളും അലങ്കാരവസ്തുക്കളും സൂക്ഷിക്കാൻ സൗകര്യമില്ല. എല്ലാം അടച്ചുകെട്ടി വെച്ചിരിക്കുന്നു. ആരെയും കാണിക്കാനില്ല. പ്രഭുത്വത്തിന്റെ അടയാളങ്ങൾ ആരും കാണരുത്.

ജെന്നി നിശ്ചയിച്ചു. പെരുമാറ്റത്തിൽ പോലും സർവസാധാരണത്വം പുലർത്താൻ ശ്രദ്ധിച്ചു.

മാർക്സ് ജെന്നിയുടെ സുഖസൗകര്യങ്ങളിൽ ശ്രദ്ധിച്ചു. പക്ഷേ, സാമ്പത്തികമായി പ്രയാസമുണ്ട്. എന്നാൽ സ്നേഹംകൊണ്ടും പരസ്പരാശ്രയംകൊണ്ടും അതിനെ അതിജീവിച്ചു.

ജെന്നിക്ക് ശാരീരികപ്രയാസമുണ്ട്. ഒരു ഗർഭിണിയുടെ പരിരക്ഷയെപ്പറ്റി തനിക്കൊന്നുമറിയില്ലെന്ന് മാർക്സ് മനസിലാക്കി. അതിനുള്ള സഹായികളെ സുഹൃത്തുക്കൾ ഏർപ്പെടുത്തി.

സമാധാനമായി.

ഒരു മാസത്തോളം ജെന്നിയുടെ കാര്യങ്ങൾ നോക്കാൻ സഹായികളുണ്ടായി.

ജെന്നി പ്രസവിച്ചു. പെൺകുഞ്ഞ്.

ജെന്നിയെപ്പോലെ ഒരു സുന്ദരിക്കുഞ്ഞ്. ജെന്നിയുടെ തനിപ്പകർപ്പു തന്നെ.

കുഞ്ഞിന് പേരു വിളിക്കേണ്ട സമയമായപ്പോൾ മാർക്സ് അവളെയും ജെന്നി എന്നു തന്നെ വിളിച്ചു.

"ജെന്നിയെന്ന പേരിനോട് ഇത്രയധികം ഇഷ്ടം തോന്നുന്നുവോ."

ജെന്നി മാർക്സിനോട് കളിയായി ചോദിച്ചു.

ജെന്നിയുടെ മകൾക്ക് മറ്റൊരു പേരു വേണ്ട എന്നു നിശ്ചയിച്ചത് ജെന്നിയോടുള്ള സ്നേഹംകൊണ്ടാണെന്ന് പറഞ്ഞില്ല. പക്ഷേ, ജെന്നിക്കതറിയാം.

പാരീസിലെ പുരോഗമനവാദികളും വിപ്ലവാശയമുള്ളവരും ചേർന്ന് രൂപീകരിച്ച നീതിമാന്മാരുടെ കൂട്ടായ്മ എന്ന സംഘടനയുമായി ബന്ധപ്പെടാൻ അവർ അവസരങ്ങളുണ്ടാക്കി.

പാരീസിലേക്ക് പുറപ്പെട്ടത് പത്രം പ്രസിദ്ധീകരിക്കാനാണ്. അക്കാര്യം ജെന്നി ഓർമിപ്പിച്ചുകൊണ്ടിരുന്നു. അതിനുള്ള ശ്രമങ്ങളും മാർക്സ് നടത്തുവാൻ നിശ്ചയിച്ചു. വേണ്ടപ്പെട്ടവരുമായി ബന്ധപ്പെട്ടു ചർച്ചകൾ നടത്തി.

ഡോയ്ച് ഫ്രൻത് സ്യോസിഷെയാർ ബുക്കർ എന്ന പേരിലുള്ള പ്രസിദ്ധീകരണം തുടങ്ങി. പത്രാധിപർ മാർക്സ് തന്നെയായിരുന്നു.

മാർക്സ് പത്രത്തിന് വേണ്ടി എഴുതിയ ലേഖനത്തിൽ തൊഴിലാളികൾ എങ്ങനെ സാമൂഹ്യവ്യവസ്ഥിതി മാറ്റിമറിക്കാനുള്ള വിപ്ലവശക്തിയായിത്തീരുന്നു എന്ന് വിശദീകരിച്ചിരുന്നു. തൊഴിലാളികൾക്കും പുരോഗമനവാദികൾക്കും അതൊരു പുതിയ അറിവായിത്തോന്നി.

സാമൂഹ്യസമത്വം എന്നത് കേവലം ഭാവനാസൃഷ്ടിയല്ലെന്ന് കമ്യൂണിസം സംബന്ധിച്ച ശാസ്ത്രീയ സിദ്ധാന്തത്തിന്റെ അടിസ്ഥാനപ്രമാണങ്ങൾ വിശകലനം ചെയ്ത് അവതരിപ്പിച്ചു.

മാർക്സ് തന്റെ ലേഖനങ്ങളിലൂടെ അധികാരിവർഗത്തെയും മതമേധാവിത്വത്തെയും ചൂഷകരായ തൊഴിലുടമകളെയും നിശിതമായി വിമർശിച്ചു.

പുതിയ സ്വരം, പുതിയ ആശയം, പുതിയ ബോധവൽക്കരണം.

പാരീസിൽ അച്ചടിച്ച പത്രം പ്രഷ്യയിലേക്ക് അയച്ചു. ജർമൻകാരെല്ലാം തങ്ങളുടെ സാമൂഹ്യകാര്യങ്ങൾ പാരീസിലിരുന്ന് വിളിച്ച് പറയുന്ന മാർക്സിനെ ശ്രദ്ധിച്ചു.

അധികാരികൾ പ്രഷ്യയുടെ ശത്രുവായി മാർക്സിനെ കണ്ടു. രാജ്യത്തിനകത്ത് കാലുകുത്തിയാൽ മാർക്സിനെ അറസ്റ്റ് ചെയ്യാൻ ഉത്തരവിട്ടു. ഫ്രാൻസിലെ റഷ്യൻ പ്രതിനിധി മാർക്സിന്റെ പ്രവർത്തനങ്ങളെയും വർധിച്ചുവരുന്ന ജനപിന്തുണയെയും പറ്റി പ്രഷ്യൻ ഗവൺമെന്റിനെ അറിയിച്ചുകൊണ്ടിരുന്നു.

പ്രഷ്യൻ ഗവൺമെന്റ് പത്രം നിരോധിച്ചു. കോപ്പികൾ കണ്ടുകെട്ടി.

മാർക്സിന്റെയും ജെന്നിയുടെയും വിവാഹം ഇഷ്ടപ്പെടാതിരുന്ന ജെന്നിയുടെ അർധസഹോദരൻ ഫെർഡിനാൻഡ് പ്രഷ്യൻ ആഭ്യന്തര വകുപ്പുമായി അടുത്ത ബന്ധമുള്ള ആളാണ്. ആഭ്യന്തരമന്ത്രിസ്ഥാനത്താണ് അയാളുടെ നോട്ടം.

മാർക്സ് പാരീസിലിരുന്ന് പത്രത്തിന്റെ അടുത്ത ലക്കം പുറത്തിറക്കാനുള്ള പ്രവർത്തനങ്ങൾ നടത്തി. പത്രപ്രസിദ്ധീകരണത്തിൽ സഹകരിച്ചിരുന്ന ആർനോൾഡ് റൂഗോ മാർക്സിനോട് പറഞ്ഞു:

"വിമർശനത്തിന്റെ രീതിയും സ്വരവും മാറ്റണം. ശക്തി കുറയ്ക്കണം."

"നിലവിലുള്ള സകലതിനെയും നിർദയം വിമർശിക്കുകയാണ് വേണ്ടത്."

മാർക്സ് പെട്ടെന്ന് മറുപടി പറഞ്ഞു.

റൂഗോവിന് അതിഷ്ടമായില്ല. വാദപ്രതിവാദമായി. ആരെയും വെറുപ്പിക്കാതെ പത്രം മുന്നോട്ടു കൊണ്ടുപോയാൽ നന്ന് എന്നാണ് റൂഗോവിന്. അത്തരം ഒരു പ്രസിദ്ധീകരണത്തിന്റെ ആവശ്യമില്ലെന്ന അഭിപ്രായമാണ് മാർക്സിന്.

റൂഗോ പ്രസിദ്ധീകരണ പങ്കാളിത്തത്തിൽ നിന്നും പിന്മാറി. മാർക്സ് ഒരു ശ്രമം കൂടി നടത്തി. നിരോധന ഉത്തരവ് നിലവിലുള്ളതിനാൽ ജർമ

നിയിൽ പത്രവിതരണം നടത്താൻ കഴിയില്ലെന്ന് വ്യക്തമായി. അവിടെ അത്രത്തോളം ധീരത കാണിക്കാൻ ആരും തയാറല്ല എന്നും മനസിലാക്കി.

പത്രം മുടങ്ങി. എന്നാൽ പഠനവും എഴുത്തും മാർക്സ് തുടർന്നു.

ഒരു ദിവസം പത്രത്തിൽ പ്രസിദ്ധീകരിക്കുന്നതിനുവേണ്ടി ഒരു ലേഖനം കിട്ടി. മാർക്സ് ലേഖനം വായിച്ചു.

രാഷ്ട്രീയ സമ്പദ്‌വ്യവസ്ഥയെപ്പറ്റിയുള്ള വിമർശനപഠനത്തിന്റെ രൂപരേഖ.

ആരാണിതെഴുതിയത്. മാർക്സ് ലേഖകന്റെ പേരു നോക്കി. ഫ്രെഡറിക് എംഗൽസ്.

കൊളോണിൽ *റൈനിഷെത് സൈറ്റുങ്ങി*ന്റെ ഓഫീസിൽ വന്ന യുവാവ്. മാർക്സിന് ആളെ മനസിലായി. തുണിമില്ലുടമയുടെ മകൻ. മാഞ്ചസ്റ്ററിൽ വ്യവസായശാലയിൽ ഓഫീസ് ജോലി നോക്കുന്ന ആൾ.

മാർക്സ് ലേഖനം ശ്രദ്ധയോടെ വായിച്ചു തുടങ്ങി. വായന മുന്നോട്ട് പോകുന്തോറും സന്തോഷം തോന്നി. സ്വകാര്യസ്വത്തുടമസ്ഥതയെപ്പറ്റി തനിക്കുള്ള അഭിപ്രായം മറ്റൊരാൾ കൂടി പറഞ്ഞുകേൾക്കുമ്പോൾ തോന്നുന്ന സന്തോഷമായിരുന്നു മാർക്സിന്റെ മുഖത്തു തെളിഞ്ഞത്.

ഉൽപ്പാദന ഉപകരണങ്ങളുടെയും ഉപാധികളുടെയും സ്വകാര്യ ഉടമാവകാശത്തിൽ നിന്നുമാണ് മുതലാളിത്ത സമ്പദ്‌വ്യവസ്ഥ ഉരുത്തിരിഞ്ഞത്. സ്വകാര്യസ്വത്തുടമാസമ്പ്രദായം ഇല്ലാത്ത സമൂഹം മാത്രമേ ദാരിദ്ര്യമുക്തമായ സമൂഹമാവുകയുള്ളൂ.

സമ്പത്തിനെയും അതിന്റെ ഉടമസ്ഥതയെയും വിതരണത്തെയും വിനിയോഗത്തെയും പറ്റിയുള്ള ഈ വിശകലനം ശാസ്ത്രീയമായ കമ്യൂണിസത്തെപ്പറ്റിയുള്ള വീക്ഷണം തന്നെ. നിരവധി ലേഖനങ്ങളിലൂടെ താനിത് സൂചിപ്പിച്ചിട്ടുണ്ടെന്ന് മാർക്സ് ഓർത്തു. ഇത്രയും ലളിതമായി ഈ സിദ്ധാന്തം എംഗൽസ് അവതരിപ്പിച്ചിരിക്കുന്നു.

ചിന്തയിൽ ഒരു പങ്കാളി. ചിരന്തനസ്നേഹത്താൽ ബന്ധപ്പെടേണ്ട ഒരു ചങ്ങാതി.

മാർക്സ് അപ്പോൾത്തന്നെ എംഗൽസിന് എഴുത്തയച്ചു പാരീസിലേക്ക് ക്ഷണിച്ചു. ഇംഗ്ലണ്ടിൽനിന്നും ജർമനിയിലേക്ക് മടങ്ങിവരുമ്പോൾ എംഗൽസ് പാരീസിൽ വെച്ച് മാർക്സിനെ കണ്ടു. പരിചയം പുതുക്കി.

മാർക്സ് എംഗൽസിനെ ഹൃദയപൂർവം സ്വീകരിച്ചു. പറയുവാൻ ഏറെ വിഷയങ്ങളുണ്ട്. അവർ ഒന്നായിക്കഴിഞ്ഞു.

പാരീസിലെ വിപ്ലവകാരികളുടെ സംഘത്തിൽ അവർ കൂടിച്ചേർന്നു. തിളച്ചുമറിയുന്ന നവീനാശയങ്ങളുടെ ലോകത്ത് വ്യക്തമായ ദിശാബോധം നൽകുന്ന നിരീക്ഷണങ്ങൾ, നിഗമനങ്ങൾ, നിർദേശങ്ങൾ. മാർക്സിന്റെയും എംഗൽസിന്റെയും ആശയലോകം മാത്രമല്ല, വീക്ഷണങ്ങളും ഒന്നാണെന്ന് തിരിച്ചറിഞ്ഞ ദിവസങ്ങൾ.

"എല്ലാ സൈദ്ധാന്തിക രംഗങ്ങളിലും ഞങ്ങൾക്ക് പരിപൂർണമായ യോജിപ്പുണ്ടെന്ന് തെളിഞ്ഞു."

എംഗൽസ് സുഹൃത്തിനോട് പറഞ്ഞു.

"ഇനിയാണ് ഞങ്ങൾ കൂട്ടായ പ്രവർത്തനം ആരംഭിക്കുന്നത്."

സൗഹൃദത്തിന്റെ ഹൃദയസ്പർശിയായ ദൃഷ്ടാന്തങ്ങൾ വിവരിക്കുന്ന പല ഐതീഹ്യങ്ങളുമുണ്ട്. മനുഷ്യസൗഹൃദത്തെക്കുറിച്ചുള്ള ഹൃദയസ്പർശകമായ കഥകളെപ്പോലും അതിശയിപ്പിക്കുന്ന തരത്തിൽ അവർ അന്യോന്യം അറിഞ്ഞു പെരുമാറി.

എംഗൽസിന് മാർക്സിനെക്കാൾ രണ്ട് വയസ്സ് കുറവാണ്. എംഗൽസിനെ മാർക്സിനിഷ്ടമായി. മാർക്സിന്റെ വാക്കുകളും ആവശ്യങ്ങളും കേൾക്കാൻ എംഗൽസ് ഹൃദയത്തോടടുത്തു നിന്നു.

ഒരു സുഹൃത്തിനെയാണോ സഹോദരനെയാണോ തനിക്ക് കിട്ടിയതെന്ന് ദിവസങ്ങൾ കഴിയവേ അവർ ചോദിച്ചു തുടങ്ങി. ആശയപരമായി മാത്രമല്ല, ഹൃദയംകൊണ്ട് കൂടിയും തങ്ങൾ ഒന്നായിരിക്കുന്നുവെന്ന് പത്തു ദിവസങ്ങൾകൊണ്ട് അവർ അറിഞ്ഞു.

വീട്ടിലെത്തിയ സ്വന്തം സഹോദരനാണ് എംഗൽസ് എന്ന് ജെന്നിക്ക് തോന്നി. ഏതോ യാത്രയിൽ അകന്നുപോയ കൂടപ്പിറപ്പ് തിരിച്ചെത്തിയിരിക്കുന്നു. ജെന്നി എംഗൽസിന്റെ മൂത്ത സഹോദരിയാണെന്ന രീതിയിൽ തന്നെ പെരുമാറി. എംഗൽസിനും അതിഷ്ടമായി. മാർക്സിന്റെ കുഞ്ഞിനെ വാത്സല്യത്തോടെ താലോലിച്ചു.

ആശയവിനിമയത്തിന്റെയും വിശകലനത്തിന്റെയും പുതിയ കണ്ടെത്തലുകളുടെയും തിരുത്തലുകളുടെയും പത്ത് ദിവസങ്ങൾ. മാർക്സും എംഗൽസും പാരീസിലെ തൊഴിലാളി യോഗങ്ങളിൽ ഒന്നിച്ചു പങ്കെടുത്തു.

തൊഴിലാളിവർഗത്തെ ശാസ്ത്രീയമായ ഒരു വിപ്ലവസിദ്ധാന്തത്താൽ ആയുധമണിയിക്കുകയും തൊഴിലാളിവർഗപ്പാർട്ടിയുടെ അടവുതന്ത്രങ്ങളുടെ അടിസ്ഥാനതത്വങ്ങൾ ആവിഷ്കരിക്കുകയും ചെയ്ത ദിവസങ്ങൾക്ക് തുടക്കമായി. രണ്ടുപേരും തങ്ങളുടെ ആശയലോകങ്ങൾ മറ്റൊരാൾക്കായി തുറന്നുനൽകി.

"തത്വശാസ്ത്രപരമായ ഉൾക്കാഴ്ചയും ഒരു യഥാർഥ വിപ്ലവകാരിക്കു വേണ്ട വ്യക്തിത്വഗുണങ്ങളും ഒത്തിണങ്ങിയ യുവാവ്."

എംഗൽസിനെപ്പറ്റി മാർക്സ് ജെന്നിയോട് സംസാരിച്ചു. ജെന്നി അത് ശരിവെച്ചു. ഒപ്പം ഇത്രയും കൂടി പറഞ്ഞു:

"മാന്യമായ പെരുമാറ്റംകൊണ്ട് ആരിലും ആദരവുണ്ടാക്കുന്നവനാണ് നിങ്ങളുടെ സ്നേഹിതൻ."

"അതെ, ആ സ്വഭാവഗുണമുള്ളതുകൊണ്ടാണ് ഒരു സദസിനെ എളുപ്പം സ്വാധീനിക്കാൻ കഴിയുന്നത്."

മാർക്സ് സമ്മതിച്ചു. പാരീസിലെ തൊഴിലാളിയോഗങ്ങളിൽ പ്രസംഗിച്ചിരുന്ന എംഗൽസിന്റെ രീതി ശ്രദ്ധേയമായിരുന്നു.

യാത്രാവേളകളിലും യോഗസ്ഥലങ്ങളിലും വീട്ടിലും അവർ അവരുടെ ചിന്തയും ഹൃദയവും പങ്കുവെച്ചു. ദാർശനികപ്രശ്നങ്ങളിൽ മാർക്സും രാഷ്ട്രീയ - സാമ്പത്തിക വിഷയങ്ങളിൽ എംഗൽസും പഠനഗവേഷണങ്ങൾ തുടരാൻ നിശ്ചയിച്ചു. നിരവധി ഗ്രന്ഥങ്ങൾ വായിച്ചു. കുറിപ്പുകൾ എഴുതി. ഏതാനും ഗ്രന്ഥങ്ങൾ എഴുതാനുള്ള വിഷയങ്ങളും സമീപനരീതിയും — *പാരീസ് മാനുസ്ക്രിപ്റ്റ്സ്* 1844 എന്ന പേരിൽ പിന്നീട് റഷ്യയിൽ പ്രസിദ്ധീകരിച്ചത് ഈ കുറിപ്പുകളായിരുന്നു — നിശ്ചയിക്കപ്പെട്ടു.

എംഗൽസ് പത്തു ദിവസത്തിനു ശേഷം നാട്ടിലേക്ക് മടങ്ങി. തുണിമില്ലിന്റെ കാര്യങ്ങൾ ശ്രദ്ധിക്കാൻ തീരെ മനസില്ല. ചിന്ത മുഴുവൻ തൊഴിലാളികളുടെ ജീവിതത്തെയും അവരുടെ സാമൂഹ്യസാഹചര്യങ്ങളെയും പറ്റിയാണ്. അതേപ്പറ്റി എഴുതണം. പഠനവും ഗവേഷണവും നടത്തണം. ജർമനിയിൽ നിന്നാൽ അതൊന്നും നടപ്പില്ല. എംഗൽസ് അധികം താമസിയാതെ ലണ്ടനിലെത്തി.

മാർക്സ് എല്ലാം അറിയുന്നുണ്ടായിരുന്നു. പക്ഷേ ഒപ്പം ചേർന്ന് എഴുത്തും പഠനവും നടത്താനാവാത്തതിന്റെ പ്രയാസമുണ്ട്.

ഇംഗ്ലണ്ടിലെ ചാർട്ടിസ്റ്റ് പ്രസ്ഥാനവുമായി എംഗൽസ് ബന്ധപ്പെട്ടു പ്രവർത്തനം തുടങ്ങി. എഴുത്തും പ്രസംഗവും തന്നെ പ്രധാന തൊഴിൽ. പണത്തിന് ആവശ്യമുള്ളപ്പോൾ മാഞ്ചസ്റ്ററിലെ തുണിമില്ലിൽ പോകും. അച്ഛന്റെ കൈയിൽ നിന്ന് പണം വാങ്ങും.

മാർക്സിന്റെ സാമ്പത്തികസ്ഥിതി തീരെ മോശമായി. പത്രം പ്രസിദ്ധീകരിച്ചുകൊണ്ടിരിക്കുമ്പോൾ ചെറിയതുക അതിൽനിന്നും കിട്ടുമെന്ന് പ്രതീക്ഷിച്ചു. അതും ഇല്ലാതായി.

ജെന്നിക്ക് കുഞ്ഞിനെക്കൂടി പരിചരിക്കണം. നല്ല ഭക്ഷണമൊന്നും വേണ്ട. ആവശ്യത്തിനുള്ളതുകൂടി ഇല്ലാതായാൽ — മാർക്സ് അതേപ്പറ്റി ആലോചിച്ചു.

മുലയൂട്ടേണ്ട കുഞ്ഞിനെപ്പറ്റി ജെന്നിയും ഓർത്തു വേവലാതിപ്പെട്ടു. എല്ലാ വിഷമങ്ങളും സ്വയം സഹിച്ചു. പരാതി പറഞ്ഞില്ല.

ആ കാലത്ത് പാരീസിൽ നിന്നും പുതിയ ഒരു പത്രം പ്രസിദ്ധീകരിക്കാനുള്ള ഒരുക്കങ്ങൾ നടക്കുന്നുവെന്നറിഞ്ഞു. ജർമനിയിൽ നിന്നു വന്ന് പാരീസിൽ താമസിക്കുന്നവരാണ് അതിന്റെ പിറകിലുള്ളത്. മാർക്സ് അവരുമായി ബന്ധപ്പെട്ടു.

വോർവോട്സ് (മുന്നോട്ട്) എന്ന പേരിൽ പുറത്തിറങ്ങുന്ന ആ പത്രത്തിന്റെ അനേകലേഖകന്മാരിലൊരാളായി മാർക്സും നിശ്ചയിക്കപ്പെട്ടു. മാർക്സിന്റെ പഴയ സ്നേഹിതനും ആശയപരമായി വിരുദ്ധചേരിയിൽ നിൽക്കുന്നവനുമായ റൂഗോവും ലേഖകന്മാരിലൊരാളായി അവിടെയെത്തി.

മാർക്സും റൂഗോവുമായുള്ള ആശയസംഘട്ടനം അവിടെയും തുടർന്നു. തൊഴിലാളി പക്ഷത്തു നിന്ന് മാർക്സ് പ്രശ്നങ്ങളെ വിശകലനം ചെയ്ത് അവതരിപ്പിക്കും. റൂഗോവാകട്ടെ എല്ലാ പ്രശ്നങ്ങൾക്കും കാരണം തൊഴിലാളികളാണെന്ന രീതിയിൽ പ്രശ്നങ്ങളെ കണ്ടു.

മൂലധനത്തിന്റെയും അധ്വാനത്തിന്റെയും ചൂഷണത്തിന്റെയും അടിസ്ഥാനത്തിൽ മാർക്സ് കാര്യങ്ങൾ വിലയിരുത്തി. *വോർവോട്സി*ന്റെ ഓഫീസിൽ വാദപ്രതിവാദങ്ങൾ തുടർന്നു.

ഓരോ വാദപ്രതിവാദവും ആശയപരമായ വ്യക്തതയുണ്ടാവാനുള്ള പരിശീലനമായി മാർക്സ് മാറ്റി. പറയപ്പെട്ട ഒരു വാക്കും പാഴിലാവരുതെന്ന് നിശ്ചയിച്ചു. പഠനഗവേഷണങ്ങൾ തുടർന്നു.

പ്രഷ്യൻ രാജാവിനെയും രാജ്ഞിയെയും വിമർശിച്ചുകൊണ്ട് ഒരു ലേഖനം *വോർവോട്സിൽ* പ്രസിദ്ധീകരിക്കപ്പെട്ടു. ലേഖകന്റെ പേര് ഒരു പ്രഷ്യക്കാരൻ.

പത്രം നിരോധിക്കമെണമെന്ന് പ്രഷ്യൻ ഗവൺമെന്റ് ഫ്രഞ്ചു ഗവൺമെന്റിനോട് ആവശ്യപ്പെട്ടു. പത്രത്തിന്റെ ലേഖകരെയെല്ലാം നാടുകടത്തണം എന്നു കൂടി നിർബന്ധിച്ചു. ഒരു പ്രഷ്യക്കാരൻ എന്ന പേരിൽ ആ ലേഖനം എഴുതിയത് കാൾ മാർക്സ് ആണെന്ന് അധികാരികൾ സംശയിച്ചു.

പൊലീസ് അധികാരികൾ മാർക്സിന്റെ കുടുംബത്തെ പ്രത്യേകം നിരീക്ഷണത്തിന് വിധേയമാക്കി.

പത്രത്തിന് പിഴ വിധിച്ചു. എന്നാൽ ലേഖകരെ മുഴുവൻ നാടു കടത്താൻ ഉത്തരവിട്ടു.

1845 ഫെബ്രുവരി ആദ്യദിവസങ്ങളിലൊന്നിൽ പോലീസ് കമ്മീഷണർ മാർക്സിന്റെ വീട്ടിലെത്തി. മാർക്സ് വീട്ടിലില്ല.

"എവിടെപ്പോയി?"

പോലീസധികാരിയുടെ ചോദ്യത്തിന് ജെന്നി സൗമ്യമായി ഉത്തരം പറഞ്ഞു.

"കാൾ മാർക്സ് ഇരുപത്തിനാല് മണിക്കൂറിനകം പാരീസ് വിട്ടു പോകണം."

കമ്മീഷണർ നാടുകടത്തൽ കൽപ്പന എടുത്തു കാണിച്ചു.

പെട്ടെന്ന് വീടുവിട്ടു പോവുകയെന്നാൽ പ്രയാസമാണ്. നടക്കാത്ത കാര്യം. ജെന്നി കമ്മീഷണറുമായി സംസാരിച്ചു.

"കാൾ മാർക്സ് ഇരുപത്തിനാല് മണിക്കൂറിനകം പാരീസിൽ നിന്ന് പോയേ തീരൂ..."

കമ്മീഷണർ ദയവില്ലാതെ പറഞ്ഞു. ഒപ്പം ഒരു ഔദാര്യവും കാണിച്ചു.

"നിങ്ങൾക്ക് അൽപ്പദിവസം കൂടി ഇവിടെ താമസിക്കാം. അതിനുള്ളിൽ പോകാനുള്ള ഒരുക്കങ്ങൾ ചെയ്യണം."

പാരീസ് വിട്ടുപോവുകയല്ലാതെ വഴിയില്ല. മാർക്സും ജെന്നിയും യാത്രയ്ക്ക് വേണ്ട ഒരുക്കങ്ങൾ ചെയ്തു. ജെന്നി വീട്ടുസാധനങ്ങളിൽ പലതും വിറ്റു. കൂടെക്കൊണ്ടുപോകാൻ കഴിയാത്ത ഫർണിച്ചറുകളും വീട്ടുപാത്രങ്ങളും തുണിത്തരങ്ങളും കിട്ടിയ വിലയ്ക്കു വിറ്റു.

നാടുകടത്താൻ വിധിക്കപ്പെട്ടവരുടെ നിസ്സഹായത സാധനങ്ങൾ വാങ്ങാൻ വന്നവർക്കറിയാം. അവർ നാലുഭാഗത്തു നിന്നും കൊത്തിപ്പറിച്ചെടുക്കുന്നതുപോലെ സാധനങ്ങൾ കൊണ്ടുപോയി.

സാധനങ്ങൾ വിറ്റുകിട്ടിയ പണം യാത്രാച്ചെലവിനു മതിയാകുമോ? പണവും കൈയിൽവെച്ച് ജെന്നി കണക്കുകൂട്ടിത്തുടങ്ങി.

"തികച്ചും സ്വാഭാവികമായ അനുഭവം."

മാർക്സ് മനസിൽ പറഞ്ഞു. ജെന്നിയെയും കൊച്ചുമകളെയും പറ്റി ഓർത്തപ്പോൾ പ്രയാസം തോന്നി.

വേദനകൾക്ക് സ്വയം സമർപ്പിക്കപ്പെട്ടവൾ. എന്തുകൊണ്ട്? സ്നേഹമാണ് ജെന്നി. ജെന്നിയാണ് സ്നേഹം.

ഒരു മിന്നൽപ്പിണർപോലെ ജെന്നിയെപ്പറ്റി പ്രേമപൂർവം എഴുതിയ കവിതയിലെ വരികൾ മനസിൽ തെളിഞ്ഞുമിന്നി.

"ശാന്തസ്വച്ഛജീവിതം വേണ്ടെനിക്ക്. ഭൂമിയെ നടുക്കുന്ന കൊടുങ്കാറ്റിന്റെ കരുത്തുണ്ടെന്നുള്ളിൽ."

കവിതയിലെ തന്റെ നിലപാടുകളെപ്പറ്റി എഴുതിയിട്ടുണ്ട്. എല്ലാം ജെന്നി വായിച്ചിട്ടുണ്ട്. എങ്കിലും പ്രഭുകുടുംബത്തിന്റെ പ്രശാന്തസുഖവസതിയിൽ നിന്നും സ്ഥിരമായി നിൽക്കാനൊരിടമില്ലാത്ത അഭയാർഥിയായി ഒരിടത്തുനിന്നും മറ്റൊരിടത്തേക്ക്...

മാർക്സിന്റെ പ്രയാസങ്ങൾ ജെന്നി മനസിലാക്കി. ഒന്നും സാരമില്ലെന്ന മട്ടിൽ പെരുമാറി.

കാലാവസ്ഥ വളരെ മോശമായി. ജെന്നിക്ക് സുഖമില്ലാതായി. എങ്കിലും യാത്ര മാറ്റിവെക്കാൻ പറ്റില്ല. അധികാരികൾ സമ്മതിക്കില്ല. ആരുടെയും ഔദാര്യം വേണ്ട. മാർക്സ് ബെൽജിയത്തിലെത്തി. കുറെ ദിവസങ്ങൾ കഴിഞ്ഞ് ജെന്നിയും എട്ടുമാസം പ്രായമായ കുഞ്ഞിനെയും കൊണ്ട് ബെൽജിയത്തിലേക്ക് പുറപ്പെട്ടു. ബെൽജിയത്തിന്റെ തലസ്ഥാനമായ ബ്രസൽസിൽ എത്തുകയായിരുന്നു ലക്ഷ്യം.

പ്രഷ്യൻ സർക്കാരിനുവേണ്ടി ഒരു ഉന്നത ഉദ്യോഗസ്ഥൻ മാർക്സിനെക്കണ്ടു. സഹായം വാഗ്ദാനം ചെയ്തു. ജന്മദേശമായ പ്രഷ്യയിൽത്തന്നെ താമസിക്കാനുള്ള സൗകര്യങ്ങൾ ചെയ്തുതരാം. സർവകലാശാലാ ബിരുദം നേടിയിട്ടുള്ള മാർക്സിന് പ്രഷ്യൻ ഗവൺമെന്റിൽ നല്ല പദവിയിലുള്ള ഒരു ജോലിയും ഇഷ്ടാനുസരണം തെരഞ്ഞെടുക്കാം. ഭാര്യയും കുഞ്ഞുമായി ഇനിയുള്ളകാലം സ്വസ്ഥമായിക്കഴിയാം.

വാഗ്ദാനങ്ങൾ മുഴുവൻ ജെന്നിയും കേൾക്കുന്നുണ്ട്. പ്രഷ്യൻ ഭരണാധികാരികളിൽ സ്വാധീനമുള്ള ഫെർഡിനാൻഡിന്റെ സൗജന്യമാണോ

ഇതൊക്കെ. ഒരുനിമിഷം ജെന്നി സംശയിച്ചു. ആവാം. ആവാതിരിക്കാം.

ഭരണകൂടത്തെ നിശിതമായി എതിർക്കുകയും അതിന്റെ വർഗസ്വഭാവത്തെ വിശകലനം ചെയ്യുകയും പതിവാക്കിയ മാർക്സിനെ നിശബ്ദനാക്കുകയാണ് ലക്ഷ്യം.

മാർക്സും ജെന്നിയും വാഗ്ദാനത്തിനു പിന്നിലെ ഗൂഢലക്ഷ്യം തിരിച്ചറിഞ്ഞു. വീണ്ടും വീണ്ടും വെച്ചുനീട്ടിയ ആനുകൂല്യങ്ങളെല്ലാം നിരസിച്ചു.

ബുദ്ധിയും ചിന്താശേഷിയും അധികാരിവർഗത്തിന് പണയപ്പെടുത്തുകയില്ലെന്ന് മാർക്സ് നിശ്ചയിച്ചു. ജെന്നിയാകട്ടെ ധീരമായ ആ നിലപാടിനെ അംഗീകരിച്ചു.

ബെൽജിയത്തിൽ എത്തി. തലസ്ഥാനനഗരിയായ ബ്രസൽസിൽ അടുത്ത പരിചയക്കാർ ആരുമില്ല. മാർക്സിനെ അറിയുന്ന ചിലരാകട്ടെ നാടുകടത്തപ്പെട്ടവനെന്ന കാരണത്താൽ പരിചയം പുതുക്കാനും വന്നില്ല. ബ്രസൽസിലും മാർക്സ് പോലീസ്നിരീക്ഷണത്തിലാണെന്നറിഞ്ഞപ്പോൾ ഒറ്റപ്പെടൽ പൂർത്തിയായി. താമസിക്കാനൊരിടം കിട്ടി. ഭാഗ്യം.

കൈയിലുണ്ടായിരുന്ന പണം തീർന്നു. ഇനി ശേഷിക്കുന്ന സാധനങ്ങളിൽ എന്തെങ്കിലുമൊക്കെ വിൽക്കുകയേ മാർഗമുള്ളു. ജെന്നി നിശ്ചയിച്ചു.

മാർക്സിന് കുറച്ച് പണം അയച്ചു കിട്ടി. ആ പണം അയച്ച ആളിന്റെ പേരു കണ്ടപ്പോൾ മാർക്സ് വികാരാധീനനായി.

ഫ്രെഡറിക് എംഗൽസ്.

ഒപ്പം ഒരെഴുത്തുമുണ്ടായിരുന്നു:

'*ഇംഗ്ലണ്ടിലെ തൊഴിലാളിവർഗത്തിന്റെ സ്ഥിതി* എന്ന പുസ്തകത്തിന്റെ പ്രതിഫലത്തുകയിൽ ഒരു ഭാഗം അടുത്തുതന്നെ കിട്ടും. അതു കിട്ടിയ ഉടൻതന്നെ അയച്ചുതരുന്നതാണ്. ഇപ്പോൾ അയക്കുന്ന ഈ ചെറിയ സംഖ്യ താങ്കൾക്ക് വേണ്ടി സുഹൃത്തുക്കളിൽ നിന്നും അനുഭാവികളിൽ നിന്നും ഞാൻ ശേഖരിച്ചതാണ്.'

"അത്യാവശ്യഘട്ടത്തിൽ ലഭിക്കുന്ന സഹായത്തിന് അനുഗ്രഹമെന്നാണ് പറയേണ്ടത്."

മാർക്സ് ജെന്നിയോട് പറഞ്ഞു.

ലണ്ടനിലിരുന്നുകൊണ്ട് തങ്ങളുടെ ജീവിതത്തിന്റെ സുഖദുഃഖങ്ങളിൽ മനസുകൊണ്ട് പങ്കാളിയായ എംഗൽസിനെ ജെന്നി സഹോദരനായിത്തന്നെ കരുതി. തന്നെക്കാൾ അഞ്ചോ ആറോ വയസിന് ഇളയ അനുജന്റെ സമ്മാനം.

കാൾ മാർക്സിനെപ്പറ്റി ബ്രസൽസിലെ പൊലീസധികാരികൾ പൂർണവിവരം ശേഖരിച്ചിട്ടുണ്ട്. മാർക്സ് എഴുതുന്ന ലേഖനങ്ങൾ തീപ്പൊരിപോലെ ജനങ്ങൾക്കിടയിൽ പടർന്നുകത്തുമെന്നാണ് പാരീസിൽ നിന്നുള്ള വിവരം. രാഷ്ട്രീയവിഷയങ്ങളിൽ ആർക്കും ചെന്നെത്താനാ

വാത്തവിധം സത്യം കണ്ടെത്താനും അത് തുറന്ന് പറയാനും മാർക്സിന് കഴിയും. എല്ലാ സത്യങ്ങളും ജനങ്ങൾ അറിയേണ്ടതല്ല. അധികാരികൾ നിശ്ചയിച്ചു.

പൊലീസ് ഉദ്യോഗസ്ഥർ മാർക്സിനോട് പറഞ്ഞു:

“രാഷ്ട്രീയലേഖനങ്ങളൊന്നും ബെൽജിയത്തിലിരുന്ന് എഴുതി പ്രസിദ്ധീകരിക്കരുത്. ഭരണാധികാരികളെ വിമർശിക്കരുത്.”

മാർക്സ് ഓർത്തു. എല്ലായിടത്തും എഴുതിക്കഴിഞ്ഞേ പൊലീസ് വരിക പതിവുള്ളൂ. ഇവിടെയിതാ എഴുതുന്നതിനു മുമ്പേ അധികാരികൾ ഭീഷണിയുമായി എത്തിയിരിക്കുന്നു. മുൻഗണന നൽകേണ്ട രാഷ്ട്രീയകാര്യങ്ങൾ വിശകലനം ചെയ്യുന്ന ലേഖനങ്ങളാണ് പത്രങ്ങൾക്ക് വേണ്ടത്. അതും എഴുതാൻ സമ്മതിക്കില്ലെന്നായിരിക്കുന്നു.

ഒന്നും ചെയ്യാനില്ലാത്ത അവസ്ഥ.

മാർക്സ് വായനയും കുറിപ്പുകൾ തയാറാക്കലും തുടർന്നു. വൈരുധ്യാധിഷ്ഠിത ഭൗതികവാദത്തെപ്പറ്റിയും ഭൗതികവാദപരമായ ചരിത്രസിദ്ധാന്തത്തെപ്പറ്റിയും പഠനം തുടർന്നു.

ജെന്നി കൊച്ചുമകളെ താലോലിച്ചും ഭർത്താവിനുവേണ്ട സഹായങ്ങൾ നൽകിയും ജീവിച്ചു.

പുതിയ ദിവസങ്ങൾ പുലരുന്നതിനെയും ആ ദിവസങ്ങളിൽ തങ്ങളെ തേടിയെത്തുന്ന അനുഭങ്ങളെയും പറ്റി അവർ ആലോചിച്ചില്ല. എല്ലാം നേരിടാൻ തയാറായിക്കഴിഞ്ഞു.

5

വിശ്വപൗരത്വത്തിലേക്ക് ധീരമായ നിലപാട്

മാർക്സ് എവിടെയാണുള്ളതെന്നും, അവിടെ എന്തുചെയ്യുകയാണെന്നും പ്രഷ്യൻ സർക്കാർ അധികാരികൾ ജാഗ്രതയോടെ ശ്രദ്ധിക്കുന്നുണ്ടായിരുന്നു.

ബെൽജിയത്തിൽ എത്തിയ മാർക്സിനെയും കുടുംബത്തെയും അവിടെ താമസിക്കാനനുവദിക്കരുതെന്ന് ബ്രസൽസിലെ അധികാരികൾക്ക് പ്രഷ്യൻ ഗവൺമെന്റിന്റെ നിർദേശം കിട്ടി. പ്രഷ്യൻ പൗരനാണ് മാർക്സ്. ഒരു പ്രഷ്യക്കാരനെന്ന നിലയിൽ ബ്രസൽസിൽ താമസിക്കുന്ന മാർക്സിനെ അവിടെ അഭയം നൽകി സ്വീകരിക്കരുതെന്ന് ഉത്തരവു പുറപ്പെടുവിക്കാൻ ജർമനി അധീനതയിലുള്ള പ്രഷ്യൻ ഗവൺമെന്റിന് അധികാരമുണ്ട്.

സർക്കാർ ഉത്തരവ് അനുസരിക്കുകയേ വഴിയുള്ളൂ. വീണ്ടും മറ്റൊരു രാജ്യത്തേക്ക് പോകണം. അപ്പോൾ ഒരിടത്തും തങ്ങാനാവാത്ത സ്ഥിതിയാവും.

മാർക്സ് ജെന്നിയുമായി ആലോചിച്ചു.

ഒന്നുകിൽ എല്ലാം അവസാനിപ്പിച്ച് ഭരണാധികാരികൾക്ക് അനുകൂലമായ നിലപാട് സ്വീകരിക്കണം. ഇന്നുവരെ ചിന്തിച്ചതും പറഞ്ഞതും എഴുതിയതും തെറ്റാണെന്ന് സമ്മതിക്കലാവുമത്. അധ്വാനത്തെയും മൂലധനത്തെയും ഭൗതികവാദത്തെയും പറ്റിയുള്ള കണ്ടെത്തലുകളെല്ലാം നിഷേധിക്കാൻ വയ്യ. മാർക്സിന് ആലോചിക്കാൻപോലുമാവാത്ത കാര്യം. ജെന്നിയാകട്ടെ എന്തും സഹിക്കാൻ തയാറായിക്കഴിഞ്ഞു. ആരുടെ മുന്നിലും കീഴടങ്ങരുത്.

ഒരേ മനസോടെ രണ്ടുപേരും തീരുമാനിച്ചു.

പ്രഷ്യൻ പൗരത്വത്തിന്റെ പേരിലാണ് ബ്രസൽസിൽ നിന്നും പുറത്താക്കണമെന്ന് പറയുന്നത്. എങ്കിൽ പ്രഷ്യൻപൗരത്വം ഉപേക്ഷിക്കുക തന്നെയാണ് സാങ്കേതികമായ ഒരു പോംവഴി.

മാർക്സ് പ്രഷ്യൻപൗരത്വം ഉപേക്ഷിച്ചു.

പ്രഷ്യൻപൗരനല്ലാത്ത ഒരാളുടെമേൽ പ്രഷ്യൻ ഭരണകൂടത്തിന് ഒരധികാരവുമില്ലാതായി. ജെന്നിക്ക് പ്രസവകാലമടുത്തിരിക്കുന്നു. ഈ അവസ്ഥയിൽ മറ്റൊരു രാജ്യത്തേക്കുള്ള യാത്രയും അസാധ്യമാണ്.

ജെന്നിയെക്കാൾ വലുതല്ല അധികാരികളാൽ വേട്ടയാടപ്പെടുന്ന തന്റെ പൗരത്വം, എന്ന് മാർക്സ് തമാശയായി പറഞ്ഞു. ഇനി ഒരു ദേശത്തിന്റെ പൗരത്വവും വേണ്ട.

സാർവദേശീയതയുടെ ജീവിക്കുന്ന പ്രതീകമാണ് താനെന്ന് മാർക്സിന് തോന്നി. അതിൽ അഭിമാനിക്കാനും വകയുണ്ട്.

ബ്രസൽസിൽ ജെന്നിയെ സഹായിക്കാൻ ഒരാൾ വേണം. പ്രസവസമയത്ത് പരിചരിക്കാനും വീട്ടുകാര്യങ്ങൾ നോക്കാനും കഴിവുള്ള ആളാവണം. ജെന്നി അമ്മയെ വിവരമറിയിച്ചു. അമ്മ പ്രഭുകുടുംബത്തിൽ പരിചാരികയായിരുന്ന ഹെലൻ ഡെ മുത്തിനെ ബ്രസൽസിലേക്കയച്ചു. ജെന്നിയോട് ഹെലന് വാത്സല്യമായിരുന്നു.

ഹെലൻ വന്നപ്പോൾ ജെന്നിക്ക് സന്തോഷമായി. കൊച്ചുമകൾക്ക് ഒരു വിഷമവും ഇനിയുണ്ടാവില്ല. ഹെലനും സന്തോഷമായി.

ജെന്നി ഒരു പെൺകുഞ്ഞിനുകൂടി ജന്മം നൽകി. ലോറ എന്നു പേരുവിളിച്ചു.

വീട്ടുകാര്യങ്ങൾ നോക്കാനും ജെന്നിയെയും കുഞ്ഞുങ്ങളെയും നോക്കാനും വീട്ടിൽ ഒരാളുണ്ട്.

മാർക്സിന് സമാധാനമായി. ഇനി യാത്രകൾക്ക് വേണ്ടത്ര സമയം എടുക്കാം.

ഇംഗ്ലണ്ടിലെ തൊഴിലാളിപ്രസ്ഥാനങ്ങളെപ്പറ്റിയും അവിടുത്തെ തൊഴിലാളികളുടെ ജീവിതത്തെ പറ്റിയും എംഗൽസിന്റെ ലേഖനങ്ങളിൽ നിന്നും പ്രസംഗങ്ങളിൽ നിന്നും സൗഹൃദസംഭാഷണങ്ങളിൽ നിന്നും ഏറെക്കാര്യങ്ങൾ മനസിലാക്കിയിട്ടുണ്ട്.

എല്ലാം നേരിട്ടു കണ്ടുപഠിക്കണം, മനസിലാക്കണം. വളരെക്കാലമായി മനസിലുള്ള ആഗ്രഹമാണിത്. എന്നാൽ എങ്ങോട്ടും പോകാൻകഴിഞ്ഞില്ല. അതിന് അനുകൂലമായ സാഹചര്യങ്ങളുണ്ടായില്ല.

മാർക്സ് എംഗൽസുമായി സംസാരിച്ചു. എംഗൽസിനു സന്തോഷമായി. പല തവണ സൂചിപ്പിച്ചതാണ്. ഒരിക്കൽപ്പോലും അനുകൂലമായൊന്ന് മൂളിയിട്ടുപോലുമില്ല. ഇപ്പോഴിതാ ലണ്ടനിലേക്ക് വരാൻ പകുതി മനസോടെ സമ്മതിച്ചിരിക്കുന്നു.

വ്യവസായവിപ്ലവത്തിന്റെ ഫലങ്ങളെല്ലാം നേരിൽ കണ്ടറിയട്ടെ. മൂലധനത്തിന്റെ കേന്ദ്രീകരണത്തെയും തൊഴിലാളികളുടെ കൂലിയടിമത്ത സാഹചര്യങ്ങളെയും പറ്റി പഠിക്കാൻ സാഹചര്യമുണ്ടാവട്ടെ. ലണ്ടനിലെ

തൊഴിലാളി പ്രസ്ഥാനങ്ങളിലെല്ലാം മാർക്സിനെ പ്രസംഗിപ്പിക്കണം. എംഗൽസ് നിശ്ചയിച്ചു. രണ്ടുപേരും കൂടി യാത്രയായി.

എംഗൽസിനൊപ്പം മാർക്സ് ലണ്ടനിലെത്തി. ലണ്ടനിലെ തൊഴിലാളികൾ മാർക്സിനെ ഹൃദയപൂർവം സ്വീകരിച്ചു.

ലണ്ടനിലെ ഏറ്റവും വലിയ തൊഴിലാളി പ്രസ്ഥാനമാണ് ചാർട്ടിസ്റ്റ് അസോസിയേഷൻ. മാർക്സ് അതിന്റെ നേതാക്കളുമായി സംസാരിച്ചു. 'ലീഗ് ഓഫ് ജസ്റ്റ്' എന്ന പേരിൽ തൊഴിലാളികളുടെ മറ്റൊരു സംഘടനയും പ്രവർത്തിക്കുന്നുണ്ട്. അതിന്റെ പ്രവർത്തകരെ കണ്ടു.

തൊഴിലാളി പ്രസ്ഥാനങ്ങളുടെ നേതൃത്വത്തിൽ നടക്കുന്ന സമരങ്ങളും പ്രക്ഷോഭങ്ങളും അടുത്തുനിന്നു കണ്ടു.

മാർക്സ് തൊഴിലാളി യോഗങ്ങളിൽ പങ്കെടുത്തു സംസാരിച്ചു.

"മൂലധനവും മുതലാളിയുടെ ദയയുമല്ല വ്യവസായത്തെ നിലനിർത്തുന്നത്. തൊഴിലാളികളുടെ അധ്വാനശക്തിയാണ്."

മാർക്സ് വിശദീകരിച്ചു.

"ഇന്നുവരെ കേൾക്കാൻ കഴിയാത്ത കാര്യങ്ങൾ. ആരും പറഞ്ഞിട്ടില്ലാത്ത സത്യം."

തൊഴിലാളികൾ മാർക്സിന്റെ പ്രസംഗത്തെപ്പറ്റി പരസ്പരം പറഞ്ഞു. തങ്ങൾക്കുവേണ്ടി സംസാരിക്കാൻ ഒരാളുണ്ട്. അവർ കരുതി.

ലീഗ് ഓഫ് ജസ്റ്റിന്റെയും ചാർട്ടിസ്റ്റ് പ്രസ്ഥാനത്തിന്റെയും പ്രവർത്തകരെ മാർക്സ് ഒരുമിച്ചിരുത്താൻ ശ്രമിച്ചു. അവരോട് തൊഴിലാളികളുടെ ഐക്യത്തെയും അതിന്റെ ആവശ്യകതയെയും പറ്റി സംസാരിച്ചു.

"ഒരേ ആവശ്യങ്ങളും ലക്ഷ്യങ്ങളുമുള്ളവർ ഒന്നായി നിൽക്കണം. പ്രവർത്തിക്കണം."

സഹകരണത്തിന്റെ മാനസികസാഹചര്യമുണ്ടാക്കാൻ കഴിഞ്ഞു. വിവിധ രാജ്യങ്ങളിൽ നിന്നും ഇംഗ്ലണ്ടിലെത്തി വ്യവസായശാലകളിൽ പണിയെടുക്കുന്നവരുണ്ട്. ചാർട്ടിസ്റ്റ് പ്രസ്ഥാനത്തിന്റെ പ്രവർത്തകർ അവരെ ഒരു വേദിയിലേക്ക് ക്ഷണിച്ചു. മാർക്സും എംഗൽസും അവരുമായി സംസാരിച്ചു. ഒരു സാർവദേശീയ തൊഴിലാളി പ്രസ്ഥാനവും വിപ്ലവപ്രവർത്തനവും എന്ന ആശയം അവതരിപ്പിച്ചു. തൊഴിലാളികൾ പുതിയ ആശയലോകത്തെപ്പറ്റി ചിന്തിച്ചു തുടങ്ങി.

ലീഗ് ഓഫ് ജസ്റ്റിൽ മാർക്സിനെയും എംഗൽസിനെയും അംഗമായി ചേർത്തു. തങ്ങളോടൊപ്പം നിൽക്കേണ്ടവരാണ് ഇവരെന്ന് തൊഴിലാളികൾ പറഞ്ഞു. സംഘടനയ്ക്ക് വിവിധ രാജ്യങ്ങളിൽ ശാഖകളുണ്ട്. അവ ദുർബലമാണെങ്കിലും വളർത്തിയെടുക്കാവുന്ന തരത്തിലുള്ളതാണെന്ന് മാർക്സ് ദീർഘദർശനം ചെയ്തു. എംഗൽസും അത് സമ്മതിച്ചു.

ലണ്ടനിലെ ചെറ്റ്ഹാം ലൈബ്രറിയെപ്പറ്റി കേട്ടിട്ടുണ്ട്. മാർക്സിന് അവിടെപ്പോയി പുസ്തകങ്ങൾ നോക്കണമെന്ന് ആഗ്രഹമുണ്ട്. തൊഴിലാളികളുമായി നിരന്തരം ബന്ധപ്പെടുന്നതിനിടയിൽ സമയം കണ്ടെത്തി ലൈബ്രറി ഹാളിലെത്തും. അവിടുത്തെ അപൂർവ പുസ്തകങ്ങൾക്കു

മുമ്പിൽ ഏറെ സമയം ചെലവഴിച്ചു. വായനയും പഠനവും കുറിപ്പു തയാറാക്കലും തന്നെ പ്രധാനകാര്യം.

ബ്രസൽസിൽ തിരിച്ചെത്തി.

ഒരു മനുഷ്യായുസിൽ ചെയ്തുതീർക്കാനാവാത്തത്രയും കാര്യങ്ങൾ മനസിലുണ്ട്.

എഴുതണം. തൊഴിലാളി സംഘടനാപ്രശ്നങ്ങൾ ശ്രദ്ധിക്കണം. സാർവദേശീയ വിപ്ലവപ്രസ്ഥാനത്തിനുവേണ്ട ആശയപരമായ അടിത്തറയുണ്ടാക്കണം.

മാർക്സിന്റെ ദിവസങ്ങൾ പറന്നുപോവുകയായിരുന്നു. ഒപ്പമെത്താൻ നന്നേ പണിപ്പെട്ടു. ജെന്നിയും രണ്ടു കുട്ടികളും വീട്ടിലുണ്ട്. അവരുടെ ആഗ്രഹങ്ങളും ആവശ്യങ്ങളും നിറവേറ്റണം. പണത്തിനു ഞെരുക്കമുണ്ട്.

ജെന്നിക്കെല്ലാം പരിചിതമായിക്കഴിഞ്ഞു. പരാതിപ്പെടുകയോ പരിഭവിക്കുകയോ ചെയ്തില്ല. ഹെലൻ എല്ലാക്കാര്യങ്ങളും കണ്ടറിഞ്ഞു ചെയ്തു. ജെന്നിയെയും കുഞ്ഞുങ്ങളെയും പരിചരിച്ചു. മാർക്സിനും വീട്ടിൽ ഒരു ബന്ധുവിനെപ്പോലെ വന്നെത്തുന്ന എംഗൽസിനും ഒരു സഹായിയായിരുന്നു ഹെലൻ. ചിലപ്പോൾ കുടുംബഭരണം പൂർണമായും അവൾ ഏറ്റെടുത്തു.

മാർക്സ് പുതിയ ഒരു ഗ്രന്ഥത്തിന്റെ രചന തുടങ്ങി. *ജർമൻ പ്രത്യയശാസ്ത്രം* എന്ന് അതിന് പേരു നൽകി. ഗ്രന്ഥം എഴുതിക്കഴിഞ്ഞു. അതു പ്രസിദ്ധീകരിക്കാനായി പലരെയും സമീപിച്ചു. ആർക്കും അത് വേണ്ട. പ്രസിദ്ധീകരിക്കാനും വഴിയില്ല.

പുസ്തകരചനയുമായി ബന്ധപ്പെട്ട കാര്യങ്ങൾ ചർച്ച ചെയ്യുന്നതിന് എംഗൽസ് ബ്രസൽസിൽ തന്നെ താമസിക്കും. മാർക്സും കുടുംബവും താമസിക്കുന്ന വാടകവീടിന്റെ ഒരു ഭാഗത്ത് എംഗൽസ് ബ്രസൽസിലെത്തിയാൽ താമസിക്കും. വാടകയും കൊടുക്കണം.

നാടുവിട്ട് ബ്രസൽസിൽ വന്ന് താമസിച്ച് ജോലി ചെയ്യുന്ന അനേകം ജർമൻകാരുണ്ട്. അവരെ സംഘടിപ്പിച്ച് 'ഫ്രണ്ട്സ് ഓഫ് റിഫോം' എന്ന പേരിൽ പ്രവർത്തനം തുടങ്ങി. എംഗൽസ് അതിന്റെ പ്രവർത്തകസമിതി അംഗമായി.

ലണ്ടനിൽ നിന്നും മാഞ്ചസ്റ്ററിലെ തുണിമില്ലിൽ നിന്നും എംഗൽസ് മാറിനിൽക്കുന്നത് വിഷമമായി. ഉടനെ തിരിച്ചു ചെല്ലണം. ബ്രസൽസിലെ പ്രവർത്തനങ്ങൾ മാർക്സ് നടത്തട്ടെ. എംഗൽസ് കമ്മിറ്റിയിൽ നിന്നും രാജിവെച്ചു. പകരം മാർക്സിന്റെ പേരു നിർദേശിച്ചു.

മാർക്സിന്റെ സാന്നിധ്യവും ആശയപരമായ നിലപാടുകളും സംഘടനാപരമായ നേതൃത്വശേഷിയും തൊഴിലാളികൾക്ക് ഇഷ്ടമായി. അവർ മാർക്സിനെ പ്രസിഡണ്ടുമാരിലൊരാളായി തെരഞ്ഞെടുത്തു.

തൊഴിലാളികളും പ്രവർത്തകരും വിവിധ കാര്യങ്ങൾ സംസാരിക്കാനും നിർദേശങ്ങൾ തേടാനും മാർക്സിന്റെ വീട്ടിൽ നിത്യസന്ദർശക

നായി. പിന്നെപ്പിന്നെ മാർക്സിന്റെ വാടകവീട് സംഘടനയുടെ കാര്യാലയം പോലെയായി. എഴുത്തും വായനയും പകൽ അസാധ്യമായി.

മാർക്സ് വീട്ടിൽ വരുന്നവരുമായി സംസാരിച്ചു പകൽ പങ്കുവെച്ചു. ജെന്നി അതിഥികളെ ആവുംവിധം സൽക്കരിച്ചു, പട്ടിണി സ്വന്തമാക്കി. എതിർക്കാനും അനുകൂലിക്കാനും പറ്റാതെ ഹെലൻ നിശ്ശബ്ദയായി എല്ലാം കണ്ടുനിന്നു.

എഴുതാനും വായിക്കാനുമിരുന്നാൽ മാർക്സിന് സമയത്തെപ്പറ്റി ഒരു ചിന്തയുമില്ല. സംഘടനാപ്രവർത്തനങ്ങൾ കൂടിയായപ്പോൾ ഉറങ്ങാൻ കൂടി സമയമില്ലാതായി.

ഹെലൻ മാർക്സിന്റെ കാര്യം ജെന്നിയെ ഓർമിപ്പിച്ചു.

"ദിവസത്തിൽ നാലു മണിക്കൂർപോലും ഉറങ്ങുന്നില്ല."

ഹെലൻ പറയുന്നത് ശരിയാണെന്നറിയാം. പക്ഷേ കാളിന് അതൊക്കെ ശീലമായിക്കഴിഞ്ഞു.

"കാളിന് സ്വന്തം ജീവിതം ചിന്താവിഷയമല്ല. തൊഴിലാളികളുടെ ജീവിതമാണ് പ്രധാനം."

ഹെലൻ അൽപ്പം നീരസത്തോടെ പറഞ്ഞു.

"അതും ശരിയാണ്."

ജെന്നി ഹെലനെ നോക്കി വീണ്ടും ചിരിച്ചു. ഹെലനാകട്ടെ അതു കണ്ടപ്പോൾ അൽപ്പംകൂടി പറയണമെന്ന് തോന്നി. പക്ഷേ ഒന്നും പറഞ്ഞില്ല.

കാരുണ്യത്തിന്റെയും വാത്സല്യത്തിന്റെയും അനുഭാവപൂർണമായ നോട്ടംകൊണ്ട് ഹെലൻ ജെന്നിയെ തഴുകി.

'പ്രഭുകുടുംബത്തിലെ ഓമനക്കുഞ്ഞ്.'

ജെന്നിയെപ്പറ്റി ഓർത്ത് ഹെലൻ ഒരു നെടുവീർപ്പിട്ടു. ഒരു സാധാരണ സ്ത്രീയുടെ ഭാഗത്തുനിന്ന് ജെന്നിയുടെ ജീവിതത്തെ അറിയുമ്പോൾ നിരാശ തോന്നും. പക്ഷേ ജെന്നി എല്ലാം നിശ്ചയിച്ചിട്ടാണ് മാർക്സിന്റെ ജീവിതസഖിയായത്.

ഒരു പഴയ പ്രണയലേഖനത്തിലെ വാക്കുകൾ ഓർമയിൽ പൂത്തുലഞ്ഞു.

'അങ്ങയുടെ സ്നേഹത്തിൽ എനിക്കു വിശ്വസിക്കാമെങ്കിൽ എന്റെ തലയ്ക്കകത്തു തീ പിടിക്കില്ല. എന്റെ ഹൃദയം വ്രണപ്പെടില്ല. അങ്ങയുടെ ഹൃദയത്തിൽ വിശ്രമിക്കാനിടം കിട്ടിയിരുന്നെങ്കിൽ ദൈവത്തിനറിയാം ഞാനൊരിക്കലും വ്യാകുലയാവുകയില്ലെന്ന്. പക്ഷേ അങ്ങേക്ക് എന്നോട് സ്നേഹമില്ല. വിശ്വാസമില്ല. അങ്ങയുടെ സ്നേഹത്തിനുവേണ്ടി ഞാനെല്ലാം ത്യജിക്കാൻ തയാറാണ്.'

ജെന്നിയുടെ ത്യാഗത്തെ പറ്റിയാണ് ഹെലൻ ഓർത്തത്. വൃത്തികെട്ട തെരുവിലെ വാടകവീട്. സമൂഹത്തിൽ ഒരു നിലയും വിലയുമില്ലാത്തവരുമായുള്ള കൂട്ടുകെട്ട്. ഉള്ളതും ഇല്ലാത്തതും സമമെന്നതു പോലെ ഭക്ഷണമേശയിൽ എത്തുന്ന വിഭവങ്ങൾ. പ്രഭുമന്ദിരത്തിലെ ആർഭാട

ങ്ങൾ നിറപ്പകിട്ടോടെ ഹെലന്റെ മുന്നിൽ തെളിഞ്ഞു. ജെന്നിയെ വിവാഹം ചെയ്യാൻ തയാറായി വന്നിരുന്ന പ്രഭുകുമാരന്മാരുടെ മുഖങ്ങളും ഹെലന്റെ മനസിൽ മായാതെകിടപ്പുണ്ട്.

ഒരു കാര്യത്തിൽ സമാധാനിക്കാം. ഹെലൻ നെടുവീർപ്പിട്ടു.

ജെന്നിക്ക് മാർക്സിനോടും മാർക്സിന് ജെന്നിയോടുമുള്ള സ്നേഹം ഒട്ടും കുറഞ്ഞില്ല. എല്ലാ വിഷമങ്ങൾക്കിടയിലും അവർ ഒരേ ഹൃദയത്തോടെ ജീവിക്കുന്നു.

തൊഴിലാളി സംഘടനകളെയെല്ലാം ഒരു പൊതുവേദിയിൽ കൊണ്ടു വരുന്നതിനെ പറ്റിയാണ് മാർക്സ് എപ്പോഴും ചിന്തിച്ചത്. വിവിധരാജ്യ ങ്ങളിൽ പ്രവർത്തിക്കുന്ന സംഘടനകൾക്ക് യോജിച്ചുനിൽക്കാൻ കഴി യണം.

തൊഴിലാളികൾക്കു രാജ്യമില്ല.

ബൂർഷ്വാസിയുടെ വളർച്ച, വ്യാപാരസ്വാതന്ത്ര്യം, ലോകകമ്പോള ത്തിന്റെ ആവിർഭാവം, ഉൽപ്പാദനരീതിയിലും അതനുസരിച്ചുള്ള ജീവി തസാഹചര്യങ്ങളിലും ഉണ്ടായിട്ടുള്ള ഐക്യരൂപം എന്നീ കാരണങ്ങ ളാൽ ദേശഭേദങ്ങളും ജനതകൾ തമ്മിലുള്ള വൈരുധ്യങ്ങളും ദിനംപ്രതി അപ്രത്യക്ഷമായി വരികയാണ്.

തൊഴിലാളി വർഗത്തിന്റെ മേധാവിത്വം വരുന്നതോടെ അവ ഇതിലും വേഗം അപ്രത്യക്ഷമാകും. തൊഴിലാളിവർഗത്തിന്റെ മോചനത്തിനുള്ള ആദ്യത്തെ ഉപാധികളിലൊന്ന് മുന്നണിയിൽ നിൽക്കുന്ന പരിഷ്കൃത രാജ്യങ്ങളെങ്കിലും കൂട്ടായി പ്രവർത്തിക്കുക എന്നതാണ്.

അധികാരികൾക്ക് അവരുടെതായ താൽപ്പര്യമുണ്ട്. അവരുടെ രാജ്യ ങ്ങൾക്ക് അതിരുകളുണ്ട്. അധ്വാനിക്കുന്ന തൊഴിലാളികളുടെ രാജ്യ ങ്ങൾക്ക് അതിരുകളില്ല. അതുകൊണ്ട് അവർക്ക് യോജിക്കാനാകും.

ലണ്ടനിൽ വിവിധരാജ്യങ്ങളിലെ തൊഴിലാളികളുടെ സമ്മേളനം നട ത്താൻ നിശ്ചയിച്ചു. തൊഴിലാളികളോട് പറയേണ്ട കാര്യങ്ങൾ ഇതുവരെ നടത്തിയിട്ടുള്ള പഠനഗവേഷണങ്ങളുടെ അടിസ്ഥാനത്തിൽ തയാറാക്കി ത്തുടങ്ങി.

'ഇതുവരെ ചരിത്രത്തിലുണ്ടായ എല്ലാപ്രസ്ഥാനങ്ങളും ന്യൂനപക്ഷ ങ്ങളുടെ അഥവാ ന്യൂനപക്ഷതാൽപ്പര്യങ്ങളെ മുൻനിർത്തിയുള്ള പ്രസ്ഥാ നങ്ങളായിരുന്നു. തൊഴിലാളി പ്രസ്ഥാനമാകട്ടെ; ബഹുഭൂരിപക്ഷത്തിന്റെ താൽപ്പര്യത്തിനുവേണ്ടി നടത്തുന്ന സ്വതന്ത്രവും ബോധപൂർവവുമായ ഒരു പ്രസ്ഥാനമാണ്.'

ജെന്നി വന്നു. മാർക്സ് എഴുത്തുനിർത്തി ജെന്നിയെ നോക്കി.

ലണ്ടനിൽ പോകുന്നതിനെപ്പറ്റി പറഞ്ഞിട്ടുണ്ട്. പക്ഷേ ബ്രസൽസിൽ നിന്നും ലണ്ടനിലേക്ക് പോകാനുള്ള യാത്രാക്കൂലി കൈയിലില്ല. ജെന്നി യുടെ കൈയിലും പണമില്ല.

ജെന്നിയുടെ പഴയ ഒരു കത്തിലെ വാചകങ്ങൾ കല്ലിൽ കൊത്തി യതുപോലെ മനസിലുണ്ട്.

"നമ്മുടെ ഭാവിയെക്കുറിച്ചോർത്ത് ഞാൻ വ്യാകുലയാണ്. സ്ഥിരമായ ഒരു വരുമാനമില്ലാതെ നാം എങ്ങനെ ജീവിക്കും എന്നതിനെക്കുറിച്ച് എല്ലാവരും സംസാരിച്ചു തുടങ്ങിയിരിക്കുന്നു."

മാർക്സ് ജെന്നിയുടെ മുഖം വായിക്കാൻ ശ്രമിച്ചു. പക്ഷേ എന്നത്തേതുപോലെയും സ്നേഹം മാത്രമേ കണ്ടുള്ളൂ.

ജെന്നിയാണ് സ്നേഹം.

സ്നേഹമാണ് ജെന്നി.

പണ്ടെഴുതിയ കവിതയിലെ വരികൾ ഓർമയിലെത്തി.

എല്ലാ പ്രയാസങ്ങളിലും ജെന്നി ആശ്വാസമായെത്തുന്നു.

അൽപ്പം വീട്ടുകാര്യങ്ങൾ പറഞ്ഞു. കുട്ടികളുടെ കുസൃതിയെപ്പറ്റി പറഞ്ഞു. ഹെലന്റെ വീട്ടുഭരണത്തെപ്പറ്റി പറഞ്ഞു. എഴുത്തുമേശയ്ക്കരികിൽ നിന്നും ജെന്നി നടന്നുനീങ്ങി. പറയാൻ ഉദ്ദേശിച്ചിരുന്ന സാമ്പത്തികപ്രയാസത്തെപ്പറ്റിയുള്ള പരാതി അപ്പോഴും മൗനം പുതച്ചു കിടന്നു.

ലണ്ടനിലേക്ക് പോകുന്നില്ല. സാർവദേശീയ തൊഴിലാളികളുടെ ആദ്യസമ്മേളനത്തിൽ പങ്കെടുക്കാൻ കഴിയാത്തതിൽ വിഷമം തോന്നി. സാരമില്ല. സ്വയം സമാധാനിക്കാൻ ശ്രമിച്ചു.

സമ്പത്ത് തന്നെ എല്ലായിടത്തും പ്രശ്നം.

മാർക്സ് ഭൗതികശാസ്ത്രത്തിന്റെയും സാമ്പത്തികപ്രശ്നങ്ങളുടെയും ഇടയിൽ നിന്നും മനസിനെ സ്വതന്ത്രമാക്കാൻ ശ്രമിച്ചു.

കുഞ്ഞിനു കുടിക്കാൻ മുലപ്പാലില്ലാത്തതിനെപ്പറ്റി ജെന്നി പറഞ്ഞിരുന്ന കാര്യം പെട്ടെന്ന് ഓർമയിലെത്തി. ദരിദ്രകുടുംബങ്ങളിലെ എല്ലാ അമ്മമാരുടെയും ദീനമുഖങ്ങൾക്ക് ഒരേ ഭാവമാണ്. പൂർണസഹനം. ജെന്നിയുടെ മുഖഭാവം ചിന്തിക്കാൻ പോലും കഴിയാതെ മാർക്സ് കണ്ണടച്ചിരുന്നു.

തൊട്ടടുത്ത മുറിയിൽ കുഞ്ഞുങ്ങളുടെ കരച്ചിലുയർന്നു. ഒപ്പം ഹെലന്റെ ആശ്വാസവചനങ്ങളും.

6

രണ്ടു സമുദായം രണ്ടു വർഗം

സാർവദേശീയ തൊഴിലാളികളുടെ ആദ്യത്തെ സമ്മേളനവേദി. മഹത്തായ ഈ ആശയത്തിന് വേണ്ടി പ്രവർത്തിക്കുകയും എഴുതുകയും തൊഴിലാളികളെ പ്രചോദിപ്പിക്കുകയും ചെയ്ത കാൾ മാർക്സിനെ കാണാൻ അവിടെയെത്തിയവർ ആഗ്രഹിച്ചു.

"മാർക്സ് എത്തിയിട്ടില്ല."

ഒരേ മറുപടി മാത്രം.

എംഗൽസ് മാർക്സ് എത്താത്തതിന്റെ കാരണം ഊഹിച്ചു. ബ്രസൽസിൽ നിന്നും ലണ്ടനിലേക്ക് വരാനുള്ള പണം കൈയിലുണ്ടാവില്ല. വിഷമം തോന്നി. അതേപ്പറ്റി ആലോചിച്ചില്ല.

സമ്മേളനം ആരംഭിച്ചു. 'കമ്യൂണിസ്റ്റ് ലീഗ്' എന്ന് സംഘടനയ്ക്ക് പുതിയ പേരുനൽകി. നയവും പരിപാടിയും തയാറാക്കണം. അടുത്ത സമ്മേളനത്തിലേക്ക് അതു മാറ്റിവെച്ചു.

എംഗൽസ് പിന്നീട് മാർക്സിനെഴുതി.

"കമ്യൂണിസ്റ്റ് വിശ്വാസപ്രഖ്യാപനത്തെപ്പറ്റി ഒന്ന് ആലോചിച്ചു നോക്കൂ. അതിനെ കമ്യൂണിസ്റ്റ് മാനിഫെസ്റ്റോ എന്ന് വിളിക്കുകയാവും ഉത്തമമെന്ന് എനിക്കു തോന്നുന്നു."

കമ്യൂണിസ്റ്റ് മാനിഫെസ്റ്റോ. മാർക്സിന്റെ മനസു നിറയെ അതേപ്പറ്റിയുള്ള ആശയങ്ങളാണ്.

ജെന്നി ഒരു ആൺകുഞ്ഞിനെ പ്രസവിച്ചു. എഡ്ഗാർ എന്ന് പേരു വിളിച്ചു.

എംഗൽസ് വന്നു. ജർമൻ തൊഴിലാളി സംഘം രൂപീകരിച്ചു.

എംഗൽസ് പ്രവർത്തകസമിതിയിൽ ഒരാളായി. എന്നാൽ ബ്രസൽസിൽ നിൽക്കാൻ എംഗൽസിന് പ്രയാസമായി. ലണ്ടനിലും മാഞ്ചസ്റ്ററിലെ തുണിമില്ലിലും ധാരാളം കാര്യങ്ങൾ ചെയ്യാനുണ്ട്.

മാർക്സിന്റെ നേതൃത്വപരമായ കഴിവുകൾ സംഘടനയെ മുന്നോട്ട് കൊണ്ടുപോകും. എംഗൽസിനറിയാം. രാജിവെച്ചു പകരം മാർക്സിന്റെ പേരു നിർദേശിച്ചു. തൊഴിലാളികൾക്കും സന്തോഷമായി. അധികം കഴിയുന്നതിനു മുമ്പേ സംഘടനയുടെ വൈസ് പ്രസിഡണ്ടായി മാർക്സ് തിരഞ്ഞെടുക്കപ്പെട്ടു.

കമ്യൂണിസ്റ്റ് ലീഗിന്റെ രണ്ടാം സമ്മേളനത്തിൽ മാർക്സ് പങ്കെടുത്തു. ലണ്ടനിൽവെച്ചു നടന്ന ആ സമ്മേളനത്തിൽ പങ്കെടുത്ത തയ്യൽ തൊഴിലാളിയായ ലെസ്നർ മാർക്സിന്റെ രൂപം മനസിൽ കുറിച്ചിട്ടു.

'മാർക്സിന് അന്ന് ചെറുപ്പമായിരുന്നു. ഇരുപത്തെട്ട്, മുപ്പത് വയസ്സ് പ്രായം വരും. സാമാന്യമായ പൊക്കം, വിരിഞ്ഞ ചുമലുകൾ, കരുത്തുറ്റ ദേഹം, നല്ല പ്രസരിപ്പ്., വടിവൊത്ത ഉയർന്ന നെറ്റിത്തടവും കരിപോലെ കറുത്ത് ഇടതൂർന്ന മുടിയും തുളച്ചുകയറുന്ന ഒരു നോട്ടവും. എതിരാളികളിൽ ഭയമുളവാക്കിയിരുന്ന ആ പരിഹാസത്തിന്റെ ചുളിവുകൾ വായ്ക്കോണുകളിലുണ്ട്.

മാർക്സ് ഒരു ജനനേതാവാകാൻ വേണ്ടി ജനിച്ചവനാണ്. സംസാരം ഹ്രസ്വവും വ്യക്തവും അങ്ങേയറ്റം യുക്തിയുക്തവുമായിരുന്നു. അധികമായി ഒരു വാക്കുപോലും പറഞ്ഞിരുന്നില്ല. ഓരോ വാചകവും ആശയപൂർണമായിരുന്നു. ഓരോ വാചകവും വാദഗതിയിലെ ശൃംഖലയിലെ ഒഴിച്ചുകൂടാനാവാത്ത ഒരു കണ്ണിയായിരുന്നു.'

തങ്ങൾക്ക് വേണ്ടിയാണ് മാർക്സ് സംസാരിക്കുന്നതെന്ന് ഓരോ തൊഴിലാളിയും അറിഞ്ഞു. അവരുടെ ഹൃദയങ്ങളിൽ സ്നേഹത്തോടെ മാർക്സിനും ഒരിടം നൽകി. അവരുടെ വാക്കുകളിൽ; പരിചയപ്പെടുത്തേണ്ട ഒരു ബന്ധുകൂടി.

കമ്യൂണിസ്റ്റ് ലീഗിന്റെ നയവും പരിപാടികളും തയാറാക്കുന്നതിന് മാർക്സിനെയും എംഗൽസിനെയും സമ്മേളനത്തിൽ പങ്കെടുത്ത ഒരു പ്രതിനിധിയായ മോസസ് ഹെസ്സിനെയും ചുമതലപ്പെടുത്തി. സമ്മേളനം അവസാനിച്ചു.

മാർക്സ് ബ്രസൽസിലെത്തി. എന്നാൽ പറഞ്ഞതു പോലെ കമ്യൂണിസ്റ്റ് വിശ്വാസപ്രമാണം എഴുതാൻ കഴിഞ്ഞില്ല. എംഗൽസാവട്ടെ എല്ലാ ഉത്തരവാദിത്വവും മാർക്സിനു നൽകി.

മാർക്സിന് സ്വന്തം ഗ്രന്ഥരചനയുടെ പ്രശ്നങ്ങളുണ്ട്. സംഘടനാ പ്രവർത്തകരുമായുള്ള കൂട്ടായ്മയുണ്ട്. മാസങ്ങൾ കഴിഞ്ഞു. കമ്യൂണിസ്റ്റ് ലീഗിന്റെ കേന്ദ്രക്കമ്മിറ്റി യോഗം ചേർന്നു. ബ്രസൽസിലെ ജില്ലാ കമ്മിറ്റിക്ക് ഒരു മുന്നറിയിപ്പ് നൽകി.

'കമ്യൂണിസ്റ്റ് ലീഗിന് വേണ്ടി കാൾ മാർക്സ് തയാറാക്കുന്ന വിജ്ഞാപനം പതിനഞ്ചു ദിവസത്തിനുള്ളിൽ പൂർത്തീകരിച്ച് എത്തിച്ചില്ലെങ്കിൽ മാർക്സിന്റെ പേരിൽ അച്ചടക്ക നടപടി സ്വീകരിക്കുന്നതായിരിക്കും.'

1848 ജനുവരി 24ന് ചേർന്ന കേന്ദ്രക്കമ്മിറ്റിയുടെ തീരുമാനം. മാർക്സ് തന്റെ കൈകളിലെത്തിയ അറിയിപ്പിനെ അവഗണിച്ചില്ല. സംഘടനയുടെ

നിശ്ചയത്തെ മാനിച്ചു. എല്ലാ പ്രയാസങ്ങളും മാറ്റിവെച്ചു. എംഗൽസ് നിർദേശിച്ച പേരുതന്നെ സ്വീകരിച്ചു. മാർക്സ് എഴുതിത്തുടങ്ങി:

കമ്യൂണിസ്റ്റ് മാനിഫെസ്റ്റോ.

യൂറോപ്പിനെ ഒരു ഭൂതം ബാധിച്ചിരിക്കുന്നു.

കമ്യൂണിസത്തിന്റെ ഭൂതം.

ഈ ഭൂതത്തെ ആട്ടിപ്പുറത്താക്കാൻ വേണ്ടി യൂറോപ്പിലെ പഴമയുടെ ശക്തികളെല്ലാം —

പോപ്പും സാർ ചക്രവർത്തിയും
മെറ്റർനിക്കും ഗിസോവും
ഫ്രഞ്ച് റാഡിക്കൽ കക്ഷിക്കാരും
ജർമൻ പൊലീസ് ചാരന്മാരുമെല്ലാം
ഒരു പാവന സംഖ്യത്തിലേർപ്പെട്ടിരിക്കുന്നു.
കമ്യൂണിസ്റ്റുകാർ തങ്ങളുടെ അഭിപ്രായങ്ങളും
തങ്ങളുടെ ലക്ഷ്യങ്ങളും
തങ്ങളുടെ ആശയഗതികളും
പരസ്യമായി ലോകസമക്ഷം പ്രഖ്യാപിക്കുകയും

കമ്യൂണിസത്തെപ്പറ്റി പ്രചരിപ്പിക്കുന്ന സാങ്കൽപ്പികമായ മുത്തശ്ശി ക്കഥയ്ക്ക്

പാർട്ടിയുടെ സ്വന്തമായൊരു മാനിഫെസ്റ്റോ വഴി
മറുപടി പറയുകയും ചെയ്യേണ്ട കാലം
അതിക്രമിച്ചിരിക്കുന്നു.

ആമുഖം എഴുതിക്കഴിഞ്ഞ് മാർക്സ് ചരിത്രത്തിന്റെ വർഗവിശക ലന പ്രശ്നങ്ങളെപ്പറ്റി ചിന്തിച്ചു. ആരും പറയാത്ത നിലയിൽ ചരിത്രം പറയണം. വീക്ഷണവും ഭാഷയും മാറ്റണം.

എഴുത്തുമേശയ്ക്കരികിലേക്ക് ജെന്നി പതുക്കെ നടന്നുവന്നു. മാർക് സിന്റെ എഴുതാനുള്ള ശ്രദ്ധയും എഴുത്തിൽനിന്ന് ലഭിക്കുന്ന സംതൃ പ്തിയും ആ മുഖത്തുനിന്നു വായിച്ചു. ഒന്നും മിണ്ടാതെ തിരിഞ്ഞുനട ന്നു. അപ്പോഴാണ് മാർക്സ് ജെന്നിയുടെ സാമീപ്യമറിഞ്ഞത്. മുഖമു യർത്തി നോക്കി.

"ജെന്നി."

പതുക്കെ വിളിച്ചു. ജെന്നി ഒരുനിമിഷം നിന്നു. ഇളയ കുഞ്ഞിന് സുഖമില്ല. രാത്രിഭക്ഷണത്തിനുള്ള ഒരുക്കത്തിലാണ് ഹെലൻ. ജോലി യോടൊപ്പം പരാതിയും പറഞ്ഞു.

"ഇവിടെ വന്നതിൽപ്പിന്നെ പാചകത്തിലുള്ള സാമർഥ്യം പ്രയോഗി ക്കാനേ കഴിഞ്ഞിട്ടില്ല."

സ്വന്തം കാര്യമെന്ന മട്ടിലാണ് പറഞ്ഞതെങ്കിലും ദാരിദ്ര്യത്തെ പറ്റി യുള്ള സൂചനയാണത്. ജെന്നി മനസിലാക്കിയിട്ടുണ്ട് പക്ഷേ..

ജെന്നി മാർക്സിനെ നോക്കി പുഞ്ചിരിച്ചുകൊണ്ട് മുന്നോട്ടുനടന്നു.

വശ്യമായ ആ ചിരി മാത്രം ശേഷിപ്പായുണ്ട്. പ്രഭുകുമാരിയുടെ രൂപം മാറിപ്പോയിരിക്കുന്നു.

മാർക്സ് തന്നിലേക്കു തന്നെ മടങ്ങി.

ചരിത്രത്തിന്റെ വിശാലവേദികളിൽ ആർത്തലച്ചു വന്ന അധികാരത്തിന്റെ കൊടുങ്കാറ്റുകൾ എത്ര വേഗത്തിലാണ് അടങ്ങിയത്.

ചരിത്രപുരുഷന്മാർ കേവലം അടയാളങ്ങൾ മാത്രമാണ്. ചരിത്രത്തിന്റെ ഉപകരണങ്ങൾ ബൂർഷ്വകളും തൊഴിലാളികളും ഉപയോഗിക്കുന്നു.

ഉൽപ്പാദനോപകരണങ്ങൾ സ്വന്തമായി ഇല്ലാത്തതിനാൽ ഉപജീവനാർഥം തങ്ങളുടെ അധ്വാനശക്തി വിൽക്കേണ്ടിവരുന്ന ആധുനിക കൂലിവേലക്കാരുടെ വർഗത്തെയാണ് തൊഴിലാളിവർഗം എന്നു പറയുന്നത്. സാമൂഹോൽപ്പാദനോപകരണങ്ങളുടെ ഉടമകളും കൂലിവേലയെടുപ്പിക്കുന്നവരുമായ ആധുനിക മുതലാളി വർഗത്തെയാണ് ബൂർഷ്വാസി എന്ന് വിളിക്കുന്നത്.

രണ്ടു സമുദായം രണ്ടു വർഗം.

ബൂർഷ്വാകളും തൊഴിലാളികളും.

മാർക്സ് *കമ്യൂണിസ്റ്റ് മാനിഫെസ്റ്റോ*വിന്റെ ആമുഖത്തിനു ശേഷം തുടർന്നെഴുതി:

നാളിതുവരെ നിലനിന്നിട്ടുള്ള
എല്ലാ സമുദായങ്ങളുടെയും ചരിത്രം
വർഗസമരത്തിന്റെ ചരിത്രമാണ്.
സ്വതന്ത്രനും അടിമയും
കുലീനനും ഹീനനും
ജന്മിയും അടിയാനും
ഹിൽഡ്മാസ്റ്ററും വേലക്കാരനും
ചുരുക്കിപ്പറഞ്ഞാൽ മർദകനും മർദിതനും
തീരാവൈരികളായി നിന്ന്
ചിലപ്പോൾ ഒളിഞ്ഞും ചിലപ്പോൾ തെളിഞ്ഞും
ഇടതടവില്ലാതെ പോരാട്ടം നടത്തിയിട്ടുണ്ട്.
സമുദായത്തിന്റെ ആകെയുള്ള വിപ്ലവകരമായ പുനഃസംഘടനയിലോ
മത്സരിക്കുന്ന വർഗങ്ങളുടെ പൊതുനാശത്തിലോ ആണ്
ഈ പോരാട്ടം ഓരോ അവസരത്തിലും നടത്തിയിട്ടുള്ളത്.

അകത്തെ മുറിയിൽ ജെന്നി ഹെലന്റെ കൈവശം അമ്മ കൊടുത്തയച്ച പാത്രങ്ങൾ പരിശോധിച്ചു. വിൽക്കാവുന്നതെന്തെങ്കിലുമുണ്ടോ? പഴയ തുണികൾ ഉപയോഗിക്കാത്ത ആഡംബരവസ്തുക്കൾ വാങ്ങുവാൻ ആളുകളുണ്ട്. പ്രഭുകുടുംബത്തിന്റെ മുദ്രയുള്ള വെള്ളിപ്പാത്രങ്ങൾ കണ്ടപ്പോൾ ജെന്നിക്ക് തമാശ തോന്നി. കുടിക്കാനില്ലാത്ത വീട്ടിൽ പ്രഭുത്വമുദ്രയുള്ള വെള്ളിപ്പാത്രം. വിറ്റു കളയാം.

ജെന്നി തീരുമാനിച്ചു.

ഉപയോഗിക്കാത്ത വെള്ളിപ്പാത്രങ്ങൾ വിൽക്കണമെന്ന് ജെന്നി പറഞ്ഞപ്പോൾ ഹെലന് സങ്കടമായി. അഭിമാനത്തിന്റെയും ആർഭാടത്തിന്റെയും ചിഹ്നമായിരുന്ന പാത്രങ്ങൾ നോക്കി ഹെലൻ നെടുവീർപ്പിട്ടു.

മാർക്സ് *കമ്യൂണിസ്റ്റ് മാനിഫെസ്റ്റോ*വിന്റെ അവസാന അധ്യായവും എഴുതിത്തീർത്തു.

സ്വാഭിപ്രായങ്ങളെയും ലക്ഷ്യങ്ങളെയും മൂടിവെക്കുന്നത് കമ്യൂണിസ്റ്റുകാർക്ക് അറപ്പാണ്. നിലവിലുള്ള സാമൂഹ്യക്രമങ്ങളെയാകെ ബലം പ്രയോഗിച്ചു മറിച്ചിട്ടാൽ മാത്രമേ തങ്ങളുടെ ലക്ഷ്യം നേടാനാവൂ എന്ന് അവർ പരസ്യമായി പ്രഖ്യാപിക്കുന്നു. കമ്യൂണിസ്റ്റ് വിപ്ലവം കണ്ട് ഭരണാധികാരി വർഗങ്ങൾ കിടിലംകൊള്ളട്ടെ. തൊഴിലാളികൾക്ക് സ്വന്തം ചങ്ങലയല്ലാതെ മറ്റൊന്നും നഷ്ടപ്പെടാനില്ല. നേടാനോ ഒരു ലോകവും.

'സർവരാജ്യതൊഴിലാളികളെ സംഘടിക്കുവിൻ'

എല്ലാ രാജ്യത്തുമുള്ള തൊഴിലാളികളേ ഏകോപിക്കുവിൻ.

അനേകലേഖനങ്ങളും പഠനങ്ങളും ഗ്രന്ഥങ്ങളുമെഴുതിയിട്ടുണ്ട്. എന്നാൽ എഴുതിക്കഴിഞ്ഞപ്പോൾ ഇത്രത്തോളം സംതൃപ്തി തോന്നിയ സന്ദർഭങ്ങളുണ്ടായിട്ടില്ല. എഴുതിക്കഴിഞ്ഞ ഉടനെ വായനയ്ക്ക് നൽകേണ്ടിയിരുന്നത് എംഗൽസിനാണ്.

എംഗൽസ് സ്ഥലത്തില്ല. പാരീസിലേക്ക് പോയിരിക്കുന്നു. ലണ്ടനിൽ വെച്ച് എംഗൽസുമായി ആലോചിച്ചിട്ടാണ് ഇതിലുപയോഗപ്പെടുത്തിയ അനേകകാര്യങ്ങൾക്ക് നിശ്ചയമുണ്ടാക്കിയത്. എന്നാൽ ഒറ്റയ്ക്ക് എഴുതി പൂർത്തിയാക്കേണ്ടി വന്നു.

കമ്യൂണിസ്റ്റ് മാനിഫെസ്റ്റോ ലണ്ടനിൽ പ്രസിദ്ധീകരണത്തിനായി അയച്ചു കൊടുത്തു.

ശാസ്ത്രീയ കമ്യൂണിസത്തിന്റെ പ്രഥമ പരിപാടി രേഖയായി *കമ്യൂണിസ്റ്റ് മാനിഫെസ്റ്റോ* സ്വീകരിക്കപ്പെട്ടു. തത്വശാസ്ത്രം, അർഥശാസ്ത്രം, ശാസ്ത്രീയസോഷ്യലിസം എന്നിവയുടെ അടിസ്ഥാനതത്വങ്ങൾ ഹ്രസ്വമായും സമഗ്രമായും ക്രമബദ്ധമായും വിവരിക്കപ്പെട്ട ആദ്യത്തെ കൃതിയായി *കമ്യൂണിസ്റ്റ് മാനിഫെസ്റ്റോ* ലണ്ടനിൽ സ്വീകരിക്കപ്പെട്ടു.

ആയിരത്തി എണ്ണൂറ്റി നാൽപ്പത്തി എട്ട്

ജർമൻ ഭാഷയിലാണ് മാർക്സിന്റെ കൈയെഴുത്ത്പ്രതി. ആ ഭാഷയിൽത്തന്നെ ആദ്യത്തെ അച്ചടിച്ച *കമ്യൂണിസ്റ്റ് മാനിഫെസ്റ്റോ* പുറത്തിറങ്ങി.

"അസാമാന്യമായ ആശയഗാംഭീര്യം, അഖണ്ഡനീയമായ ആന്തരയുക്തി."

പണ്ഡിതന്മാർ വിലയിരുത്തി.

"അർഥാലങ്കാരപൂർണവും അത്യന്തം സരളവുമായ ശൈലി."

സാധാരണക്കാർ പറഞ്ഞു.

"വിശ്വസാഹിത്യത്തിലെ ഉൽക്കൃഷ്ടകൃതികളോട് കിടപിടിക്കുന്ന ഉജ്വലരൂപത്തിൽ രചിക്കപ്പെട്ടത്."

സാഹിത്യനിരൂപകന്മാർ വാഴ്ത്തി.

"തൊഴിലാളി വർഗത്തിന്റെ വിപ്ലവസിദ്ധാന്തം."

ചരിത്രകാരന്മാർ അഭിപ്രായപ്പെട്ടു.

തൊഴിലാളികൾ തങ്ങളുടെ വിമോചനത്തിന്റെ മാർഗരേഖയായി *മാനിഫെസ്റ്റോ* നെഞ്ചോട് ചേർത്തുവെച്ചു.

"മാർക്സ് ഞങ്ങളിൽ മറ്റാരെയുംകാൾ ഉയരത്തിൽ നിന്നു. കൂടുതൽ ദൂരം കണ്ടു. കൂടുതൽ വിശാലമായും ക്ഷിപ്രമായും നിരീക്ഷണം നടത്തി. മാർക്സ് ഒരു പ്രതിഭാശാലിയായിരുന്നു. ഞങ്ങളോ ഏറിവന്നാൽ സമർഥന്മാർ. അദ്ദേഹത്തെ കൂടാതെ ഞങ്ങളുടെ സിദ്ധാന്തം എവിടെയുമെത്തില്ല."

എംഗൽസ് കൂട്ടുകാരോട് പറഞ്ഞു.

കമ്യൂണിസ്റ്റ് മാനിഫെസ്റ്റോ പുറത്തിറങ്ങി അധികം കഴിയുന്നതിനു മുമ്പേ ഫ്രാൻസിൽ തൊഴിലാളികൾ വിപ്ലവത്തിനൊരുങ്ങി. രാജാവ് നാടുവിട്ടോടി. പകരം താൽക്കാലിക ഗവൺമെന്റ് അധികാരത്തിലെത്തി.

മാർക്സ് താമസിക്കുന്ന ബ്രസൽസിൽ തൊഴിലാളികളും മറ്റും ചേർന്ന് സായുധസമരത്തിനൊരുങ്ങി. ബെൽജിയം പൊലീസ് മർദനം കൊണ്ട് കലാപം ഒതുക്കി.

രാജാധികാരത്തിനെതിരെ ജനങ്ങൾ കലാപമുയർത്തിയതിന്റെ വാർത്തകൾ വന്നുതുടങ്ങി. ആസ്ത്രിയയുടെ തലസ്ഥാനമായ വിയന്നയിൽ വിപ്ലവം ആളിക്കത്തി. ആസ്ത്രിയൻ രാജാവിന്റെ കീഴിലായിരുന്ന ഹങ്കറിയിലെ ജനങ്ങൾ മാറ്റത്തിനുവേണ്ടി ശബ്ദമുയർത്തി തെരുവിലിറങ്ങി. പ്രഷ്യയുടെ തലസ്ഥാനമായ ബർലിനിലും വിപ്ലവകാരികൾ ശബ്ദമുയർത്തി മുന്നോട്ടുവന്നു. ഇറ്റലിയിലും പ്രക്ഷോഭത്തിന്റെ വേലിയേറ്റമുണ്ടായി.

തൊഴിലാളികളും സാധാരണക്കാരും മാറ്റം ആഗ്രഹിച്ചു. നിലവിലുള്ള ഭരണവ്യവസ്ഥ മാറണം. അധികാരികൾ മാറണം. സാമൂഹ്യാവസ്ഥമാറണം. സാമ്പത്തികദുരിതം മാറണം.

ബെൽജിയത്തിൽ എല്ലാം പുറമെ ശാന്തമായിരുന്നുവെങ്കിലും വീണ്ടും വിപ്ലവശക്തികൾ ഉയിർത്തെഴുന്നേൽക്കുമെന്ന് അധികാരികൾ ഭയന്നു.

കാര്യങ്ങളെല്ലാം ജെന്നി മനസിലാക്കി. ഏതു ദിവസവും അധികാരികൾ വീട്ടിലെത്തും. മാർക്സ് ജെന്നിയോട് പറഞ്ഞു.

"എങ്ങോട്ടു പോകണമെന്നു മാത്രമേ ഇനി തീരുമാനിക്കാനുള്ളു. പക്ഷേ, എല്ലായിടത്തും അധികാരികൾ ഒരുപോലെയാണ്."

"എനിക്കൊട്ടും ഭയമില്ല. പക്ഷേ, നമ്മുടെ കുഞ്ഞുങ്ങൾ"

ജെന്നിക്ക് കുട്ടികളെപ്പറ്റി ഓർക്കുമ്പോഴാണ് അൽപ്പം വിഷമം. ഒരു ദീർഘയാത്ര അവരുടെ ആരോഗ്യം അനുവദിക്കില്ല. ഹെലൻ കൂടെയുള്ളത് വലിയ ആശ്വാസം.

വിവിധരാജ്യങ്ങളിൽ വിപ്ലവപ്രവർത്തനങ്ങൾ തുടങ്ങിയതോടെ കമ്യൂണിസ്റ്റ് ലീഗിന്റെ കേന്ദ്രക്കമ്മിറ്റിയുടെ ആസ്ഥാനം ലണ്ടനിൽ നിന്നും മാർക്സ് അധ്യക്ഷനായ ബ്രസൽസ് കമ്മിറ്റിയുടെ കീഴിലാക്കി. മറ്റു ശാഖകളെ നിയന്ത്രിക്കാനും പ്രവർത്തനക്ഷമമാക്കാനും മാർക്സിന്റെ നേതൃത്വത്തിലുള്ള കമ്മിറ്റിക്ക് അധികാരം നൽകി.

ബെൽജിയൻ ഭരണാധികാരികൾ മാർക്സിനെ നിരീക്ഷിച്ചുകൊണ്ടിരുന്നു.

ഇരുപത്തിനാലു മണിക്കൂറിനകം രാജ്യം വിട്ടുപോയ്ക്കൊള്ളണമെന്ന് അധികാരികൾ മാർക്സിന് ഉത്തരവുനൽകി.

എങ്ങോട്ട് പോകും?

ഒരു രാജ്യത്തെയും പൗരനല്ല. ജനിച്ചുവളർന്ന പ്രഷ്യയിൽ കടക്കാൻ പ്രഷ്യൻ ഭരണാധികാരികൾ സമ്മതിക്കില്ല.

പാരീസിൽ നിന്നും മാർക്സിന് ഒരു കത്തുവന്നു. ഫ്രാൻസിൽ വിപ്ലവം കഴിഞ്ഞ് രൂപീകരിച്ച താൽക്കാലിക ഗവൺമെന്റിൽ അംഗമായ ഫെർഡിനാൻഡ് ഫ്ലൊക്കോൺ എഴുതിയ കത്ത്.

മാർക്സ് കത്തു തുറന്നു വായിച്ചു.

"ധീരനും സത്യസന്ധനുമായ മാർക്സ് നിയന്ത്രണശക്തികളില്ലാത്ത രാജഭരണം താങ്കളെ ഫ്രാൻസിൽ നിന്നു പുറത്താക്കി. സ്വതന്ത്ര ഫ്രാൻസ് ഇതാ വീണ്ടും താങ്കൾക്ക് വേണ്ടി വാതിലുകൾ തുറന്നിടുന്നു."

ഫ്രഞ്ചു ജനതയുടെ നാമത്തിൽ എഴുതിയ ക്ഷണപത്രം.

പാരീസാണ് ഇനി തന്റെ കർമരംഗം. മാർക്സ് തീരുമാനിച്ചു.

ബ്രസൽസിലെ അധികാരികൾ പുറപ്പെടുവിപ്പിച്ച അന്ത്യശാസനയെപ്പറ്റി തൊഴിലാളികൾ അറിഞ്ഞു. അവർ മാർക്സിന്റെ വീട്ടിലെത്തി. വാടകവീട് തൊഴിലാളികളുടെ ആലോചനായോഗവേദിയായി.

മാർക്സ് പാരീസിലേക്ക് പോകുന്നതാണ് നല്ലതെന്ന് തീരുമാനിച്ചു. പാരീസിലെത്തിയാൽ കമ്യൂണിസ്റ്റ് ലീഗിന്റെ കേന്ദ്രക്കമ്മിറ്റി അവിടെ സംഘടിപ്പിക്കണം.

കമ്യൂണിസ്റ്റ് ലീഗിന്റെ കേന്ദ്രക്കമ്മിറ്റിയുടെ എല്ലാ ഉത്തരവാദിത്വങ്ങളും നിർവഹിക്കാനുള്ള അധികാരം മാർക്സിനു നൽകപ്പെട്ടു.

അഭിപ്രായങ്ങൾ, നിർദേശങ്ങൾ, വാദപ്രതിവാദങ്ങൾ, ചോദ്യങ്ങൾ, ഉത്തരങ്ങൾ, സംശയങ്ങൾ, വിശദീകരണങ്ങൾ, തീരുമാനങ്ങൾ. യോഗം സജീവമായി. രാത്രി വൈകുന്നതുവരെ തുടർന്നു.

യോഗം അവസാനിച്ചു. തൊഴിലാളികൾ പിരിഞ്ഞുപോയി. ഒട്ടും വൈകിയില്ല. ബെൽജിയം പൊലീസ് അധികാരികൾ വീട്ടിലേക്ക് ഇരച്ചുകയറി ബഹളംവെച്ചു പരിശോധന ആരംഭിച്ചു.

മാർക്സിനെ അറസ്റ്റുചെയ്തു കൊണ്ടുപോയി.

അപ്രതീക്ഷിതമായ സംഭവം. ജെന്നി എന്തു ചെയ്യണമെന്നറിയാതെ വിഷമിച്ചു. ഹെലൻ കുഞ്ഞുങ്ങളെ വാരിയെടുത്ത് കരച്ചിലടക്കാൻ പണിപ്പെട്ടു. ആരും സഹായത്തിനില്ല.

ജെന്നി പുറത്തിറങ്ങി. തൊഴിലാളി സംഘത്തിൽപ്പെട്ടവരെ ആരെയെങ്കിലും കാണണം. വിവരമറിയിക്കണം. തെരുവിലേക്ക് നടന്നു.

എല്ലാവരും പോയിക്കഴിഞ്ഞിരുന്നു. അടുത്ത പരിചയക്കാരെ അന്വേഷിച്ചു. അവരെയും കാണാൻ കഴിഞ്ഞില്ല.

ഹെലനും കുഞ്ഞുങ്ങളും മാത്രമേ വീട്ടിലുള്ളൂ. രാത്രി എങ്ങോട്ട് പോകണം? ആരെക്കാണണം? ഒന്നും നിശ്ചയമില്ല.

ജെന്നി വീട്ടിലേക്ക് മടങ്ങി.

വീട്ടിനു മുന്നിലെത്തിയപ്പോൾ കണ്ടു. വീണ്ടും പൊലീസ് വന്നിരിക്കുന്നു.

ജെന്നി വീട്ടിലേക്ക് കയറി.

പൊലീസ് തടഞ്ഞുനിർത്തി. അറസ്റ്റുചെയ്യാൻ ഉത്തരവുണ്ടെന്ന് പറഞ്ഞു.

അമ്മയെ കണ്ടപ്പോൾ കുട്ടികൾ കൈനീട്ടി കരഞ്ഞു. ഇളയകുഞ്ഞിനെയുംകൊണ്ട് ഹെലൻ ഓടിവന്നു. എന്നാൽ പൊലീസുകാർ അടുത്തു ചെല്ലാൻ സമ്മതിച്ചില്ല.

ജെന്നിയെയും അറസ്റ്റുചെയ്തു കൊണ്ടുപോയി. ജയിലിൽ പാർപ്പിച്ചു.

തടവറയിൽ ചില സ്ത്രീകളുണ്ട്. വ്യഭിചാരക്കുറ്റത്തിന് തടവിലായ തെരുവുപെണ്ണുങ്ങൾ.

ജെന്നിയെയും അവരോടൊപ്പം ചേർത്തു കുറ്റംചുമത്തി. രാത്രിയിൽ തെരുവിൽ അലഞ്ഞുനടന്നു എന്ന കുറ്റം.

മാർക്സിനെയും ഭാര്യയെയും അറസ്റ്റുചെയ്തു കൊണ്ടുപോയ വിവരം തൊഴിലാളികളിൽ ചിലർ അറിഞ്ഞു. അവർ മറ്റുള്ളവരെ അറിയിച്ചു.

പൊലീസ് സ്റ്റേഷനുമുന്നിൽ തൊഴിലാളികൾ എത്തിത്തുടങ്ങി.

ജെന്നിയെ തെരുവുപെണ്ണുങ്ങളോടൊപ്പം കുറ്റവാളിയായി ജയിലിൽ പാർപ്പിച്ചു എന്നറിഞ്ഞപ്പോൾ തൊഴിലാളികൾ പ്രതിഷേധിച്ചു.

പൊലീസുകാരുടെ തെമ്മാടിത്തത്തിനെതിരെ പരസ്യമായി ബഹളം വെച്ചു.

മാർക്സിനെയും ജെന്നിയെയും പറ്റി തൊഴിലാളികൾക്കുള്ള സ്നേഹാദരവുകൾ അധികാരികൾക്ക് അവഗണിക്കാനായില്ല.

ജെന്നിയെ നിരുപാധികം വിട്ടയച്ചു.

എന്നിട്ടും പ്രതിഷേധം അടങ്ങിയില്ല. ജെന്നിയെ കള്ളക്കേസിൽ കുടുക്കി ഒരുദിവസം തടവിൽ പാർപ്പിച്ചത് പുറംലോകമറിഞ്ഞു. പ്രതിഷേധം ശക്തമായി. മാർക്സിനെയും വിട്ടയച്ചാലേ സ്ഥിതി ശാന്തമാവുകയുള്ളൂവെന്ന് അധികൃതർ മനസിലാക്കി.

മാർക്സിനെയും വിട്ടയച്ചു. ജെന്നി മാർക്സിനെ പുഞ്ചിരിയോടെ വീട്ടിലേക്ക് സ്വാഗതം ചെയ്തു.

ഒരു യാത്രയ്ക്കുവേണ്ട ഒരുക്കങ്ങളെല്ലാം പൂർത്തിയായിരിക്കുന്നു. അകത്ത് കൂടെക്കൊണ്ടു പോകേണ്ട അത്യാവശ്യസാധനങ്ങൾ മാർക്സ് കണ്ടു.

വീണ്ടും ഒരു യാത്ര.

വീണ്ടും ഒരു അഭയാർഥി കുടുംബം.

ഒരു നേർത്ത ചിരി ജെന്നിയിൽ നിന്നും തെന്നിത്തെന്നി മാർക്സിൽ വന്നു നിന്നു. അതു കണ്ടപ്പോൾ ജെന്നിയുടെ കണ്ണുകൾ സ്നേഹാർദ്ര മായിത്തീർന്നു.

മാർക്സിനെയും ജെന്നിയെയും ഉടൻതന്നെ രാജ്യത്തുനിന്നും പുറ ത്താക്കാൻ അധികാരികൾ നിശ്ചയിച്ചിരിക്കുന്നു. ഉത്തരവ് അനുസരിക്കാ നുള്ള സമ്മർദം ഏറിവന്നു.

ഹെലൻ കുട്ടികളെ ഒരുക്കി. ജെന്നി കുട്ടികൾക്കു വേണ്ട സാധന ങ്ങളും മറ്റും എടുത്തുവെച്ചു. പക്ഷേ ഒന്നും കൂടെക്കൊണ്ട് പോകാൻ സ്ഥലത്തെത്തിയ പൊലീസുകാർ സമ്മതിച്ചില്ല.

മാർക്സും ജെന്നിയും ഹെലനും വീടുവിട്ടിറങ്ങി. അവരുടെ കൈക ളിൽ കുട്ടികൾ സുരക്ഷിതരായി കിടന്നു.

വീണ്ടും ശ്യൂനതയിലേക്ക്.

ആശയങ്ങൾ മാത്രമുണ്ട് മനസിൽ. ഈ ലോകം മാറ്റിമറിക്കാനുള്ള ചിന്തകൾ. മാർക്സ് ഒന്നും തന്നെ ബാധിക്കുന്നില്ലെന്നതുപോലെ ഭാവി ച്ചു. ജെന്നി ഒപ്പം ചേർന്നു നടന്നു. എപ്പോഴും കൂടെയുണ്ടെന്നതുപോലെ. കുഞ്ഞുങ്ങളോട് പതുക്കെ എന്തോ പറഞ്ഞുകൊണ്ട് ഹെലനും ഒപ്പമെ ത്താൻ ശ്രമിച്ചു.

7

ഒരു രാത്രിയുടെ നിശ്വാസങ്ങൾ

പാരീസ്.

സമസ്ത ജനവിഭാഗങ്ങളുടെയും മോചനത്തിനുവേണ്ടി പടപൊരുതുന്ന പോരാളികൾക്ക് ആശ്വാസമായി മാറിയ ഫ്രാൻസിന്റെ തലസ്ഥാനം.

സമത്വം, സ്വാതന്ത്ര്യം, സാഹോദര്യം എന്നിവയെപ്പറ്റി കിനാവു കണ്ടുണർന്ന നഗരം.

മാർക്സ് പാരീസിലെത്തുന്നുവെന്നറിഞ്ഞ് പഴയ തൊഴിലാളി സുഹൃത്തുക്കൾ കാത്തുനിന്നു സ്വീകരിച്ചു. അവരുടെ വിപ്ലവപ്രവർത്തനങ്ങൾക്ക് നേതൃത്വം നൽകാൻ ഒരാൾ കൂടിയായെന്ന് ആശ്വസിച്ചു.

പാരീസിലെത്തിയ ഉടൻതന്നെ കമ്യൂണിസ്റ്റ് ലീഗിന്റെ കേന്ദ്രക്കമ്മിറ്റിയോഗം വിളിച്ചു ചേർത്തു. പാരീസിലുള്ളവരെക്കൂടി ഉൾപ്പെടുത്തി കമ്മിറ്റിയുടെ അധ്യക്ഷനായി വീണ്ടും മാർക്സിനെത്തന്നെ എല്ലാവരും കൂടി നിശ്ചയിച്ചു.

ജർമനിയിൽ നിന്നും പാരീസിലേക്ക് കുടിയേറിപ്പാർക്കുന്ന തൊഴിലാളികൾ പാരീസിൽ നടന്നതു പോലുള്ള അധികാരക്കൈമാറ്റം തങ്ങളുടെ ദേശത്തും വേണമെന്നാഗ്രഹിച്ചു. അതിനായി സായുധകലാപത്തിനായി ജർമനിയിലേക്ക് പോകാൻ അവർ തയാറായി. സൈന്യം രൂപീകരിക്കാനുള്ള ശ്രമങ്ങൾ തുടങ്ങി.

മാർക്സ് കാര്യമറിഞ്ഞു. അവരോട് പറഞ്ഞു:

"വിപ്ലവം കയറ്റുമതിച്ചരക്കല്ല. ഒരു രാജ്യത്തേക്ക് ബലമായി വിപ്ലവം ഇറക്കുമതി ചെയ്യുന്നത് ആ രാജ്യത്തിലുളവാകുന്ന വിപ്ലവപ്രസ്ഥാനത്തെ തകർക്കലായിരിക്കും."

മാർക്സ് നിരന്തരമായി തൊഴിലാളികളുമായി സംസാരിച്ചു.

എംഗൽസ് പാരീസിലെത്തി. മാർക്സിനെ കണ്ടു. എംഗൽസും തൊഴിലാളിയോഗങ്ങളിൽ മാർക്സിന്റെ അഭിപ്രായങ്ങളെ ശരിവെച്ചുകൊണ്ട് പ്രസംഗിച്ചു.

"വിപ്ലവാഭിമുഖ്യമുള്ളവർ സ്വദേശത്തുപോയി പ്രവർത്തിക്കണം."

മാർക്സും എംഗൽസും തൊഴിലാളികളെ ഉപദേശിച്ചു.

'ജർമനിയിൽ കമ്യൂണിസ്റ്റ് പാർട്ടി ഉന്നയിക്കുന്ന ആവശ്യങ്ങൾ' എന്ന പേരിൽ ഒരു രേഖ എഴുതിത്തയാറാക്കി. *കമ്യൂണിസ്റ്റ് മാനിഫെസ്റ്റോ* പോലെ പ്രധാനപ്പെട്ട ഒരു രാഷ്ട്രീയരേഖയായി ഇതു സ്വീകരിക്കപ്പെട്ടു.

മാർക്സും എംഗൽസും പാരീസിൽനിന്നും കൊളോൺ നഗരത്തിലേക്ക് പോയി. ജർമനിയിലെ പുതിയ രാഷ്ട്രീയ കാലാവസ്ഥയിൽ അവിടെനിന്നും ഒരു പത്രം പ്രസിദ്ധീകരിക്കാനുള്ള പ്രവർത്തനങ്ങൾ തുടങ്ങി. തൊഴിലാളികൾക്കിടയിൽ മാർക്സും എംഗൽസും ചേർന്ന് വരിക്കാരെ ചേർത്ത് പണം ശേഖരിച്ചു.

ജെന്നിയും മക്കളും ഹെലനും കൊളോണിലെത്തി. കുടുംബത്തിന്റെ സാന്നിധ്യം മാർക്സിന് സന്തോഷമേകി.

പത്രം നടത്താനാവശ്യമായ പണമുണ്ടാക്കാൻ എംഗൽസ് സ്വന്തം പിതാവിനെ ചെന്നുകണ്ടു. മകന്റെ ഇത്തരം പ്രവർത്തനങ്ങളെ നിരുത്സാഹപ്പെടുത്താൻ താൽപ്പര്യമെടുത്തിരുന്ന അദ്ദേഹം തീരെ സഹായിച്ചില്ല.

മാർക്സ് സ്വന്തം വീട്ടിലെത്തി. പൈതൃകസ്വത്തിൽ തനിക്കുള്ള വിഹിതത്തിൽ നിന്നും കുറെ ഭാഗം വാങ്ങി പത്രം പ്രസിദ്ധീകരിക്കാൻ തയാറായി.

നോയേ നൈനിഷേ സെയിതുങ്ങ് നവറൈൻ വാർത്താ പത്രിക പുറത്തിറങ്ങി.

തൊഴിലാളികൾ അവരുടെ പ്രശ്നങ്ങൾ അവതരിപ്പിക്കുന്ന പത്രത്തെ ഹൃദയപൂർവം സ്വീകരിച്ചു. അതിൽ മാർക്സും എംഗൽസും എഴുതിയ ലേഖനങ്ങൾ വായിച്ചു ചർച്ച ചെയ്തു.

ജർമൻ സൈന്യത്തിലുണ്ടായിരുന്നവർ വിപ്ലവാശയങ്ങളിൽ ആവേശഭരിതരായി. പത്രം വാങ്ങി വായിച്ചു തുടങ്ങി. ജനാധിപത്യ വിശ്വാസികൾ പത്രം പുറത്തിറങ്ങുന്നതു കാത്തിരുന്നു.

മാർക്സ് ബർലിനിലും വിയന്നയിലും സഞ്ചരിച്ചു. യോഗങ്ങളിൽ സംസാരിച്ചു. തൊഴിലാളികളുമായി അടുത്തു ബന്ധപ്പെട്ടു.

ഭരണാധികാരികൾ പല കാരണങ്ങൾ പറഞ്ഞ് തൊഴിലാളികളുടെ സംഘടിത പ്രസ്ഥാനങ്ങളെ അടിച്ചമർത്തി. നേതാക്കന്മാരെ അറസ്റ്റു ചെയ്തു.

പത്രത്തിൽ ലേഖനമെഴുതിയതിന്റെ പേരിൽ മാർക്സിന്റെയും എംഗൽസിന്റെയും പേരിൽ കേസെടുത്തു.

മാർക്സ് കോടതിയിൽ ഹാജരായി.

നികുതി നിഷേധത്തിനും സർക്കാരിനെതിരെ സായുധകലാപം നടത്താനും ആഹ്വാനം ചെയ്തു എന്നതാണ് കുറ്റം.

മാർക്സ് കേസ് സ്വയം വാദിച്ചു. അഭിഭാഷകനായ പിതാവിന്റെ ആഗ്രഹം താനൊരു പ്രശസ്ത അഭിഭാഷകനാവണമെന്നായിരുന്നു. ഇന്നിപ്പോൾ ഭരണാധികാരികൾക്കു മുമ്പിൽ സ്വയം വാദിക്കേണ്ടി വന്നിരിക്കുന്നു.

"സാമൂഹ്യബന്ധങ്ങളെ യഥാർഥമായി പ്രതിഫലിപ്പിക്കാൻ സാധ്യമല്ലാതായിത്തീരുമ്പോൾ നിയമാവലികൾ വെറും കടലാസു തുണ്ടുകളായി പരിണമിക്കുന്നു.

പഴയ നിയമങ്ങളേ നിങ്ങൾക്ക് പുതിയ സമുദായത്തിന്റെ അടിസ്ഥാനമാകുവാൻ കഴിയില്ല. പഴയ നിയമങ്ങളല്ല പഴയ സമുദായത്തെ സൃഷ്ടിച്ചത്. "

മാർക്സ് വാദിച്ചു.

ഒരു അഭിഭാഷകനും പറയാത്ത തരത്തിൽ കാര്യങ്ങൾ അവതരിപ്പിക്കുന്നു. നിയമം ചരിത്രത്തിന്റെയും തത്വശാസ്ത്രത്തിന്റെയും ഭാവം സ്വീകരിക്കുന്നു.

നിയമജ്ഞർ മാർക്സിന്റെ വാക്കുകൾ ശ്രദ്ധിച്ചു.

"നികുതിനിഷേധം ജനങ്ങളുടെ ഒരു സ്വയംസംരക്ഷണായുധമാണ്. ഭരണകൂടം സമൂഹത്തെ കടന്നാക്രമിക്കുമ്പോൾ ജനങ്ങൾക്ക് പ്രതികരിക്കാൻ പറ്റിയ ഒരു മാർഗമാണത്. തങ്ങളുടെ താൽപ്പര്യം സംരക്ഷിക്കാൻ വേണ്ടി ജനങ്ങൾ നൽകുന്നതാണ് നിയമസഭയ്ക്കുള്ള അംഗീകാരം. ആ ഉത്തരവാദിത്വം നിയമസഭയ്ക്ക് നിറവേറ്റാൻ കഴിയാതാവുമ്പോൾ അതിന്റെ അധികാരം സ്വാഭാവികമായിത്തന്നെ ഇല്ലാതാവുന്നു. ജനങ്ങൾ സ്വന്തം അധികാരങ്ങളും അവകാശങ്ങളും സ്ഥാപിക്കാൻ നേരിട്ട് മുന്നോട്ട് വരുന്നു."

മാർക്സിന്റെ വാദമുഖങ്ങൾ നിഷേധിക്കാൻ കോടതിക്കു കഴിഞ്ഞില്ല.

മാർക്സിനെ കോടതി വെറുതെവിട്ടു. പക്ഷേ, കേസു തീർന്നില്ല. പത്രത്തിൽ വന്ന വാർത്തയുടെ അടിസ്ഥാനത്തിലെടുത്ത കേസ് വീണ്ടും കോടതിയിലെത്തി. ഈ കേസിൽ എംഗൽസും മാർക്സിനൊപ്പം പ്രതിയാണ്.

മാർക്സും എംഗൽസും ഈ കേസിലും ഹാജരായി സ്വയം വാദിച്ചു.

"പത്രസ്വാതന്ത്ര്യമില്ലാതാക്കാൻ ഉദ്യോഗസ്ഥന്മാർ നടത്തുന്ന മർദന നടപടികളെ കോടതി സഹായിക്കരുത്. വസ്തുതകൾ സത്യസന്ധമായി അവതരിപ്പിക്കപ്പെടണം."

മാർക്സിനെയും എംഗൽസിനെയും കോടതി കുറ്റവിമുക്തരാക്കി. എന്നാൽ അധികാരികൾ വെറുതെയിരുന്നില്ല.

മാർക്സിന്റെ പത്രമായ *നോയെ റൈനിഷെത് സെയ്തുങ്ങിന്റെ*

പ്രവർത്തനം തടഞ്ഞു. യോഗങ്ങളും സംഘടനാപ്രവർത്തനവും നിരോധിച്ചു.

മാർക്സ് ബർലിനിൽ ഇടതുപക്ഷ നിയമസഭാ അംഗങ്ങളെ കണ്ടു സംസാരിച്ചു. അവരുടെ സമ്മർദഫലമായി പത്രനിരോധനം പിൻവലിച്ചു. പത്തു ദിവസത്തിനകം *റൈൻ* പത്രം വീണ്ടും പുറത്തിറങ്ങിത്തുടങ്ങി.

എംഗൽസ് പാരീസിലേക്ക് പോയി. പത്രവുമായി ബന്ധപ്പെട്ടപലരും അറസ്റ്റു ചെയ്യപ്പെട്ടിരുന്നു. മറ്റു ചിലർ സ്ഥലത്തില്ല.

പത്രം വീണ്ടും പ്രസിദ്ധീകരിച്ചു തുടങ്ങിയെങ്കിലും സാമ്പത്തികമായി പ്രയാസത്തിലായി. പുതിയ ഒരു അച്ചടിയന്ത്രം വാങ്ങിയതിന്റെ കടംവീട്ടാൻ വഴിയില്ല. പത്രത്തിനുവേണ്ടി മുടക്കിയ പണത്തിൽ ഒന്നും തിരിച്ചു കിട്ടിയില്ല.

പിതൃസ്വത്തായി കിട്ടിയ പണം മുഴുവൻ ചെലവഴിച്ചു. എന്നിട്ടും വമ്പിച്ച സാമ്പത്തികബാധ്യത ബാക്കിയായി. ജെന്നി എല്ലാം കണ്ടു, അറിഞ്ഞു.

"ഒട്ടേറെ പണം മുടക്കി. പ്രയാസങ്ങൾ സഹിച്ചു. പത്രം തുടർന്നു നടത്തിയേ പറ്റൂ."

മാർക്സ് പറഞ്ഞു.

ജെന്നി എതിർത്തൊന്നും പറഞ്ഞില്ല. സ്വന്തം ആശയങ്ങൾ ലോകത്തെ അറിയിക്കാൻ ഇതല്ലാതെ വേറെ മാർഗമില്ല.

മാർക്സ് തൊഴിലാളികളുടെ ഒരു യോഗത്തിൽ പങ്കെടുത്തു സംസാരിച്ചു.

"എന്തെല്ലാം പീഡനനടപടികൾ കൈക്കൊണ്ടാലും തൊഴിലാളികൾക്കു വേണ്ടി സ്വയം സമർപ്പിക്കാൻ സന്നദ്ധരായ ആളുകൾ എല്ലായ്പ്പോഴും ഉണ്ടായിക്കൊണ്ടിരിക്കുമെന്ന് ഗവൺമെന്റും ബൂർഷ്വാസിയും മനസിലാക്കേണ്ടിയിരിക്കുന്നു."

ജർമനിയിൽ വിപ്ലവപ്രവർത്തനങ്ങൾ സജീവമായി. മാർക്സ് തന്റെ പത്രത്തിലൂടെ ജനങ്ങളുമായി വിപ്ലവാശയങ്ങൾ പങ്കുവെച്ചു. പല സ്ഥലങ്ങളിലും ജനങ്ങൾ കലാപത്തിനൊരുങ്ങി.

ബഹുജനങ്ങൾ നികുതിയടയ്ക്കരുതെന്ന് മാർക്സ് പത്രത്തിലൂടെ ആഹ്വാനം ചെയ്തു. തൊഴിലാളിസംഘങ്ങൾ അതിനു വമ്പിച്ച പ്രചാരം നൽകി. ഭരണാധികാരികൾ വിപ്ലവപ്രവർത്തനങ്ങൾ അടിച്ചമർത്താനുള്ള ശ്രമങ്ങൾ നടത്തി.

മാർക്സിന്റെ പത്രമോഫീസ് വിപ്ലവകാരികളുടെ ആലോചനാകേന്ദ്രമായി. മാർക്സ് വീട്ടിലെത്തിയാൽ അവിടെയും വിവിധസ്ഥലങ്ങളിൽ നിന്നും ആളുകൾ കാണാൻ എത്തിത്തുടങ്ങും. രാത്രി വൈകുന്നതു വരെയും ചർച്ചയും യോഗങ്ങളും നീണ്ടു.

പത്രത്തിനു വേണ്ട ലേഖനങ്ങൾ തയാറാക്കുക. ഓരോ ദിവസവും

നടക്കുന്ന കാര്യങ്ങളിൽ ഇടപെട്ടു വേണ്ട നിർദേശങ്ങൾ നൽകുക. തൊഴിലാളികൾക്കു വേണ്ടി അധികാരസ്ഥാനങ്ങളിൽ സമർപ്പിക്കാനുള്ള പരാതി എഴുതുക. വിവിധരാജ്യങ്ങളിലെ പ്രവർത്തകർക്ക് ആവശ്യമായ സംഘടനാകാര്യങ്ങൾ എഴുതി അറിയിക്കുക. മാർക്സിന്റെ രാവും പകലും ഒരുപോലെ പങ്കുവയ്ക്കപ്പെട്ടു.

ജർമൻ പൗരത്വം വിദേശത്തു സ്ഥിരമായി താമസിച്ചിരുന്ന ജർമൻകാർക്ക് നൽകുമെന്ന് അധികാരികൾ വിളംബരപ്പെടുത്തി.

ജർമൻ പൗരത്വം ലഭിക്കുന്നതിനു വേണ്ടി മാർക്സും അപേക്ഷ അയച്ചു. ഒരിക്കൽ ജർമൻ പൗരത്വം ഉപേക്ഷിച്ചതിനാൽ വീണ്ടും പൗരത്വം അനുവദിക്കുകയില്ലെന്ന് മറുപടി കിട്ടി. എന്തു കാരണം പറഞ്ഞെങ്കിലും മാർക്സിനെ രാജ്യത്തുനിന്നും പുറത്താക്കാൻ അവസരം കിട്ടിയവർക്ക് അനുകൂലമായ സാഹചര്യമൊരുങ്ങി.

ജർമനിയിലെയും അയൽനാടുകളിലെയും കലാപത്തിനുള്ള കാരണം മാർക്സിന്റെ പത്രവും ലേഖനങ്ങളുമാണ്. അവർ കരുതി.

മാർക്സിനെ ജർമനിയിൽ നിന്നും പുറത്താക്കാനുള്ള ഉത്തരവ് പുറപ്പെടുവിച്ചു. പത്രം നിരോധിച്ചു.

പാറിപ്പറക്കുന്ന ചെങ്കൊടിയുമേന്തി തൊഴിലാളികൾ സംഘനൃത്തം ചെയ്യുന്ന ചിത്രം അച്ചടിച്ച പത്രത്തിന്റെ അവസാനലക്കം പുറത്തിറങ്ങി. ആവേശത്തോടെ തൊഴിലാളികൾ പത്രം വാങ്ങി നോക്കി.

മാർക്സും എംഗൽസും ചേർന്നെഴുതിയ ലേഖനം അവർ വായിച്ചു.

"എല്ലായിടത്തും എല്ലായ്പ്പോഴും അവസാനവാക്ക് ഒന്നു മാത്രമായിരിക്കും. തൊഴിലാളിവർഗ വിമോചനം."

തൊഴിലാളികൾ ഈ വാചകങ്ങൾ സ്വന്തമാക്കി.

ഇരുപത്തിനാലു മണിക്കൂറിനകം രാജ്യം വിട്ടുപോകണമെന്നാണ് കൽപ്പന.

മാർക്സ് രാജ്യം വിട്ടുപോയേ പറ്റൂ എന്ന് അറിഞ്ഞപ്പോൾ കടക്കാർ വന്ന് പണം ആവശ്യപ്പെട്ടു തുടങ്ങി. അച്ചടിച്ച പ്രസിൽ കടമുണ്ട്. തൊഴിലാളികൾക്ക് കൂലി കൊടുക്കാനുണ്ട്. എല്ലാം കൊടുത്തുതീർത്തു.

ഒഴിഞ്ഞ വയറും കൈയുമായി മാർക്സ് വീട്ടിലെത്തി. ഒരു യാത്ര കൂടി വേണമെന്ന് ജെന്നി നിശ്ചയിച്ചു. എങ്ങോട്ടെന്നേ ഇനി നിശ്ചയിക്കാനുള്ളൂ.

ജെന്നി മാർക്സിന്റെ അടുത്തു വന്നിരുന്നു.

ഒന്നും സംസാരിച്ചില്ല. എന്നാൽ ആ കണ്ണുകൾ വാചാലങ്ങളാണ്.

"അങ്ങ് പലപ്പോഴും എന്നോട് പല കാര്യങ്ങളും പ്രേമപൂർവം പറയാറുണ്ടല്ലോ. അതൊക്കെ ഓർമയുണ്ടോ? ഞാനെന്തൊക്കെയാണ് ചിന്തിക്കുന്നതെന്ന് അങ്ങയോട് പറയുകയാണെങ്കിൽ.. ഒരുപക്ഷേ അങ്ങ് കരുതുന്നത് ഞാനെല്ലാം പറഞ്ഞെന്നായിരിക്കും. താങ്കൾക്ക് തെറ്റുപറ്റി. ഞാൻ അങ്ങയുടെ പ്രേമഭാജനമല്ലാതാവുമ്പോൾ എന്റെ മനസിലിരുപ്പെല്ലാം തുറന്നു പറയാം."

വിവാഹത്തിന് മുമ്പേ ജെന്നി എഴുതിയ പ്രേമലേഖനത്തിലെ വാചകങ്ങൾ മാർക്സ് വെറുതെ ഓർത്തു. ഒന്നും പറയുന്നില്ല. അന്നത്തേതു പോലെ ഇന്നും ജെന്നി സ്വന്തം വിചാരവികാരങ്ങൾ തനിക്കുവേണ്ടി മാറ്റി വയ്ക്കുന്നു.

"ഞാനറിയുന്നു. ജെന്നിയാണ് സ്നേഹം. സ്നേഹമാണ് ജെന്നി."

മാർക്സ് സ്വന്തം ഹൃദയത്തോടു തന്നെ സംസാരിച്ചു.

"യാത്രയ്ക്കുള്ള ഒരുക്കങ്ങളെല്ലാം ഞാനും ഹെലനും കൂടി പൂർത്തിയാക്കി. ഇനി യാത്ര പുറപ്പെടാൻ പറഞ്ഞാൽ മതി."

ജെന്നി പതുക്കെപ്പറഞ്ഞു.

മാർക്സ് മറുപടിയൊന്നും പറഞ്ഞില്ല. ജെന്നിയുടെ മുഖത്ത് വെറുതെ നോക്കിയിരുന്നു.

"എന്തേ?"

ജെന്നി ചോദിച്ചു.

"എങ്ങോട്ടെങ്കിലും പോകണം. പക്ഷേ, യാത്രാച്ചെലവിനു പണമില്ല."

മാർക്സ് പതുക്കെ പറഞ്ഞു.

കടംവീട്ടി തീർത്തു കഴിഞ്ഞപ്പോൾ പണം മുഴുവൻ തീർന്നിരിക്കാം. ഇനി കടം തന്നെ മുഴുവൻ തീർന്നുവോ? ജെന്നി സംശയിച്ചു. പക്ഷേ ചോദിച്ചില്ല.

"പണത്തിന് വഴിയുണ്ട്."

ജെന്നി എഴുന്നേറ്റ് അകത്തേക്ക് പോയി. അൽപ്പം കഴിഞ്ഞപ്പോൾ ചില വെള്ളിപ്പാത്രങ്ങളുമായി തിരിച്ചുവന്നു.

പ്രഭുകുടുംബത്തിന്റെ തിരുശേഷിപ്പുകൾ. അഭിമാനചിഹ്നങ്ങൾ.

ഹെലൻ എപ്പോഴും എടുത്ത് തുടച്ച് മിനുക്കി വയ്ക്കാറുള്ള വെള്ളിപ്പാത്രങ്ങൾ. ഒരിക്കലും വീട്ടിനകത്ത് ഉപയോഗിച്ചിട്ടില്ലാത്തവ.

"ഇതു വിൽക്കാം. യാത്രയ്ക്കുള്ള പണം കിട്ടും." ജെന്നി പറഞ്ഞു.

മാർക്സ് ജെന്നിയെത്തന്നെ നോക്കിയിരുന്നു. കാര്യശേഷിയുള്ള ഒരു വീട്ടമ്മയുടെ ഭാവമാണ് ആ മുഖത്ത് മിന്നിമറയുന്നത്.

അനുഭവങ്ങളുടെ പാഠങ്ങളിൽ നിന്നും ഒരു പ്രായോഗികവാദിയായി ജെന്നി ഏറെ പഠിച്ചിരിക്കുന്നു.

പട്ടിണിക്കാരിയായ ഒരു പ്രഭുകുമാരിക്ക് വെള്ളിപ്പാത്രങ്ങൾകൊണ്ട് ഒരു പ്രയോജനവുമില്ല എന്ന് തോന്നിത്തുടങ്ങിയിരിക്കുന്നു.

മാർക്സ് വേദനിപ്പിക്കുന്ന ഒരു നിമിഷത്തിലൂടെ കടന്നുപോയി.

ഹെലൻ അനുതാപത്തിന്റെ അലകളുയർത്തിയ ഒരു നോട്ടംകൊണ്ട് തന്റെ ദുഃഖമോ പ്രതിഷേധമോ അറിയിച്ചുകൊണ്ട് നടന്നുനീങ്ങി.

ഹെലനെ സംബന്ധിച്ചിടത്തോളം വെള്ളിപ്പാത്രങ്ങൾ ജീവിതത്തിന്റെ മുദ്രയാണ്.

മാർക്സ് ഹെലനെ ശ്രദ്ധിച്ചു. *കമ്യൂണിസ്റ്റ് മാനിഫെസ്റ്റോവിലെഴു*തിവെച്ച വരികൾ പെട്ടെന്ന് ഓർത്തുപോയി.

"ഏതൊരു സംസ്കാരത്തിന്റെ നാശത്തെ ചൊല്ലിയാണോ അയാൾ കണ്ണീർ വാർക്കുന്നത്, ആ സംസ്കാരം ബഹുഭൂരിഭാഗം ജനങ്ങളെ സംബന്ധിച്ചു വെറും യന്ത്രമായി പണിയെടുക്കാനുള്ള ഒരു പരിശീലനം മാത്രമാണ്."

ഹെലൻ അങ്ങനെ പരിശീലനം കിട്ടിയ ഒരു വ്യക്തിയാണ്.

മാർക്സിന് തത്വശാസ്ത്രവും സാമ്പത്തികശാസ്ത്രവും ജീവിതവും തമ്മിലുള്ള ബന്ധത്തെപ്പറ്റി ഓർത്തപ്പോൾ ചിരിക്കാനാണ് തോന്നിയത്. ഒരു മുഴുത്ത തമാശയായി സ്വന്തം ജീവിതംതന്നെ മാറിയിരിക്കുന്നു. സ്വയം പരിഹസിക്കുന്നതെങ്ങനെ?

ജെന്നിയെയും വെള്ളിപ്പാത്രങ്ങളെയും നോക്കി മാർക്സ് ഇരുന്നു.

"ഇതു വിൽക്കാൻ ഹെലൻ പോവില്ല. സ്വയം വിൽക്കുന്നതു പോലെയേ കരുതുകയുള്ളൂ."

ജെന്നി പറഞ്ഞു.

"ഞാൻ പോകാം."

മാർക്സ് എഴുന്നേറ്റു.

വേണ്ടെന്ന് പറയാൻ ജെന്നിക്കു കഴിയുന്നതിനു മുമ്പേ മാർക്സ് വെള്ളിപ്പാത്രങ്ങൾ അടങ്ങിയ കൂട വാങ്ങിക്കഴിഞ്ഞു.

സ്വയം ചെന്ന് വെള്ളിപ്പാത്രങ്ങൾ വിൽക്കുന്നതെങ്ങനെയെന്ന് ജെന്നിക്കും സംശയമുണ്ടായിരുന്നു. മാർക്സ് തെരുവിലേക്ക് നടന്നു പോയി.

തെരുവിൽ പാത്രക്കട കണ്ടപ്പോൾ മാർക്സ് അവിടെ കയറി. വെള്ളിപ്പാത്രങ്ങൾ എടുത്തു കൊടുത്തു. മനോഹരമായ പാത്രങ്ങൾ.

വ്യാപാരി അവയുടെ ഭംഗി ആസ്വദിച്ചു. തിരിച്ചും മറിച്ചും നോക്കി. വെള്ളിപ്പാത്രത്തിനു മുകളിൽ കൊത്തിയ മുദ്ര പരിശോധിച്ചു.

റൈനിലെ പ്രശസ്തമായ വെസ്റ്റ്ഫാലൻ കുടുംബത്തിന്റെ പേരും മുദ്രയും.

കച്ചവടക്കാരൻ സംശയത്തോടെ മാർക്സിനെ നോക്കി. മുപ്പത്തഞ്ചു വയസിലധികം പ്രായം തോന്നാത്ത യുവാവ്. പ്രഭുകുടുംബത്തിൽ പെട്ടവരാരും തങ്ങളുടെ മുദ്രയുള്ള വസ്തുക്കൾ പരസ്യമായി വിൽക്കാൻ നടക്കില്ല. അവർക്ക് അപമാനമാണത്. പിന്നെ? സംശയത്തോടെ കച്ചവടക്കാരൻ മാർക്സിനെ നോക്കി.

പ്രഭുകുടുംബത്തിൽ നിന്നും വെള്ളിപ്പാത്രങ്ങൾ മോഷ്ടിച്ചുകൊണ്ട് വന്നിരിക്കുന്നു. അയാൾ നിശ്ചയിച്ചു. രഹസ്യമായി പൊലീസിനെ അറിയിച്ചു.

കച്ചവടക്കാരൻ പാത്രം തിരിച്ചും മറിച്ചും നോക്കി. തനി വെള്ളിതന്നെയോ എന്ന് ചുരണ്ടി നോക്കി. തൂക്കം കണക്കാക്കി. സംശയം തീരാത്തതുപോലെ വീണ്ടും തൂക്കി. തുടച്ചു വൃത്തിയാക്കി.

മാർക്സ് എല്ലാം നോക്കിനിന്നു. പണം കിട്ടിയാൽ പോകാമായിരുന്നു എന്നുമാത്രം ചിന്തിച്ചു.

രണ്ടുപൊലീസുകാർ പാത്രക്കടയിലേക്ക് വന്നു. പൊലീസ് വരുന്നതു കണ്ട് തെരുവിൽ വെറുതെ നിൽക്കുകയായിരുന്ന ചിലർ കാര്യമെന്തെന്നറിയാൻ എത്തിവലിഞ്ഞു നോക്കി.

പൊലീസുകാർ മാർക്സിനെ ചോദ്യം ചെയ്യാൻ തുടങ്ങി.

"ആരാണ്?"

"എവിടെനിന്നു കിട്ടി വെസ്റ്റ് ഫാലൻ പ്രഭുവിന്റെ വെള്ളിപ്പാത്രങ്ങൾ."

ചോദ്യങ്ങൾക്കെല്ലാം മാർക്സ് ഉത്തരം പറഞ്ഞു. പൊലീസുകാർക്ക് വിശ്വാസമായില്ല. അവരുടെ സംസാരവും ചോദ്യങ്ങളും ഉച്ചത്തിലായി. കാര്യമറിയാൻ ജനങ്ങൾ കടയ്ക്ക് മുമ്പിൽ തടിച്ചുകൂടി.

സത്യം പറഞ്ഞു. ആരും വിശ്വസിക്കുന്നില്ല. വിശ്വസിപ്പിക്കേണ്ടതെങ്ങനെയെന്ന് നിശ്ചയവുമില്ല.

തെളിവും സാക്ഷികളും വേണം.

മാർക്സ് ആൾക്കൂട്ടത്തിലേക്ക് നോക്കി.

പരിചയക്കാരാരെങ്കിലുമുണ്ടോ?

ഇല്ല. ആരുമില്ല.

ഇന്ന് ശനിയാഴ്ചയാണ്. വാരാന്ത്യം തൊഴിലാളികളെല്ലാം സ്വന്തം സ്ഥലത്തേക്കോ വിനോദവിശ്രമകേന്ദ്രങ്ങളിലേക്കോ പോയിരിക്കണം.

പൊലീസുകാർക്ക് സംശയം വർധിച്ചു. അവർ മാർക്സിനെ വെള്ളിപ്പാത്രങ്ങളോടെ അറസ്റ്റുചെയ്തു കൊണ്ടുപോയി.

മാർക്സ് പൊലീസുകാരോട് തന്റെയും ജെന്നിയുടെ കുടുംബപാരമ്പര്യങ്ങളും ബന്ധവും പറഞ്ഞു. പക്ഷേ അതൊക്കെ കോടതിയിൽ തെളിയിക്കണമെന്നാണ് മറുപടി.

"കാൾ മാർക്സാണിത്. തൊഴിലാളികളുടെ യോഗത്തിൽവെച്ച് ഞാൻ കണ്ടിട്ടുണ്ട്."

ഒരു മനുഷ്യൻ മുന്നോട്ടുവന്നു പറഞ്ഞു.

പൊലീസുകാർ അയാളെ തുറിച്ചുനോക്കി. കണ്ടാലറിയാം. ദരിദ്രവാസി. കീറി മുഷിഞ്ഞ വസ്ത്രങ്ങൾ. പൊലീസുകാർ അവനെയും സംശയത്തോടെ ചോദ്യം ചെയ്തു. ആട്ടി ഓടിച്ചു.

മാർക്സ് രാത്രി മുഴുവൻ ലോക്കപ്പിൽ കിടന്നു. ആരും സഹായത്തിനെത്തിയില്ല. ആരുവന്നാലും വിട്ടുകൊടുക്കില്ലെന്ന വാശി പൊലീസുകാർക്കുമുണ്ട്.

വെള്ളിപ്പാത്രങ്ങൾ വിൽക്കാൻ പോയ മാർക്സിനെയും കാത്ത് രാത്രി മുഴുവൻ ജെന്നിയും ഹെലനും ഇരുന്നു. എന്തുപറ്റിയെന്നൊരു വിവരവുമില്ല. ജെന്നിക്ക് വേവലാതിയായി. തെരുവിലിറങ്ങി അന്വേഷിച്ചു.

അനേകം ആളുകൾ മാർക്സിനെ പൊലീസ് അറസ്റ്റുചെയ്തു കൊണ്ടുപോകുന്നതു കണ്ടിരുന്നു. അവരിൽ നിന്നും ജെന്നി കാര്യമറിഞ്ഞു.

ജെന്നിയുടെ കണ്ണുനിറഞ്ഞു.

ജാമ്യത്തിൽ എടുക്കാൻ പറ്റിയ ഒരാളും സ്ഥലത്തില്ല. ജെന്നി തന്നെ പൊലീസ് സ്റ്റേഷനിലേക്കു പോയി. സത്യം ബോധ്യപ്പെടുത്തി. മാർക്സിനെ വിട്ടയച്ചു.

ഒരു ഭാവഭേദവുമില്ലാതെ മാർക്സ് ജെന്നിയോടൊപ്പം നടന്നു. ജെന്നിയാകട്ടെ കണ്ണീരടക്കി മാർക്സിനോട് പതുക്കെ സംസാരിച്ചു. സ്നേഹസാന്ത്വനങ്ങളാൽ അവർ അന്ന് പരസ്പരം സമാധാനിപ്പിച്ചു.

8

പറിച്ചുനടുന്ന ജീവിതങ്ങൾ

അധികാരികൾ മാർക്സ് എന്തു ചെയ്യുകയാണെന്നും എന്തു പറയുകയാണെന്നും ശ്രദ്ധിച്ചുകൊണ്ടിരുന്നു. എങ്ങോട്ടും പോയില്ലെന്നറിഞ്ഞപ്പോൾ ഒറ്റുപൊലീസുകാരുടെ ശല്യമായി.

എംഗൽസ് വന്നു.

മാർക്സ് സാധാരണപോലെ സംഘടനാകാര്യങ്ങളും ദാർശനിക പ്രശ്നങ്ങളും ആവേശപൂർവം സംസാരിച്ചു. അപ്പോഴും ജെന്നിയുടെ നനഞ്ഞ കണ്ണുകൾ മനസിൽ തെളിഞ്ഞു. മാർക്സ് പെട്ടെന്ന് മൗനിയാകും.

എംഗൽസിന് മാർക്സിന്റെ വാക്കുകളുടെ സ്വരഭേദത്തിന്റെ അർഥം പോലും തിരിച്ചറിയാം. എന്തോ പ്രശ്നങ്ങളുണ്ടെന്ന് ഊഹിച്ചു.

യാത്രയ്ക്കുവേണ്ട പണമുണ്ടാക്കാൻ വെള്ളിപ്പാത്രങ്ങൾ വിൽക്കാൻ പോയതും ഒരുദിവസം തടവിൽ കിടന്നതും മാർക്സ് പറഞ്ഞു.

'പൊലീസുകാർ ബോധപൂർവം മാർക്സിനെ അപമാനിക്കാൻ വേണ്ടി ചെയ്തതാണോ.'

എംഗൽസ് സംശയിച്ചു. പക്ഷേ ഒന്നും പറഞ്ഞില്ല.

മാർക്സുമായി ഭാവിപരിപാടികൾ സംസാരിച്ചു. ധാരാളം കാര്യങ്ങൾ ചെയ്യേണ്ടതുണ്ട്. ഒരു യാത്ര എന്തായാലും നല്ലതാണ്.

"നമുക്ക് തൽക്കാലം ഫ്രാങ്ക് ഫർട്ടിലേക്ക് പോകാം."

എംഗൽസ് അഭിപ്രായപ്പെട്ടു.

"ജെന്നിയും കുട്ടികളും."

മാർക്സ് ചോദിച്ചു.

ഏതു ദുരിതത്തിലും ആശ്വാസം നൽകുന്നത് ജെന്നിയുടെയും മക്ക

ളുടെയും സാന്നിധ്യമാണ്. അവരെ സുരക്ഷിതരായി താമസിപ്പിക്കാനുള്ള സൗകര്യം ഏർപ്പെടുത്തിയതിന് ശേഷമേ മാർക്സ് ഓരോ യാത്രയും നടത്തിയിട്ടുള്ളു. മാർക്സ് ഒന്നും പറഞ്ഞില്ല. എന്നാൽ എംഗൽസ് ആ മനസ്സ് വായിച്ചു.

"അവർക്ക് താമസിക്കാൻ നല്ല ഒരിടമുണ്ട് ബിൻഗെനിൽ. വേണ്ട സൗകര്യങ്ങൾ ചെയ്യാം."

എംഗൽസ് പറഞ്ഞാൽ ഒട്ടും സംശയിക്കേണ്ടതില്ല. മാർക്സിനറിയാം. കൂടെ പിറന്നതല്ലെങ്കിലും ജെന്നിയെ സ്വന്തം സഹോദരിയായിട്ടാണ് എംഗൽസ് കാണുന്നത്. ഒരു സഹോദരനോടെന്നതുപോലെയാണ് ജെന്നിയും പെരുമാറുന്നത്.

മാർക്സ് ജെന്നിയെയും കുട്ടികളെയും ഹെലനെയും ബിൻഗെനിൽ കൊണ്ടുപോയി. അവിടെ വേണ്ട സൗകര്യമെല്ലാം ഏർപ്പെടുത്തിയത് എംഗൽസും കൂടിയാണ്.

സുരക്ഷിതമായ ഒരിടം. മാർക്സിന് ആശ്വാസമായി. എല്ലാക്കാര്യങ്ങളും നോക്കാൻ ഹെലനുണ്ട്. എങ്കിലും കുടുംബത്തെ പിരിഞ്ഞിരിക്കാൻ അൽപ്പം പ്രയാസം തോന്നി. ജെന്നിക്കും വിഷമമുണ്ട്.

മാർക്സും എംഗൽസും ഫ്രാങ്ക് ഫർട്ടിലേക്ക് പോയി. വിവിധ സ്ഥലങ്ങളിൽ തൊഴിലാളിയോഗങ്ങളിൽ പ്രസംഗിച്ചു. സംഘടനാപരമായ കാര്യങ്ങളിൽ ചർച്ച നടത്തി.

ഒരുദിവസം മാർക്സും എംഗൽസും ബിൻഗെനിലേക്ക് മടങ്ങി. വഴിയിൽവെച്ച് പൊലീസ് രണ്ടുപേരെയും അറസ്റ്റുചെയ്തു. ഫ്രാങ്ക് ഫർട്ടിൽ ജയിലിലടച്ചു. ദിവസങ്ങൾക്ക് ശേഷം മോചിപ്പിച്ചു.

എംഗൽസ് മാർക്സിനോടൊപ്പം ബിൻഗെനിലെത്തി. കുടുംബത്തോടൊപ്പം ചേർന്നപ്പോൾ മാർക്സിനു സന്തോഷമായി.

എംഗൽസ് ജർമനിയിൽ രൂപീകരിച്ചിരുന്ന രഹസ്യവിപ്ലവസൈന്യത്തിൽ ചേരുന്നതിന് നിശ്ചയിച്ചു. മാർക്സിന് പാരീസിൽ താമസിക്കാനുള്ള സൗകര്യങ്ങളെപ്പറ്റി അന്വേഷിച്ച് ഉറപ്പുവരുത്തി.

എംഗൽസ് സൈന്യത്തിൽ ചേർന്ന് മുമ്പെ പ്രവർത്തിച്ചിട്ടുണ്ട്. ആ പരിചയം വിപ്ലവസേനയ്ക്ക് പ്രയോജനപ്പെടും. മാർക്സ് കരുതി.

ചിന്തിക്കുകയും എഴുതുകയും സാമ്പത്തിക ശാസ്ത്രത്തിൽ പുതിയ കണ്ടെത്തലുകൾ നടത്തുകയും ചെയ്യേണ്ട മാർക്സിന് സൈനികസേവനം ശരിയാവുകയില്ല. എംഗൽസ് തീരുമാനിച്ചു. പാരീസിലെ ജീവിതം തന്നെ നല്ലത്.

എംഗൽസ് പുതിയ കർമരംഗത്തേക്ക് പോയി. വിശ്രമത്തെപ്പറ്റി ആലോചിക്കാൻ പോലും സമയമില്ല.

മാർക്സും ജെന്നിയും പാരീസിലേക്ക് പോകാനുള്ള ഒരുക്കങ്ങൾ പൂർത്തിയാക്കി.

ഹെലന് സങ്കടം തോന്നി.

ഒരിടത്തും വേരുപിടിപ്പിക്കാനാവാത്ത ഒരു ചെടിപോലെ — എല്ലായ്പ്പോഴും പറിച്ചുനട്ടുകൊണ്ടിരിക്കുന്നു.

"സ്വസ്ഥതയില്ലാത്ത ജീവിതം."

ഹെലൻ പിറുപിറുത്തു.

ജെന്നിയുടെ മുഖം കാണുമ്പോൾ എല്ലാ കോപവും അവസാനിക്കും. പ്രഭുകുടുംബത്തിലെല്ലാവരും ജെന്നിയെ ഓമനയായിട്ടാണ് വളർത്തിയത്.

ഹെലൻ ഓർത്തു. ജെന്നിയുടെ സന്തോഷമാണ് എല്ലാവരും ആഗ്രഹിച്ചത്. ഇന്നാകട്ടെ ആരുമൊന്നുമറിയുന്നില്ല. ആരെയും അറിയിക്കുന്നുമില്ല. ജെന്നിയുടെ സഹോദരനെന്ന് പറയാൻ ഒരാളുണ്ട്. ഫെർഡിനാൻഡ് പ്രഭു. ഇപ്പോൾ ജർമൻ പ്രഭുസഭയിൽ ഏതോ പദവിയിലാണത്രേ. പക്ഷേ എന്തു കാര്യം? ഹെലൻ സ്വപ്നലോകത്തായി.

അടുത്ത ദിവസം മാർക്സും കുടുംബവും പാരീസിലേക്ക് പുറപ്പെട്ടു. "തീരാത്ത യാത്രകൾ, ദുരിതങ്ങൾ."

ഹെലൻ മനസിലോർത്തു. ജെന്നിയെ ഒളികണ്ണിട്ടു നോക്കി.

ഒരു ഭാവഭേദവുമില്ല. ഭർത്താവിനൊപ്പം കുഞ്ഞിനെയും എടുത്ത് പുറപ്പെടുമ്പോൾ സന്തോഷമായിരുന്നു ആ മുഖത്ത്.

ഹെലൻ മനസിൽ പറഞ്ഞു.'ജെന്നിയുടെ സന്തോഷം തന്നെ തന്റെയും സന്തോഷം.'

വണ്ടിയുടെ കിലുക്കത്തിൽ മടിയിൽ കിടക്കുകയായിരുന്ന കുഞ്ഞ് ഉണർന്ന് കരഞ്ഞപ്പോൾ ഹെലൻ അതിനെ നെഞ്ചോട് ചേർത്ത് താലോലിച്ചു.

"എന്റെ കൊച്ചു ജെന്നി."

കുഞ്ഞിന്റെ ചെവിയിൽ പറഞ്ഞു.

പാരീസിൽ മാർക്സ് എത്തി. കുടുംബത്തെ താമസിപ്പിക്കാനുള്ള സൗകര്യങ്ങൾ കണ്ടെത്തി. അപ്പോഴേക്കും പൊലീസുകാർ മാർക്സിനെ തേടിവന്നു കാര്യങ്ങൾ അന്വേഷിച്ച് തിരിച്ചുപോയി.

ഫ്രാൻസിലെ ഭരണം മാറിയിരിക്കുന്നു. വിപ്ലവത്തിനെതിരായി ചിന്തിക്കുന്നവരാണ് ഭരണത്തിലുള്ളത്. തൊഴിലാളികളും ഭയപ്പെടുന്നുണ്ട്.

മാർക്സ് പാരീസിലെത്തിയതറിഞ്ഞ് പഴയ സുഹൃത്തുക്കൾ പലരും വന്നു. രഹസ്യമായി നടക്കുന്ന ജനാധിപത്യ സോഷ്യലിസ്റ്റ് പ്രസ്ഥാനത്തിന്റെ വിവരങ്ങൾ ധരിപ്പിച്ചു.

വീണ്ടും ഒരു പ്രക്ഷോഭത്തിന്റെ അന്തരീക്ഷം ഒരുക്കുകയാണ്. വിപ്ലവത്തെപ്പറ്റി തന്റെ വീക്ഷണവും നിഗമനവും നിശ്ചയവും മാർക്സ് ഒരു ലേഖനത്തിലൂടെ തൊഴിലാളികൾക്കിടയിലെത്തിച്ചു. എന്നാൽ നേതൃത്വത്തിലുള്ളവർ ഒരു കേവലപ്രകടനം മതി ഇപ്പോഴെന്ന് നിശ്ചയിച്ചു.

സമാധാനപരമായ പ്രകടനം.

പൊലീസ് രംഗത്തെത്തി പ്രകടനക്കാരെ ബലംപ്രയോഗിച്ച് പിരി

ച്ചുവിട്ടു. പലരും മർദനമേറ്റ് അവശരായി. പാരീസിൽ ഉപരോധം പ്രഖ്യാപിച്ചു. തൊഴിലാളികളെയും സാധാരണക്കാരെയും അറസ്റ്റ് ചെയ്തു. ഭീകരമായി മർദിച്ചു.

"കാൾ മാർക്സ് പാരീസിലെത്തിയതിന്റെ ഫലമാണിത്." അധികാരികൾ പറഞ്ഞു.

"മാർക്സിനെ പാരീസിൽ താമസിക്കാൻ അനുവദിക്കരുത്."

അധികാരികൾ നിശ്ചയിച്ചു.

നഗരത്തിൽ നിന്നും വളരെ അകലെ ബ്രിട്ടന്റെ അധീനതയിലുള്ള ഒരു ചതുപ്പ് പ്രദേശത്തേക്ക് താമസം മാറ്റണമെന്ന് ഉത്തരവ് പുറപ്പെടുവിപ്പിച്ചു.

പൊലീസ് ഉത്തരവ് കൈയിൽ കിട്ടിയപ്പോൾ പലരും അതൊരു നല്ല സ്ഥലമല്ല എന്നു മാർക്സിനെ അറിയിച്ചു.

"അങ്ങോട്ട് പോയവരാരും തിരിച്ചുവരാറില്ല."

അവർ പറഞ്ഞു.

"അപായപ്പെടുത്തി എന്നെന്നേക്കുമായി ഇല്ലാതാക്കേണ്ടവരെയാണ് ചതുപ്പിലേക്ക് അയക്കുക."

പലരും അറിഞ്ഞ കഥകൾ മാർക്സിനോട് പറഞ്ഞു.

മാർക്സ് ആഭ്യന്തരമന്ത്രിക്ക് ഒരു പ്രതിഷേധക്കത്ത് നൽകി. കൽപ്പന പിൻവലിക്കണമെന്ന് ആവശ്യപ്പെട്ടു. മാർക്സിനെതിരെയുള്ള ഉത്തരവ് ചർച്ചാവിഷയമായി. താമസം മാറണമെന്ന കൽപ്പന പിൻവലിക്കപ്പെട്ടു.

തൊഴിലാളികളുടെ വിപ്ലവപ്രവർത്തനങ്ങൾക്ക് മാർക്സിന്റെ സാന്നിധ്യം കരുത്തുനൽകി. അധികാരികൾ മാർക്സിനെ പാരീസിൽ നിന്നും നാടുകടത്താൻ തന്നെ അവസാനം തീരുമാനിച്ചു. "കാൾ മാർക്സും ഭാര്യയും ഇരുപത്തിനാലു മണിക്കൂറിനകം പാരീസ് വിട്ടുപോകണം."

അന്ത്യശാസനം. ഒരു ദിവസത്തെ സൗജന്യം. ഒന്നുകിൽ ചതുപ്പ് പ്രദേശത്തേക്ക് പോകണം. അല്ലെങ്കിൽ പാരീസിൽ നിന്നും എങ്ങോട്ടെങ്കിലും പോകാം. ഇതാണ് കൽപ്പനയുടെ സാരം.

എല്ലാ വിവരങ്ങളും എംഗൽസിനെ അറിയിച്ചുകൊണ്ടിരുന്നു. പുതിയ ഉത്തരവിനെപ്പറ്റി സ്വിറ്റ്സർലണ്ടിലായിരുന്ന എംഗൽസിന് മാർക്സ് എഴുതി.

"ലണ്ടനിലേക്ക് പോകാനാണ് ഉദ്ദേശിക്കുന്നത്. ലണ്ടനിൽ നമുക്ക് പലതും ചെയ്യാനുണ്ട്."

ലണ്ടനിൽ നിന്നും ഒരു പത്രം പുറത്തിറക്കണമെന്ന് മാർക്സ് ആഗ്രഹിച്ചു. എംഗൽസ് അവിടെ ഉണ്ടെങ്കിൽ എല്ലാം എളുപ്പമാകും.

ജെന്നി യാത്രയെപ്പറ്റി ചിന്തിച്ചു. ഗർഭിണിയായ തനിക്ക് ഒരു ദീർഘയാത്ര സാധ്യമല്ലെന്ന് ജെന്നിക്കറിയാം. ഹെലനും യാത്ര വേണ്ടെന്ന് വയ്ക്കാൻ നിർബന്ധിച്ചു. മാത്രമല്ല ഒരു യാത്ര ധാരാളം പണച്ചെലവുള്ള കാര്യമാണ്. പണവും തീരെയില്ല.

മാർക്സ് മാത്രം ഇപ്പോൾ അധികാരികളുടെ ഉത്തരവ് അനുസരിച്ചാൽ മതിയെന്ന് നിശ്ചയിച്ചു. ജെന്നിയും കുട്ടികളും തൽക്കാലം പാരീസിൽ തന്നെ താമസിക്കട്ടെ. പക്ഷേ അതിന് അധികാരികളിൽ നിന്നും സമ്മതം വാങ്ങണം.

ജെന്നി അപേക്ഷ സമർപ്പിച്ചു.

പ്രസവം കഴിയുന്നതുവരെയെങ്കിലും യാത്ര ഒഴിവാക്കണം എന്ന് സൂചിപ്പിച്ചു. പക്ഷേ പതിനഞ്ച് ദിവസത്തെ ഇടവേള മാത്രം അനുവദിച്ചു. അതുകഴിഞ്ഞാൽ പാരീസിൽ നിന്ന് ജെന്നിയും കുട്ടികളും പോയ്ക്കൊള്ളണം.

മാർക്സ് ജെന്നിയെയും മക്കളെയും പാരീസിൽ നിർത്തി തനിച്ച് ലണ്ടനിലേക്ക് പോയി.

ജീവിതത്തിലെ ഏറ്റവും വിഷമം പിടിച്ച ദിവസങ്ങൾ. കൈയിൽ പണമില്ല. എല്ലാ പ്രശ്നങ്ങൾക്കും ജെന്നി ഒരു സമാശ്വാസമായിരിക്കുന്നു. ജെന്നിയുടെ ഇടപെടൽ എല്ലാ വിഷമങ്ങൾക്കും ശരിയായ ഒരു പരിഹാരം നിർദേശിക്കും. ജെന്നിയും അടുത്തില്ല.

ജെന്നിയാകട്ടെ മാർക്സില്ലാത്തതിന്റെ പ്രയാസത്തെപ്പറ്റി ചിന്തിച്ചു. അടുത്തുണ്ടായിരുന്നെങ്കിൽ പ്രായോഗികമായ നിർദേശങ്ങൾ നൽകും. ഹൃദയം തുറന്ന് സംസാരിക്കാൻ പോലും ഒരാൾ അടുത്തില്ല.

ഹെലൻ സ്വന്തം സ്വപ്നങ്ങളും ദുർവിധിയും തമ്മിലുള്ള മത്സരത്തെപ്പറ്റി ഓർത്തു നെടുവീർപ്പിട്ടു. കുഞ്ഞുങ്ങളെ വാത്സല്യത്തോടെ പരിചരിച്ചു.

ലണ്ടനിൽ മാർക്സിന്റെ പഴയ സുഹൃത്തുക്കൾ പലരുമില്ല. ഉള്ളവർ പലരും പഴയ ചിന്താഗതിക്കാരല്ല. സഹായം കിട്ടുമെന്ന് പ്രതീക്ഷിച്ചകേന്ദ്രങ്ങളിൽ നിന്നും അതുണ്ടായില്ല.

മാർക്സ് നിരാശനായില്ല. ദുഃഖിച്ചില്ല.

ഒരു വിപ്ലവകാരിയാണ് താനെന്ന് മാർക്സിന് ഉത്തമവിശ്വാസമുണ്ടായിരുന്നു. ദുരന്തങ്ങൾ വിപ്ലവത്തിന്റെ അനുഭവപാഠങ്ങളായി വ്യക്തികൾ സ്വീകരിക്കണം.

വിപ്ലവം സുഖം തേടിയുള്ള യാത്രയല്ല.

മാർക്സ് സുഹൃത്തിന് എഴുതി.

"യഥാർഥത്തിൽ ശക്തരായിട്ടുള്ള ആളുകൾ വിപ്ലവത്തിന്റെ പാതയിലേക്ക് പ്രവേശിച്ചു കഴിഞ്ഞാൽ പിന്നീട് പരാജയങ്ങളിൽ നിന്നുപോലും പുതുവീര്യമാർജിക്കുന്നു. ചരിത്രത്തിന്റെ നീരൊഴുക്കിൽ കൂടുതൽ കൂടുതൽ നീന്തുന്തോറും കൂടുതൽ ദൃഢചിത്തരായിത്തീരുന്നു. ഇത് എല്ലായ്പ്പോഴും എനിക്ക് ബോധ്യമായിട്ടുണ്ട്."

ലക്ഷ്യം അകലെയാണ്. അവിടെയെത്താൻ ഏറെ ത്യാഗങ്ങൾ സഹിക്കണം. മാർക്സ് ഭാവിയെപ്പറ്റി ചിന്തിച്ചു.

ഒരു വീടു കണ്ടുപിടിക്കണം. ജെന്നിയും കുട്ടികളും വരുമ്പോഴേക്കും

അതു ശരിയാവണം. പക്ഷേ ഒന്നും ശരിയാവുന്നില്ല. പ്രതീക്ഷകളെല്ലാം പാഴിലാവുകയാണ്. ലണ്ടനിലെ തെരുവുകൾ തോറും വീടന്വേഷിച്ചു നടന്നു. ലണ്ടൻ നഗരത്തിൽ ആൻഡേഴ്സൺ തെരുവിൽ നാലാം നമ്പർ വീട് വാടകയ്ക്ക് കിട്ടി.

ജെന്നിക്ക് എഴുതി. ലണ്ടനിലേക്ക് വരാൻ ആവശ്യപ്പെട്ടു. ജെന്നിയുടെ മറുപടി വന്നു.

"പ്രിയപ്പെട്ട കാൾ, ഞാൻ അടുത്തില്ലാത്തതുകൊണ്ട് അങ്ങയ്ക്ക് വിരഹദുഃഖമുണ്ടോ എന്നറിഞ്ഞാൽ കൊള്ളാം. ഞാൻ അങ്ങയുടെ കൂടെത്തന്നെ ഉണ്ടായിരിക്കണമെന്ന് അങ്ങു പറയുന്നത് കേൾക്കാൻ ഞാൻ കാതോർത്തിരിക്കുകയാണ്."

നിറയെ എഴുതിയിട്ടുണ്ട്. ഓരോ വാക്കിലും ജെന്നിയും സ്നേഹവും നിഷ്കളങ്കതയും തുളുമ്പി നിൽക്കുന്നു.

"എന്റെ ഹൃദയം നിനക്കു വേണ്ടി തുടിക്കുന്നു.
എന്റെ നാഡികൾ നിനക്കു വേണ്ടി മിടിക്കുന്നു."

പഴയ കവിതയിലെ വരികൾ അലകൾപോലെ ഹൃദയത്തിൽ ഇളകിത്തെന്നി.

"ദൂരെയിരുന്ന് നിന്നെക്കുറിച്ചോർക്കുകിൽ
ദുഃഖവും മധുരമായ് മാറും സ്നേഹാർദ്രമായ്."

ജെന്നിയുടെ സംസാരിക്കുന്ന മിഴികളും സ്നേഹഭാവങ്ങളും മനസിൽ തെളിഞ്ഞു. ഒപ്പം കുഞ്ഞുങ്ങളുടെ മുഖങ്ങളും.

എല്ലാവരെയും കാണാൻ മാർക്സിന്റെ ഹൃദയം വെമ്പി. ഗർഭിണിയായ ജെന്നി പാരീസിലേക്ക് യാത്ര ചെയ്യേണ്ടി വന്നതോർത്തപ്പോൾ വിഷമമായി.

പാരീസിൽ നിന്നും ജെന്നിയും ഹെലനും കുട്ടികളുമായി പുറപ്പെട്ടു. വളരെ വിഷമിച്ച് അവസാനം ലണ്ടനിലെത്തി.

ജെന്നി ആശ്വസിച്ചു. കാളിന്റെ അടുത്തെത്തിയല്ലോ. ഇനി പ്രഷ്യൻ ചാരന്മാരെയും പൊലീസിനെയും ഭയക്കേണ്ടല്ലോ.

മാർക്സിന് സമാധാനിക്കാൻ കഴിഞ്ഞില്ല. നിത്യചെലവിനുള്ള പണം കൈയിലില്ല. ഉണ്ടായിരുന്നത് വാടകയായി മുൻകൂർ കൊടുത്തു കഴിഞ്ഞു. എന്നിട്ടും ഉടമയുടെ മുഖം തെളിഞ്ഞില്ല. എംഗൽസ് സ്ഥലത്തില്ല. സഹായം ചോദിക്കാവുന്ന പരിചയക്കാരും ഇല്ല.

ലണ്ടനിലെ വീടും പരിസരവും ഹെലന് ഇഷ്ടപ്പെട്ടില്ല. മനുഷ്യരെ കാണാം. എന്നാൽ ആരും ആരോടും അത്രയും അടുക്കുന്നില്ല. റൈൻ നദിക്കരയിലെ പഴയ ജീവിതം ഇനിയൊരിക്കലും തിരിച്ചു കിട്ടില്ല. അതോർത്തപ്പോൾ അൽപ്പം വിഷമം തോന്നി.

ജെന്നി ഒരു മകനുകൂടി ജന്മം നൽകി. മാർക്സിന്റെ അച്ഛന്റെ പേര് അവന് നൽകി. ഹൈൻറിച് മാർക്സ്. ദിവസങ്ങൾ ദുരിതപൂർണമായി കടന്നുപോയി. പണമില്ല. വരുമാനവുമില്ല. പഴയ സാധനങ്ങളിൽ പലതും

വിറ്റു വീട്ടുചെലവുകൾ നടത്തി; ഹെലൻ എല്ലാ കാര്യങ്ങളും നിർവഹിച്ചു. മാർക്സിന് സർവകലാശാലാ ബിരുദമുണ്ട്. അധ്യാപകജോലി കിട്ടാൻ പ്രയാസമുണ്ടാവില്ല. ജെന്നിയും കരുതി. പക്ഷേ കാൾ മാർക്സിനെ ആർക്കും വേണ്ട. *കമ്യൂണിസ്റ്റ് മാനിഫെസ്റ്റോ*വിന്റെ പേര് അവരൊക്കെ കേട്ടിരിക്കുന്നു. വലുതും ചെറുതുമായി ധാരാളം ലേഖനങ്ങൾ ഉണ്ട്. തത്വചിന്തയെയും സാമ്പത്തികശാസ്ത്രത്തെയും പറ്റിയുള്ളത്. അവ പുസ്തകമായി അച്ചടിച്ചു പുറത്തിറക്കിയാൽ നന്നായിരുന്നു.

മാർക്സ് ലണ്ടനിലെ പുസ്തകപ്രസാധകരെ സമീപിച്ചു. ആർക്കും അതൊന്നും വേണ്ട.

മറ്റെന്തെങ്കിലും ജോലി ലഭിക്കുമോ എന്നന്വേഷിച്ചു പല ദിവസങ്ങളും നടന്നു. ചെറിയ ഗുമസ്തപ്പണി, കണക്കെഴുത്ത് അങ്ങനെയെന്തെങ്കിലും ഒരു ജോലി. കാൾ മാർക്സ് എന്ന വ്യക്തിയെ ആർക്കും വേണ്ടാ.

മാർക്സ് ലണ്ടനിലെ ഗ്രന്ഥാലയത്തിൽ നിന്നും മനുഷ്യവംശത്തിന്റെ കഴിഞ്ഞകാല സാമൂഹ്യവ്യവസ്ഥകളെപ്പറ്റിയുള്ള ഗ്രന്ഥങ്ങൾ തേടിപ്പിടിച്ച് വായിച്ചു.

കൈച്ചങ്ങലകൾ മാത്രം നഷ്ടപ്പെടാനുള്ളവരുടെ ചരിത്രമന്വേഷിച്ചു.

9

ബഹിഷ്കൃതരുടെ ദിവസം

ജർമനിയിൽ നിന്നും ലണ്ടനിലെത്തി ജോലി ചെയ്യുന്നവർ ഒരു സംഘടനയുണ്ടാക്കിയിരുന്നു. ജർമൻ തൊഴിലാളി വിദ്യഭ്യാസ സമാജം. മാർക്സ് അതിൽ അംഗത്വമെടുത്തു. കമ്യൂണിസ്റ്റ് ലീഗ് പുനഃസംഘടിപ്പിച്ചു. *കമ്യൂണിസ്റ്റ് മാനിഫെസ്റ്റോ*വിലെ ആശയങ്ങൾ വിശദീകരിച്ചുകൊണ്ട് ചെറുയോഗങ്ങളിൽ പ്രസംഗിച്ചു.

സാമ്പത്തികശാസ്ത്രത്തെപ്പറ്റി താത്വികമായി പ്രഭാഷണം നടത്തുന്ന ദിവസങ്ങളിൽ ശരിയായ രീതിയിൽ ഭക്ഷണം കഴിച്ചിരുന്നില്ല. ഇതേപ്പറ്റിയോർത്ത് മാർക്സ് സ്വയം ചിരിച്ചു. വീട്ടിലെ കാര്യവും പ്രയാസത്തിലാണ്.

ജെന്നിയെക്കുറിച്ചോർത്തപ്പോൾ വിഷമം തോന്നി. പ്രസവം കഴിഞ്ഞ് മാസങ്ങളേ ആയിട്ടുള്ളു. വേണ്ട രീതിയിൽ ഭക്ഷണം കൊടുക്കാൻ കഴിയാത്തതിന്റെ ദുരിതങ്ങളെപ്പറ്റിയേ ഹെലന് പറയാനുള്ളു.

കുഞ്ഞിന് മുലപ്പാൽകൊടുക്കാനില്ലെന്നാണ് ജെന്നി പറഞ്ഞത്. ജെന്നിയുടെ ആരോഗ്യവും ക്ഷയിച്ചിരിക്കുന്നു.

മാർക്സിന്റെ പ്രസംഗങ്ങൾ തൊഴിലാളികൾ ആവേശപൂർവം കേട്ടിരിക്കും. പറയുന്ന ഓരോവാക്കും കേൾവിക്കാരുടെ ഹൃദയത്തിൽ പതിഞ്ഞുകിടക്കും.

"ആധുനിക ബൂർഷ്വാ സ്വകാര്യത്തെപ്പറ്റിയാണോ നിങ്ങൾ പറയുന്നത്?

കൂലിവേലത്തൊഴിലാളികൾക്ക് വല്ല സ്വത്തും ഉണ്ടാക്കിക്കൊടുക്കുന്നുണ്ടോ?

ഇല്ല, ഒട്ടുമില്ല.

അതുണ്ടാക്കുന്നത് മൂലധനമാണ്. കൂലിവേലയെ ചൂഷണം ചെയ്യുന്നതും ചൂഷണം ചെയ്യാൻ അധികമധികം കൂലിവേലക്കാരെ കിട്ടിയാൽ മാത്രം വർധിക്കുന്നതുമായ ഒരുതരം സ്വത്താണത്. മൂലധനവും കൂലിവേലയും തമ്മിലുള്ള വൈരുധ്യത്തെ ആശ്രയിച്ചാണ് ഇന്നത്തെ രൂപത്തിലുള്ള സ്വത്ത് നിലനിൽക്കുന്നത്. നമുക്ക് ഈ വൈരുധ്യത്തിന്റെ ഇരുവശവും ഒന്ന് പരിശോധിച്ചു നോക്കാം.

"ഒരു മുതലാളിയാവുകയെന്ന് വെച്ചാൽ ഉൽപ്പാദനത്തിൽ മാത്രമല്ല, സാമൂഹ്യമായിട്ടുകൂടി ഒരു പദവിയുണ്ടാവുകയെന്നാണർഥം."

മൂലധനമെന്നത് ഒരു സാമൂഹ്യസൃഷ്ടിയാണ്. വളരെപ്പേർ ആലോചിച്ചു പ്രവർത്തിച്ചാൽ മാത്രം പോരാ, സമൂഹാംഗങ്ങളെല്ലാം ഒത്തുചേർന്നു പ്രവർത്തിച്ചാൽ മാത്രമേ അതിനെ പ്രവർത്തിപ്പിക്കാൻ സാധിക്കൂ."

അപ്പോൾ മൂലധനമെന്നത് ഒരു വ്യക്തിപരമായ ശക്തിയല്ല, സാമൂഹ്യശക്തിയാണ്."

മാർക്സ് പ്രസംഗിക്കുമ്പോൾ തൊഴിലാളികൾ പരസ്പരം പറഞ്ഞു.

"തെളിഞ്ഞ ഭാഷ, ലളിതമായ ഭാഷ."

"അതെ തെളിഞ്ഞ ഭാഷ തെളിഞ്ഞ ചിന്തയുടെ ഫലമാണ്."

തൊഴിലാളികൾ ചെവികൂർപ്പിച്ചിരിക്കുകയാണ്. തങ്ങളുടെ അധ്വാനം മുതലാളിയുടെ സ്വത്തായിത്തീരുന്നതിന്റെ രഹസ്യമെന്താണെന്ന് അവരറിയുകയാണ്. അവരുടെ കണ്ണുകളിലെ പ്രകാശവും മുഖത്ത് തെളിയുന്ന പുതിയ ബോധത്തിന്റെ സന്തോഷവും മാർക്സ് തിരിച്ചറിഞ്ഞു.

വിശപ്പ് തോന്നുന്നുണ്ട്. സാരമില്ല. ജെന്നിക്കും കുട്ടികൾക്കും ഹെലൻ എന്തെങ്കിലും കൊടുത്തിരിക്കും. മാർക്സ് വീടിനെപ്പറ്റി ഒരു നിമിഷം ഓർത്തു.

റൊട്ടിക്കാരൻ വന്നുപോയിരിക്കണം. സാധാരണ ഈ സമയത്തിനുള്ളിൽ എത്താറുണ്ട്.

മാർക്സിന്റെ മൗനത്തെ ചിന്തയുടെ ലോകത്തേക്കുള്ള പ്രയാണമെന്ന് ചിലർ സങ്കൽപ്പിച്ചു. കേൾവിക്കാരിൽ ചിലർ വിശപ്പു മറന്നിരിക്കുകയാണ്.

ക്ഷീണിച്ചു തളർന്ന അവരുടെ ശരീരം മാർക്സ് കണ്ടു. എങ്കിലും അവർ തന്റെ വാക്കുകൾക്കുവേണ്ടി കാത്തിരിക്കുകയാണ്.

മാർക്സ് പ്രസംഗം തുടർന്നു:

"സാമൂഹ്യശക്തിയായ മൂലധനം പൊതുസ്വത്താക്കി മാറ്റുമ്പോൾ, സമൂഹത്തിലെ ഏവരുടെയും സ്വത്താക്കി മാറ്റുമ്പോൾ, വ്യക്തിപരമായ സ്വത്ത് സമുദായത്തിന്റെ സ്വത്തായി മാറുന്നില്ല.

നെറ്റിയിലെ വിയർപ്പുകൊണ്ട് കൈവേലക്കാരനും ചെറുകിടകർഷകനും സമ്പാദിക്കുന്ന സ്വത്ത് നശിപ്പിക്കേണ്ട കാര്യമേയില്ല.

സ്വപ്രയത്നം കൊണ്ട് സ്വന്തമായി സ്വത്തു സമ്പാദിക്കാനുള്ള അവകാശം, വ്യക്തിസ്വാതന്ത്ര്യത്തിന്റെയും പ്രവർത്തനങ്ങളുടെയും സ്വാശ്ര

യത്വത്തിന്റെയും അടിത്തറയാണ് ഈ സ്വത്തെന്നാണ് അവകാശപ്പെടുന്നത്. അത് നശിപ്പിക്കാൻ ആഗ്രഹിക്കുന്നില്ല.''

സ്വകാര്യസ്വത്ത് എന്നുപറഞ്ഞ് ഒന്നും പാടില്ലെന്നും എല്ലാം പൊതുസ്വത്താക്കി മാറ്റും എന്നുമാണ് പലരും പറഞ്ഞത്. അത് തെറ്റാണെന്ന് മാർക്സ് പറഞ്ഞതുകേട്ടപ്പോൾ തൊഴിലാളികളുടെ മുഖം തെളിഞ്ഞു. സംശയങ്ങൾ മാറി.

അവർ തങ്ങളുടെ പരിതാപകരമായ അവസ്ഥയിലും സ്വകാര്യമായി സൂക്ഷിച്ച മുതലുകളെപ്പറ്റിയും സ്വകാര്യസ്വത്തിനെപ്പറ്റിയും ഓർത്തു.

വാടക കൊടുക്കാൻ ബാക്കിയാണ്. മാത്രമല്ല, രണ്ടുമാസമായി വാടക വർധിപ്പിച്ചിട്ടുണ്ടെന്നാണ് ഉടമസ്ഥ പറഞ്ഞത്. ലണ്ടനിൽ ദിവസംതോറും വാടക കൂട്ടിക്കൊണ്ടിരിക്കുകയാണ്. വിവിധപ്രദേശങ്ങളിൽ നിന്നും ലണ്ടനിൽ കുടിയേറിപ്പാർക്കാനെത്തുന്നവർക്ക് താമസിക്കാൻ വീട് കിട്ടാനില്ല. പഴയ വാടകക്കാരെ ഒഴിപ്പിച്ചു വർധിച്ച വാടകവാങ്ങി പുതിയ താമസക്കാർക്ക് നൽകുന്നു. മാർക്സ് ചിന്തിച്ചത്, വീട്ടുവാടക കൊടുക്കുന്നതിനെപ്പറ്റിയാണ്.

പ്രസംഗം തുടരാനുള്ള സൂചനകളാണ് തൊഴിലാളികൾക്കിടയിൽ നിന്നും ഉയരുന്നത്. അനുഭാവപൂർവമായ ഒരു നോട്ടം, ഒരു കൈ ആംഗ്യം, പറഞ്ഞതെല്ലാം ശരിയാണെന്നുള്ള തലകുലുക്കൽ മാർക്സ് പ്രസംഗം തുടർന്നു;

''ഇനി കൂലിവേലയുടെ കാര്യമെടുക്കാം.

കൂലിവേലയുടെ ശരാശരി വില ഏറ്റവും ചുരുങ്ങിയ കൂലിയാണ്. അതായത് ഒരു തൊഴിലാളിയെ നിലയ്ക്ക് നിർത്താൻ ആവശ്യമായ ഏറ്റവും ചുരുങ്ങിയ ഉപജീവനാംശമാണ്.

അപ്പോൾ ഒരു കൂലിവേലക്കാരൻ തന്റെ വേലകൊണ്ട് സമ്പാദിക്കുന്നത് കഷ്ടിച്ച് സ്വന്തം നിലനിൽപ്പിനും പ്രജനനത്തിനും മാത്രമേ മതിയാകുന്നുള്ളൂ.

അധ്വാനഫലത്തെ ഇങ്ങനെ വ്യക്തിപരമായി സ്വായത്തമാക്കുന്നത് നിർത്തലാക്കാൻ ഞങ്ങൾ ഒരിക്കലും ഉദ്ദേശിക്കുന്നല്ല. കാരണം മനുഷ്യജീവിതം നിലനിർത്താനും പ്രത്യുൽപ്പാദിപ്പിക്കാനും അതാവശ്യമാണ്. മറ്റുള്ളവരുടെ പ്രയത്നത്തെ സ്വാധീനിച്ച് ചൂഷണം ചെയ്യാൻ വേണ്ടത്ര മിച്ചം അതിൽനിന്ന് കിട്ടുകയുമില്ല.

ബൂർഷ്വാ സമുദായത്തിൽ തൊഴിലാളികളുടെ അധ്വാനം മുതലാളികളുടെ മൂലധനം വർധിപ്പിക്കാനുള്ള ഒരു ഉപാധി മാത്രമാണ്. കമ്യൂണിസ്റ്റ് സമുദായത്തിലാകട്ടെ അധ്വാനം തൊഴിലാളിയുടെ ജീവിതത്തെ വിശാലമാക്കാനും സമ്പുഷ്ടമാക്കാനും വികസിപ്പിക്കാനുമുള്ള ഒരു ഉപാധിയാണ്.''

ഫാക്ടറികളിൽ ചുറ്റിക പിടിച്ച് തഴമ്പുള്ള കൈകളിലേക്ക് തൊഴിലാളികൾ നോക്കി.

മാർക്സ് പ്രസംഗം അവസാനിപ്പിച്ചു. തൊഴിലാളികൾ തങ്ങളുടെ മുന്നിൽ സത്യത്തിന്റെ വെളിച്ചവുമായി വന്ന മാർക്സിനെ പൊതിഞ്ഞു നിന്നു. സംശയങ്ങൾ, അഭിനന്ദനങ്ങൾ, സ്നേഹവാത്സല്യപ്രകടനങ്ങൾ. മാർക്സ് അവരിലൊരാളായി അവരോടൊപ്പം നിന്നു.

കമ്യൂണിസ്റ്റിന്റെയും തൊഴിലാളിസംഘത്തിന്റെയും പ്രവർത്തകർ മാർക്സിന്റെ പ്രസംഗം തങ്ങളുടെ സ്ഥലത്ത് വേണമെന്ന് ആവശ്യപ്പെട്ടു. മാർക്സ് സമ്മതിച്ചു.

അന്നുരാത്രി മാർക്സിനു തിരിച്ചുപോകാൻ കഴിഞ്ഞില്ല. തൊഴിലാളികളോടൊപ്പം കഴിഞ്ഞു. പിറ്റേന്ന് കാലത്ത് വീട്ടിലെത്തി. അവിടെക്കണ്ട കാഴ്ച മാർക്സിനെ ഞെട്ടിച്ചു.

ജെന്നിയും മക്കളും വീട്ടിനു പുറത്ത് തണുത്തുവിറച്ച് നിൽക്കുന്നു.

വാടക ബാക്കിക്ക് വീടൊഴിപ്പിച്ചിരിക്കുന്നു. ജെന്നി ഉണ്ടായ കാര്യങ്ങളെല്ലാം മാർക്സിനെ അറിയിച്ചു.

താമസിക്കാനൊരു വീട് കണ്ടെത്തണം. അതുവരെ ജെന്നിയെയും മക്കളെയും താമസിപ്പിക്കാൻ തൽക്കാലം ഒരിടം വേണം.

മാർക്സ് പരിചയക്കാരെയും സുഹൃത്തുക്കളെയും പറ്റി ആലോചിച്ചു. അറിയാവുന്ന വീടുകളുടെ സാഹചര്യത്തെപ്പറ്റി ഓർത്തു.

ഇല്ല. ആരും സഹായിക്കാൻ തയാറാവില്ല. സ്ഥിരമായ ഒരു ബാധ്യ തയാകുമെന്നേ ആരും കരുതുകയുള്ളൂ. വേണ്ട. ആരോടും ചോദിക്കണ്ട.

മാർക്സ് താമസിക്കാൻ പറ്റിയ ചെറിയ വാടകയുള്ള ഒരു ഹോട്ടൽ കണ്ടുപിടിച്ചു. തൽക്കാലം ജെന്നിയെയും മക്കളെയും അവിടെ താമസിപ്പിച്ചു.

മാർക്സ് ഒരു വാടകവീട് അന്വേഷിച്ചു നടന്നു. ജെന്നി തന്റെ സുഹൃത്തിന് വീടൊഴിപ്പിച്ചതിനെപ്പറ്റി ഒരു കത്തെഴുതാനിരുന്നു.

"ഞാൻ ആ ദിവസത്തെ ജീവിതം വിശദീകരിക്കാം. ഏതെങ്കിലും അഭയാർഥികൾക്ക് ഇത്ര ദുരിതാനുഭവങ്ങൾ ഉണ്ടായിട്ടില്ലെന്ന് അപ്പോൾ നിങ്ങൾക്ക് വ്യക്തമാകും. കുട്ടികൾക്ക് ഒരു ആയയെ നിർത്താൻ ഞങ്ങൾക്ക് കഴിവില്ല. ശമ്പളം കൊടുക്കാൻ പണമില്ല. എന്റെ പുറംഭാഗവും മുലകളും കഠിനമായി വേദനിക്കുമ്പോഴും ഞാൻ കുഞ്ഞിന് മുല കൊടുത്തു.

പാവപ്പെട്ട ആ കൊച്ചു മാലാഖ മുലപ്പാലിനോടൊപ്പം എന്റെ ഗൂഢ ദുഃഖങ്ങളും വേവലാതികളും വലിച്ചുകുടിച്ചിരുന്നതിനാൽ അവനെപ്പോഴും സുഖക്കേടായിരുന്നു. അവൻ രാവും പകലും നൊന്തുതളർന്നു കിടന്നു.

ഈ ലോകത്തിൽ വന്നതിൽപ്പിന്നെ അവനൊരു രാത്രിയും ഉറങ്ങിയിട്ടില്ല; തുടർച്ചയായി രണ്ടോ മൂന്നോ മണിക്കൂറിലധികം. ഈയിടെയായി അവൻ ജീവിതത്തിന്റെയും മരണത്തിന്റെയുമിടയിൽ തങ്ങുകയാണ്. ഈ വേദനയ്ക്കിടയിൽ അവൻ ശക്തിയോടെ മുലകുടിക്കും. എന്റെ മുലക്കണ്ണ് മുറിഞ്ഞുപൊട്ടുന്നു. അവന്റെ പിഞ്ചുവായിൽ പലപ്പോഴും ചോര ചോർന്നൊലിക്കുന്നു.

ഞാനിങ്ങനെയിരിക്കെ ഞങ്ങളുടെ വീട്ടുടമസ്ഥ വന്നുകയറി. ഞങ്ങൾ അവൾക്ക് കുറെ പണം കൊടുത്തിട്ടുണ്ട്. അവൾ അഞ്ചു പവൻ കൂടി ഉടനടി കിട്ടിയേ മതിയാകൂ എന്ന് ശഠിച്ചു. ഞങ്ങൾ കൊടുക്കാനുള്ളതാണ്. പെട്ടെന്ന് അതുകൊടുക്കാൻ ഞങ്ങൾക്ക് പറ്റിയില്ല."

കുട്ടി കരയുന്ന ശബ്ദം കേട്ടു. ജെന്നി എഴുത്ത് നിർത്തി എഴുന്നേറ്റു ചെന്നു. കുട്ടി വീണേടത്തു നിന്നും എഴുന്നേൽക്കാൻ ശ്രമിക്കുന്നു. അതിനെ വാരിയെടുത്ത് സമാധാനിപ്പിച്ചു. മറ്റുള്ളവർ തളർന്നിരുപ്പാണ്. ഏറ്റവും ഇളയ കുട്ടി മയങ്ങിക്കിടക്കുന്നു. ജെന്നി കുഞ്ഞുങ്ങളുടെ അടുത്ത് അൽപ്പനേരമിരുന്നു. വാത്സല്യത്തോടെ അവരുടെ മുടിയിൽ തലോടി. കവിൾ തൊട്ടു. സ്നേഹത്തിന്റെ നേർത്ത ചിരിയോടെ അവർ അമ്മയുടെ അടുത്തുവന്ന് കെട്ടിപ്പിടിച്ചു.

സന്തോഷമായി.

ജെന്നിക്കു സമാധാനമായി. കത്തെഴുതി പൂർത്തിയാക്കണം. പതുക്കെ തന്നെ ചുറ്റിവരിഞ്ഞ നേർത്ത കൈകൾ മാറ്റി ജെന്നി നടന്നു. വീണ്ടും എഴുതാനിരുന്നു.

വീട്ടുടമസ്ഥയുടെ കനം തൂങ്ങുന്ന കവിളുകളും ദയയില്ലാത്ത കണ്ണുകളും ജെന്നിയുടെ മനസിൽ തെളിഞ്ഞു. പണം കൊടുക്കാനില്ലെന്നറിഞ്ഞപ്പോൾ ശകാരത്തോടെ തിരിച്ചുനടന്നു. പിന്നീട് ആമീന്മാരുമായി വന്ന രംഗം മറക്കാനാവില്ല. ജെന്നി എഴുതി:

'രണ്ട് ആമീന്മാർ വീട്ടിൽ പ്രവേശിച്ചു. എന്റെ എല്ലാ സാമാനങ്ങളും അവർ ജപ്തി ചെയ്തു. കിടക്കകൾ, തുണികൾ എല്ലാം. എന്റെ പിഞ്ചു പൈതലിന്റെ തൊട്ടിൽ പോലും. പെൺകുട്ടികളുടെ കളിക്കോപ്പുകളും.

കണ്ണീർ നിറച്ച് അവരവിടെ നിന്നു.

രണ്ടു മണിക്കൂറിനകം എല്ലാം കൊണ്ടുപോകുമെന്ന് ആമീന്മാർ ഭീഷണിപ്പെടുത്തി. അങ്ങനെ സംഭവിച്ചാൽ ഞാനും എന്റെ കൊച്ചുങ്ങളും തണുത്ത് വിറച്ച് തെരുവിൽ വെറും നിലത്ത് കിടക്കേണ്ടിവരും.

ഞങ്ങളുടെ സുഹൃത്ത് ഷ്റാം വിവരമറിഞ്ഞ് ഞങ്ങളെ സഹായിക്കുന്നതിനുവേണ്ടി നഗരത്തിലേക്ക് ധൃതിപ്പെട്ടെത്തി. അയാൾ കുതിരവണ്ടിയിലാണ് വന്നത്. കുതിരകൾ നിൽക്കാതെ ഓടിയത്രേ.

വണ്ടിയിൽ നിന്നും ചാടിയിറങ്ങുമ്പോൾ മുറിവു പറ്റി ചോരയൊലിപ്പിച്ചു കൊണ്ടാണ് അയാൾ ഞാനും കുഞ്ഞുങ്ങളും കഷ്ടപ്പാടിൽ വിറച്ചുനിന്നിടത്തേക്ക് ഓടിവന്നത്.'

ജെന്നി എഴുത്തുനിർത്തി കണ്ണുകളടച്ച് വെറുതെ തലതാഴ്ത്തിയിരുന്നു. എല്ലാ ദുരിതങ്ങളും എഴുതേണ്ടതുണ്ടോ? വാക്കുകൾക്കും വരികൾക്കുമിടയിൽ മാർക്സിനെ കുറ്റപ്പെടുത്താവുന്ന തരത്തിൽ എന്തെങ്കിലും വായിച്ചെടുക്കാൻ കഴിയുമോ?

ജെന്നി എഴുതിയിടത്തോളം ഒന്നു വായിച്ചു. ഇല്ല ഒന്നുമില്ല. സ്വയം സമാധാനിച്ചു. വീണ്ടും എഴുത്തുതുടർന്നു;

'പിറ്റേന്ന് ഞങ്ങൾക്ക് വീട് വിടേണ്ടിവന്നു. അന്നു വല്ലാതെ ശൈത്യ മുണ്ടായിരുന്നു. മഴയും.

എന്റെ ഭർത്താവ് താമസിക്കാനൊരു വീടന്വേഷിച്ചു നടന്നു. നാലു കുട്ടികളുണ്ടെന്നറിഞ്ഞപ്പോൾ എല്ലാവരും വിസമ്മതിച്ചു. ഒടുവിൽ ഒരു സുഹൃത്ത് ഞങ്ങളുടെ സഹായത്തിനെത്തി. ഒരു കൊച്ചുവീട് കിട്ടി.

ഞാൻ കിടക്കകൾ വിറ്റു. മരുന്ന് പീടികക്കാരനും റൊട്ടിക്കാരനും ഇറച്ചിക്കച്ചവടക്കാരനും പാൽക്കാരനും മറ്റും കൊടുത്തുതീർക്കാൻ പണം വേണ്ടിയിരുന്നു. ആമീന്മാർ വന്നിട്ടുണ്ടെന്ന വാർത്ത കേട്ടയുടനെ കുടിശ്ശികച്ചീട്ടുമായി അവരെല്ലാം ഓടിയെത്തിയിരുന്നു.

വിറ്റുകഴിഞ്ഞ കിടക്കകൾ പുറത്തു കൊണ്ടുവന്നു വണ്ടിയിൽ കയറ്റി. അപ്പോഴെന്തുണ്ടായെന്നോ?

ഈ സമയത്ത് നേരമിരുട്ടിയിരുന്നു. അത്ര വൈകി സാധനങ്ങൾ കൊണ്ടുപോകുന്നത് ഇംഗ്ലണ്ടിൽ നിയമവിരുദ്ധമായിരുന്നു.

വീട്ടുടമ പോലീസിനെ കൂട്ടിവന്നു. എന്നിട്ട് അയാൾ പറഞ്ഞു; തന്റെ സാമാനങ്ങൾ വല്ലതും ഇക്കൂട്ടത്തിലുണ്ടോയെന്ന് പരിശോധിക്കണമെന്ന്. ഞങ്ങൾ അവ കട്ടെടുത്ത് വിദേശരാജ്യത്തേക്ക് പോവുകയാണെന്ന്.

രണ്ടുമൂന്ന് നിമിഷത്തിനുള്ളിൽ ഞങ്ങളുടെ വാതിലിനുമുന്നിൽ മുന്നൂറോളം ആളുകൾ തിക്കിത്തിരക്കി കൂടിനിന്നു. കാഴ്ചകൾ കണ്ടുരസിച്ചു.

പൊലീസിന്റെ പരിശോധന കഴിഞ്ഞ് കിടക്കകൾ മടങ്ങിയെത്തി. എന്നാൽ പിറ്റേന്ന് പുലരുംവരെ കിടക്കകൾ വാങ്ങിയവർക്ക് എത്തിച്ചു കൊടുക്കാൻ പറ്റിയില്ല. കടക്കാർ പണംവാങ്ങാതെ പോകില്ലെന്ന് പറഞ്ഞു. വീട്ടുസാധനങ്ങളും കട്ടിലുകളും വിറ്റു കടം തീർത്തു. നിസ്സാരകാര്യങ്ങൾ മൂലമുണ്ടായ ഈ ബുദ്ധിമുട്ടുകൾ എന്നെ തളർത്തിയെന്ന് വിചാരിക്കരുത്.

ഞങ്ങളുടെ സമരം ഒറ്റപ്പെട്ടതല്ലെന്ന് എനിക്ക് നന്നായറിയാം. ജീവിതത്തിൽ എനിക്ക് താങ്ങും തണലുമായിട്ടുള്ള എന്റെ പ്രിയഭർത്താവ് എപ്പോഴും എന്റെ അരികിലുണ്ട്. അതുകൊണ്ടുതന്നെ ഞാൻ പ്രത്യേകിച്ചും അനുഗൃഹീതയും ഭാഗ്യവതിയുമാണെന്ന് കരുതുന്നു. ഏറ്റവും ഭയാനകമായ നിമിഷങ്ങളിൽപ്പോലും അദ്ദേഹം തന്റെ ശുഭാപ്തിവിശ്വാസം കൈവെടിയുകയില്ല. തീക്ഷ്ണമായ നർമബോധം അദ്ദേഹത്തെ ഒരിക്കലും വിട്ടുപിരിയുകയുണ്ടായില്ല.

എന്നെ വാസ്തവത്തിൽ ക്ഷീണിപ്പിക്കുകയും എന്റെ ഹൃദയത്തെ വേദനിപ്പിക്കുകയും ചെയ്യുന്ന ഒരേയൊരു കാര്യം ഇതാണ്. ഈ നക്കാപ്പിച്ചത്തരങ്ങളെല്ലാം സഹിക്കുന്നതിന് അദ്ദേഹം നിർബദ്ധിതനായല്ലോ എന്ന്. അദ്ദേഹത്തിന്റെ സഹായത്തിനാരുമില്ലല്ലോ എന്ന്. തന്നിഷ്ടപ്പടി സന്തോഷപുരസരം പലരെയും സഹായിച്ച അദ്ദേഹം ഇവിടെ നിസ്സഹായനാണല്ലോ എന്ന് ഓർക്കുമ്പോൾ വിഷമം തോന്നുന്നു.'

ദാരിദ്ര്യത്തിന്റെ പ്രയാസങ്ങളെല്ലാം സഹിക്കുന്നതിനിടയിലാണ് രഹസ്യപൊലീസുകാരുടെ അന്വേഷണം.

ഒരു ദിവസം മാർക്സിന്റെ കൊച്ചുവാടക വീട്ടിലെത്തിയ പൊലീസുകാരൻ അകവും പുറവും സൂക്ഷ്മമായി നിരീക്ഷിച്ച് ഒരു റിപ്പോർട്ട് തയാറാക്കി:

'ലണ്ടനിലെ ഏറ്റവും ദുഷിച്ച, അതിനാൽ ഏറ്റവും വാടക കുറഞ്ഞ ദരിദ്രചേരിപ്രാന്തങ്ങളിലൊന്നിലാണ് മാർക്സ് താമസിക്കുന്നത്. രണ്ടു മുറികളാണുള്ളത്. തെരുവിന്നഭിമുഖമായി ഇരുപ്പുമുറിയും പിൻഭാഗത്ത് കിടപ്പുമുറിയും. ഒരു മുറിയിലുമില്ല കൊള്ളാവുന്ന വൃത്തിയുള്ള മരസ്സാമാനങ്ങൾ. എല്ലാം ഒടിഞ്ഞതാണ്. കീറിപ്പറിഞ്ഞു പിന്നിയതും. എല്ലാറ്റിലും കനത്തിൽ പൊടി പറ്റിയിട്ടുണ്ട്. അവിടെ സർവതും കശപിശയായിരിക്കുന്നു.

ഇരുപ്പുമുറിയിൽ പഴഞ്ചൻമട്ടിലുള്ള ഒരു മേശയുണ്ട്. അതിന്മേൽ ഒരു എണ്ണത്തുണി വിരിച്ചിരിക്കുന്നു. അതിന്മേൽ കൈയെഴുത്ത് പ്രതികൾ, പുസ്തകങ്ങൾ, വൃത്താന്തപത്രങ്ങൾ, കുഞ്ഞുങ്ങളുടെ കളിപ്പാട്ടങ്ങൾ, ജെന്നിമാർക്സിന്റെ തുന്നൽത്തുണികൾ തുമ്പും വാലും പൊട്ടിയ കോപ്പകൾ, വൃത്തികെട്ട കരണ്ടികൾ, കത്തികൾ, മുള്ളുകൾ, വിളക്കുകൾ, മഷിക്കുപ്പി, കളിമൺപൈപ്പുകൾ, പുകയിലച്ചാരം, എല്ലാം കുമ്പാരമായി കൂടിച്ചേർന്ന് കിടക്കുന്നു.

നിങ്ങൾ മാർക്സിന്റെ മുറിയിലേക്ക് കടക്കുമ്പോൾ പുക നിങ്ങളുടെ കണ്ണിൽ വെള്ളം നിറയ്ക്കും. പുകയിലനാറ്റവുമുണ്ട്. ആദ്യനിമിഷത്തിൽ ഒരു ഗുഹയിൽ നിങ്ങൾ തപ്പിത്തടയുകയാണെന്ന അനുഭവമുണ്ടാകും. പതുക്കെ ചില വസ്തുക്കൾ മങ്ങിയമട്ടിൽ നിങ്ങളുടെ കണ്ണിൽപ്പെടുന്നു. അവയെല്ലാം പൊടിപുരണ്ടതാണ്. വെടിപ്പില്ലാത്തതാണ്.

അവിടെ ഇരിക്കുകയെന്നത് ആപൽക്കരമായ ഒരേർപ്പാടാണ്. ഇതാ ഒരു കസേര. മൂന്ന് കാലേയുള്ളൂ. അതാ മറ്റൊന്ന്, മുഴുവൻ കാലുകളുമുണ്ട്. അതിനുമുകളിലാണ് കുട്ടികൾ വെച്ചുകളി നടത്തുന്നത്. അതാണ് അതിഥികൾക്ക് ഇരിക്കാനുള്ളത്. കുട്ടികളുടെ കളിസാധനങ്ങൾ മാറ്റിയിട്ടില്ല. നിങ്ങൾ അതിന്മേലിരുന്നാൽ ഉടുത്ത വസ്ത്രം പോയതുതന്നെ. മാർക്സിനെയും പത്നിയെയും ഇവയൊന്നും അൽപ്പംപോലും വേവലാതിപ്പെടുത്തുന്നില്ല. അങ്ങേയറ്റം സൗഹൃദപൂർവം നിങ്ങൾ സ്വീകരിക്കപ്പെടുന്നു.

നിങ്ങൾക്ക് പുകക്കുഴലും പുകയിലയും അവിടെയുള്ളത് എന്തെല്ലാമാണോ അതൊക്കെയും ലഭിക്കുന്നു. തുടർന്ന് സമർഥവും രസകരവുമായ സംഭാഷണം ആരംഭിക്കുകയായി.

ഗാർഹിക കുഴപ്പങ്ങളെല്ലാം അതിന്റെ നിവാരണവും കാണുന്നു. അസുഖം സഹനീയമായിത്തീരുന്നു. നിങ്ങളും ആ കൂട്ട് ഇഷ്ടപ്പെടുകയായി. തികച്ചും ഒന്നാന്തരം കൂട്ടുകാരാണ് അവരെന്ന് നിങ്ങൾക്ക് ബോധ്യമാകുന്നു.'

പൊലീസ് അധികാരികൾ മാർക്സിനെപ്പറ്റി നേരിട്ടും രഹസ്യ ഏജന്റുമാർ മുഖേനയും വിവരങ്ങൾ ശേഖരിച്ചുകൊണ്ടിരുന്നു. അവയെല്ലാം മാർക്സ് കുടുംബത്തിന്റെ ദാരിദ്ര്യവിവരണരേഖകളായിരുന്നു. പരിതാപകരമായ ജീവിതസാഹചര്യങ്ങൾ അവ വ്യക്തമാക്കി. അപ്പോഴും മാർക്സിന്റെ ചിന്തയിലും സങ്കൽപ്പത്തിലും, സ്വയം ചീഞ്ഞുനശിച്ച നാടുവാഴിത്ത സമുദായത്തിൽ നിന്ന് മുളയെടുത്ത ബൂർഷ്വാസമുദായത്തിൽ നിൽക്കുന്ന ഉള്ളവനും ഇല്ലാത്തവനും തമ്മിലുള്ള വർഗവൈരുധ്യങ്ങൾ ഇല്ലായ്മ ചെയ്യാനുള്ള മാർഗങ്ങളെപ്പറ്റിയുള്ള അന്വേഷണം നടക്കുന്നു.

ഭരണാധികാരികൾ പുതിയ ചിന്തയെയും ആശയങ്ങളെയും ഭയത്തോടെ വീക്ഷിച്ചു. മാർക്സിന്റെ ലേഖനങ്ങളും തൊഴിലാളികൾക്കിടയിലെ പ്രഭാഷണങ്ങളും ചാരംമൂടി കിടക്കുന്ന വിപ്ലവക്കനലിനെ ആളിക്കത്തിച്ചേക്കുമെന്ന് അധികാരികൾ ഭയന്നു.

10

വേദനയുടെ മുഖങ്ങൾ

ജീവിതം വാങ്ങലല്ല, കൊടുക്കലാണ്. വിശന്ന് കരയുന്ന മക്കളെ നോക്കി ജെന്നി നിസ്സഹായയായിരിക്കുന്നു. പ്രസാധകരിൽ നിന്നും കിട്ടാനുള്ള പണത്തെയും പ്രതീക്ഷിച്ച് മാർക്സ് വായന തുടർന്നു. അന്നും പണമൊന്നും വന്നില്ല.

കടക്കാർ വന്നുകൊണ്ടിരുന്നു. അവരുമായി ജെന്നി സംസാരിച്ചു. അവർക്ക് പ്രതീക്ഷകൾ നൽകി തിരിച്ചയച്ചു. വീണ്ടും വീണ്ടും വെറും കൈയോടെ തിരിച്ചു പോകേണ്ടിവരുന്നതിന്റെ വെറുപ്പ് അവരുടെ മുഖത്ത് ജെന്നി കണ്ടു.

എവിടെ നിന്നെങ്കിലും കുറച്ചു പണം കിട്ടിയേ മതിയാവൂ. അമ്മ നൽകുന്ന സഹായങ്ങൾ പോലും എങ്ങുമെത്തുന്നില്ല. സമ്പന്നരായ ബന്ധുക്കളെപ്പറ്റി ഓർത്തു. എന്നാൽ സഹായിക്കാൻ മനസുള്ളവർ വളരെക്കുറച്ചേയുള്ളൂ.

കാളിന്റെ ഒരമ്മാവൻ ഹോളണ്ടിലുണ്ട്. സ്നേഹമുള്ള ബന്ധു. ജെന്നി മാർക്സുമായി സംസാരിച്ചു. അമ്മാവനിൽ നിന്നും സഹായം ലഭിക്കും. അവർ കരുതി.

ജെന്നി ഹോളണ്ടിൽ പോയി അമ്മാവനെ കാണാൻ നിശ്ചയിച്ചു. മാർക്സ് നിരുത്സാഹപ്പെടുത്തിയില്ല.

ശരീരത്തിനു നല്ല സുഖമില്ല. ഇളയകുഞ്ഞിന്റെ രോഗം മാറിയിട്ടില്ല. അവനെ ഹെലനെ ഏൽപ്പിച്ചു യാത്ര പുറപ്പെട്ടു. ഗർഭിണിയായ ജെന്നി വിഷമങ്ങളെല്ലാം സഹിച്ചു ഹോളണ്ടിലെത്തി.

ബിസിനസുകാരനായ അമ്മാവനും മക്കളും മുഖം തെളിയാത്ത മട്ടിൽ ജെന്നിയെ സ്വീകരിച്ചു. തൊഴിലാളികൾ പ്രക്ഷോഭം നടത്തിയതു കാരണം ബിസിനസിൽ ലാഭം കുറഞ്ഞു. വ്യപാരവും മോശമായി. തൊഴിലാളി പക്ഷത്താണ് മാർക്സ് എന്ന് അവർക്കറിയാം.

വിപ്ലവത്തോടും വിപ്ലവകാരികളോടും അമ്മാവന് വലിയ ദേഷ്യമാണ്.

ജെന്നി സഹായാഭ്യർഥന നടത്തി.

കൂടുതൽ പറയാൻ സമ്മതിച്ചില്ല. കേൾക്കാനും തയാറല്ല. ജെന്നി നിരാശയോടെ യാത്ര പറഞ്ഞിറങ്ങി. അമ്മാവൻ പെട്ടെന്ന് ഒരു ചെറിയ തുക ജെന്നിയുടെ കൈകളിൽ വെച്ചുകൊടുത്തു.

"ഇളയകുഞ്ഞിന് എന്റെ വക ഒരു കൈനീട്ടം."

അമ്മാവൻ പറഞ്ഞു. കൂടുതൽ തരാൻ കഴിയാത്തതിൽ അദ്ദേഹത്തിന് വിഷമമുണ്ടെന്ന് ജെന്നിക്ക് തോന്നി. എന്നാൽ അതിലധികം വിഷമത്തിലായിരുന്നു ജെന്നി.

നിരാശഭരിതയായി ജെന്നി വീട്ടിലേക്ക് മടങ്ങി. ജെന്നി തന്റെ കുറിപ്പുപുസ്തകത്തിൽ എഴുതി;

'പാവപ്പെട്ട എന്റെ കൊച്ച് എഡ്ഗാർ സ്നേഹനിർഭരമായ ആ മുഖവുമായി എന്റെ അടുത്തേക്ക് ഓടിവന്നു. കൊച്ചു ഫോക്സ് ആ കുഞ്ഞിക്കൈകൾ എന്റെ നേരെ നീട്ടി.'

ഇളയകുഞ്ഞാണ് ഫോക്സ്. കുസൃതിക്കുടുക്ക. അധികവും അമ്മയെ ആശ്രയിച്ച് കഴിയുന്ന കുഞ്ഞ്. തണുപ്പ് തുടങ്ങിയതോടെ അവന്റെ ആരോഗ്യവും തീരെ മോശമായി. ന്യൂമോണിയ പിടിപെട്ടു. അവൻ മരിച്ചു.

മാർക്സ് കുടുംബത്തിന് നഷ്ടപ്പെട്ട ആദ്യത്തെ കുഞ്ഞ്.

എല്ലാ വേദനകളെയും നിഷ്പ്രഭമാക്കുന്ന എന്തെന്തു യാതനകളാണ് ഇനിയും വരാനിരിക്കുന്നതെന്ന് ജെന്നി ഭയപ്പെട്ടു.

പലരുടെയും സഹായത്താൽ കുഞ്ഞിന്റെ ശവമടക്ക് നടത്തി. താമസിച്ചിരുന്ന വീട് ഒഴിയേണ്ടിവന്നു. അതേ തെരുവിൽ മറ്റൊരു വീട്ടിലേക്ക് താമസം മാറ്റി.

മാർക്സ് എംഗൽസിന് എല്ലാ വിവരങ്ങളും എഴുതി. കത്ത് കിട്ടിയപ്പോൾ എംഗൽസ് വന്നു.

മാർക്സ് പറഞ്ഞു:

"ഞങ്ങളുടെ ദാരിദ്ര്യം കാരണമാണ് കുട്ടി മരിച്ചത്. വേണ്ടതുപോലെ ഒന്നും ചെയ്യാനായില്ല."

ജെന്നിയുടെ കണ്ണീർ കണ്ടപ്പോൾ എംഗൽസ് വിഷമിച്ചു. തനിക്കൊന്നും ചെയ്യാൻ കഴിഞ്ഞില്ല എന്നോർത്തു.

മാർക്സിന് ചെയ്യാൻ ധാരാളം കാര്യങ്ങളുണ്ട്. എംഗൽസ് അതേപ്പറ്റി മാർക്സുമായി സംസാരിച്ചു. സാമ്പത്തികശാസ്ത്രവും ചരിത്രവും തത്വശാസ്ത്രവും ഒരുപോലെ വിശകലനം ചെയ്യാൻ മാർക്സിന് കഴിയും. ഒരുപക്ഷേ മാർക്സിനേ കഴിയൂ.

എംഗൽസ് ഒരു പുതിയ പുസ്തകരചനയെപ്പറ്റി പറഞ്ഞു.

മൂലധനത്തിന്റെ വികാസവും സാമൂഹ്യസ്വാധീനവും വിഷയമാക്കി ഒരു പുസ്തകം വേണം. മാർക്സ് അതിനുവേണ്ടി കുറെ ജോലി ചെയ്തിട്ടുണ്ട്. അതു തുടരണം. പൂർത്തിയാക്കണം.

എംഗൽസ് പറഞ്ഞു.

"സാമ്പത്തികശാസ്ത്രത്തെപ്പറ്റി ചിന്തിക്കുക, എഴുതുക."

"മൂലധനം എന്നു തന്നെയാകട്ടെ അതിന്റെ പേര്."

മാർക്സ് പുസ്തകരചനയെപ്പറ്റിയുള്ള ആശയങ്ങൾ എംഗൽസുമായി ചർച്ച ചെയ്തു. മൂലധനത്തെപ്പറ്റി കൂടുതൽ പഠിക്കാൻ ലണ്ടനിലെ ഗ്രന്ഥശാലകളിലേക്ക് പോയിത്തുടങ്ങി.

ലണ്ടനിൽ നിന്നും ഒരു പത്രം പുറത്തിറക്കണമെന്ന് മാർക്സ് തീരുമാനിച്ചു. വേണ്ട, പണം കൈയിലില്ല. എങ്കിലും പ്രതീക്ഷയോടെ ശ്രമം തുടങ്ങി. പലരെയും കണ്ടു, സംസാരിച്ചു, ആശയവിനിമയം നടത്തി.

ആശയപ്രചാരണത്തിന് പത്രം വേണം. മറ്റു പത്രങ്ങളിലേക്ക് എഴുതി അയക്കുന്ന ലേഖനങ്ങൾ വെട്ടിത്തിരുത്തിയും മാറ്റിമറിച്ചുമാണ് അച്ചടിച്ചു വരുന്നത്. അവരുടെ താൽപ്പര്യത്തിന് എതിരായ പരാമർശങ്ങൾ പൂർണമായും ഒഴിവാക്കുന്നു. സ്വന്തമായി ഒരു പത്രം പുറത്തിറക്കിയാൽ മാത്രമേ പറ്റുകയുള്ളൂ.

പുതിയ പത്രത്തെപ്പറ്റിയുള്ള മാർക്സിന്റെ തീരുമാനം കേട്ടപ്പോൾ ജെന്നി എതിർത്തില്ല. പക്ഷേ, പത്രം നടത്തി മുമ്പുണ്ടായ കടങ്ങളെപ്പറ്റി ഓർമിപ്പിച്ചു. പത്രത്തിനുപണം നൽകാനുള്ളവർ കൃത്യമായി അത് തരില്ല. പത്രം പുറത്തിറക്കുകയും വേണം.

പത്രത്തിന് വേണ്ടി കാൾ എന്തെല്ലാം ത്യാഗങ്ങളാണ് സഹിച്ചിട്ടുള്ളത്. ജെന്നി ഓർത്തു. ആയിരക്കണക്കിന് പണം മുടക്കി. മറ്റുള്ളവരുണ്ടാക്കിയ കടബാധ്യത ഏറ്റെടുത്തു. കൊളോണിൽ പത്രം നടത്തിയിരുന്നപ്പോൾ പത്രത്തിന്റെ രാഷ്ട്രീയമായ അന്തസ്സും പരിചയക്കാരുടെ സൽപ്പേരും രക്ഷിക്കാൻ മറ്റു വഴിയില്ലായിരുന്നു. പ്രസ്സ് വിറ്റുകിട്ടിയ തുക വാടകയായും ജോലിക്കാരുടെ വേതനമായും കൊടുത്തു തീർത്തു. പണം തികയാതെ വന്നപ്പോൾ കടമെടുത്തു. ദുരിതദിനങ്ങളുടെ തുടക്കം എവിടെയാണ്. ജെന്നി സ്വയം ചോദിച്ചു. *കമ്യൂണിസ്റ്റ് മാനിഫെസ്റ്റോ*വിൽ മാർക്സ് എഴുതിയ വരികൾ ഓർമിച്ചു:

'ബൂർഷ്വാസി അതിന് പ്രാബല്യം ലഭിച്ച പ്രദേശങ്ങളിലെല്ലാം തന്നെ മനുഷ്യനും മനുഷ്യനും തമ്മിൽ നഗ്നമായ സ്വാർഥമൊഴികെ, ഹൃദയശൂന്യമായ രൊക്കം പൈസയൊഴികെ, മറ്റൊരു ബന്ധവും ബാക്കിവെച്ചില്ല. വ്യക്തിയോഗ്യതയെ അത് കൈമാറ്റ ചരക്കാക്കി മാറ്റി. അസംഖ്യം അനുപേക്ഷണീയ സ്വാതന്ത്ര്യങ്ങളുടെ സ്ഥാനത്ത് അതു മന:സാക്ഷി തൊട്ടുതെറിക്കാത്ത ഒരൊറ്റ സ്വാതന്ത്ര്യത്തെ, വ്യാപാരസ്വാതന്ത്ര്യത്തെ പ്രതിഷ്ഠിച്ചു.

അതുവരെ ആദരിക്കപ്പെടുകയും ഭയഭക്തികളോടെ വീക്ഷിക്കപ്പെടുകയും ചെയ്തുവന്നിട്ടുള്ള എല്ലാത്തരം തൊഴിലിന്റെയും മാഹാത്മ്യത്തെ ബൂർഷ്വാസി നിശ്ശേഷം നശിപ്പിച്ചുകളഞ്ഞു. ഭിഷഗ്വരനെയും അഭിഭാഷകനെയും പുരോഹിതനെയും കവിയെയും ശാസ്ത്രജ്ഞനെയുമെല്ലാം അത് സ്വന്തം കൂലിവേലക്കാരാക്കി മാറ്റി.

ബൂർഷ്വാസി കുടുംബത്തിന്റെ വൈകാരികമൂല്യങ്ങളുടെ മൂടുപടം പിച്ചിച്ചീന്തി കുടുംബബന്ധത്തെ വെറും പണത്തിന്റെ ബന്ധമാക്കി അധഃപതിപ്പിച്ചു.'

ജെന്നി അത്ഭുതത്തോടെ മാർക്സിന്റെ ചിന്തയെ തൊട്ടറിഞ്ഞിട്ടുണ്ട്. പ്രേമലേഖനങ്ങളെഴുതിയിരുന്ന സ്കൂൾ വിദ്യാർഥിയായിരുന്ന കാൾ ഇന്ന് ലോകം മുഴുവനുമുള്ള തൊഴിലാളികളുടെ പ്രിയപ്പെട്ടവനായി മാറിയിരിക്കുന്നു.

'നിന്റെ കണ്ണുകൾപോലെ വിലപ്പെട്ടതായി എനിക്ക് ഒന്നുമില്ല. വിദൂരതീരങ്ങളും ദേശങ്ങളും അതിവിശാലാകാശവും നിന്റെ മിഴികൾക്ക് പകരമാവില്ല. അവയിൽ തെളിയുന്ന ആഹ്ലാദവും വികാരവും രാഗമാധുര്യവും ഞാനറിയുന്നു.'

പ്രിയപ്പെട്ട കാൾ.

ജെന്നി സ്വയം പറഞ്ഞു. പിന്നെ മാർക്സിനെ കാണാനായി എഴുത്തുമേശയ്ക്കരികിലേക്ക് നടന്നു.

മാർക്സ് എഴുതിക്കൊണ്ടിരിക്കുകയാണ്.

ബൂർഷ്വാസി ഭയപ്പെടുന്ന വാക്കുകൾ. ലോകത്തെങ്ങുമുള്ള തൊഴിലാളികളും കൃഷിക്കാരും കാതോർത്തിരിക്കുന്ന വാക്കുകൾ.

ജെന്നിക്ക് ഏറെനേരം നിൽക്കാൻ വയ്യാ. ചെന്നു കിടന്നു. ഗർഭത്തിന്റെ ആലസ്യമുണ്ട്. ഏറെ ദിവസങ്ങൾ കഴിഞ്ഞില്ല. ജെന്നി ഒരു പെൺകുഞ്ഞിന് ജന്മം നൽകി.

ഫ്രാൻസിസ്ക എന്ന് പേരു വിളിച്ചു. കുഞ്ഞിനെ വളർത്താൻ ഒരു ആയയെ ഏർപ്പാടാക്കി. മറ്റു കുഞ്ഞുങ്ങളോടൊപ്പം ആ കൊച്ചുകുഞ്ഞിനെ ശ്രദ്ധിക്കാൻ ജെന്നി പ്രയാസപ്പെടുന്നതിന് തൽക്കാലിക പരിഹാരമായി.

എല്ലാ തിരക്കിനിടയിലും ജെന്നി മാർക്സിന്റെ ലേഖനങ്ങൾ പകർത്തിയെഴുതി. പുസ്തകങ്ങളുടെ കൈയെഴുത്ത് പ്രതികൾ ശരിപ്പെടുത്തി പ്രസാധകർക്ക് അയച്ചു. എന്നാൽ അവയിൽ നിന്നും പ്രതീക്ഷിച്ചതുപോലെ വരുമാനം ലഭിച്ചില്ല.

മാർക്സ് എഴുതിത്തുടങ്ങി. സാമ്പത്തികപ്രശ്നങ്ങളെയും സാമൂഹ്യസാഹചര്യങ്ങളെയും പറ്റി ഏറെ എഴുതിയിട്ടുണ്ട്. ഇനി സമഗ്രമായ ഒരു ബൃഹത് ഗ്രന്ഥത്തിന്റെ രചനയെപ്പറ്റിയുള്ള ആശയങ്ങൾ മനസിലുണ്ട്. പക്ഷേ എഴുതാൻ കഴിയുന്നില്ല.

കൂടുതൽ വായിക്കണം. പല ഗ്രന്ഥങ്ങളും പല സ്ഥലത്തു നിന്നായി പണം കൊടുത്ത് വാങ്ങണം. അതിനുള്ള പണമില്ല. ബ്രിട്ടീഷ് മ്യൂസിയത്തിൽ നിന്നും കുറെ പുസ്തകങ്ങൾ വായിച്ച് കുറിപ്പെടുക്കേണ്ടതുണ്ട്. ജെന്നി അൽപ്പം പണവുമായി തിരിച്ചെത്തി. ക്ഷമാപൂർവം മാർക്സ് എഴുത്തുതുടർന്നു. ലേഖനങ്ങളും കുറിപ്പുകളും തയാറാക്കി.

മാർക്സിന്റെ പഠനമുറിയിൽ ജെന്നിയും ഒപ്പമിരുന്നു. മാർക്സിന്റെ ലേഖനങ്ങൾ പകർത്തിയെഴുതുക ജെന്നിയുടെ ജോലിയായിത്തീർന്നു. വായിക്കാൻ പ്രയാസമാണ് കൈയെഴുത്ത്. പോരാത്തതിന് വെട്ടും തിരുത്തും കൂടിയുണ്ട്.

ജെന്നി തന്റെ ഡയറിയിൽ കുറിച്ചിട്ടു:

'അദ്ദേഹത്തിന്റെ ലേഖനങ്ങൾ പകർത്തിയെഴുതിക്കൊണ്ട് ആ കൊച്ചു പഠനമുറിയിൽ കഴിച്ചുകൂട്ടിയ ദിവസങ്ങൾ എന്റെ ജീവിതത്തിലെ ഏറ്റവും സന്തോഷപ്രദമായ ദിവസങ്ങളായി എന്റെ ഓർമയിൽ നിലകൊള്ളുന്നു.

എനിക്ക് ആ ശൈത്യകാലത്ത് തീരെ സുഖമില്ലായിരുന്നു. ഏതുസമയവും നാലുവശവും നിറയെ മരുന്നു കുപ്പികളാണ്. ആ പരിപൂർണ ഏകാന്തതയുമായി പഴകാൻ കുറെ സമയമെടുത്തു. തിരക്കേറിയ വെസ്റ്റൻഡ് തെരുവുകളിലൂടെയുള്ള ആ നീണ്ട നടപ്പുകൾ, യോഗങ്ങൾ, ക്ലബ്ബുകൾ, ഞങ്ങൾ പതിവായി പോകാറുള്ള പരിചിത കേന്ദ്രങ്ങളിലെ നർമസംഭാഷണങ്ങൾ, ഇവയ്ക്കെല്ലാം വേണ്ടി ഞാൻ പലപ്പോഴും കൊതിച്ചു. ജീവിതക്ലേശങ്ങൾ കുറെസമയത്തേക്ക് മറക്കാൻ അവ എന്നെ മിക്കപ്പോഴും സഹായിച്ചിട്ടുണ്ട്. ഭാഗ്യത്തിന് ഞാൻ അപ്പോഴും *ട്രിബ്യൂണി*നുള്ള ലേഖനങ്ങൾ ആഴ്ചയിൽ രണ്ടുതവണ പകർത്തി എഴുതിയിരുന്നതുകൊണ്ട് ലോകസംഭവഗതികളെക്കുറിച്ച് എനിക്ക് അറിയാൻ കഴിഞ്ഞു.'

ചിന്തയിലും കർമത്തിലും മാർക്സിനൊപ്പം തന്നെ.

ഈസ്റ്റർ കാലം.

പരിസരങ്ങളിലെല്ലാം ആളുകൾ ഉത്സാഹത്തോടെ കഴിയുന്നു. മാർക്സിന്റെ വീട് അപ്പോൾ ശോകമൂകമായിരുന്നു.

കൊച്ചു ഫ്രാൻസിസ്കയ്ക്ക് തീരെ സുഖമില്ല. ശ്വാസംമുട്ടൽ കലശലായി. മൂന്നുദിവസം എല്ലാവരും അവൾക്കുചുറ്റും ഉറക്കമൊഴിച്ചു കാത്തിരുന്നു. വേണ്ട ചികിത്സ നടത്താൻ പണമില്ല. ആവുംവിധമെല്ലാം മരുന്നുകൊടുത്തു. പക്ഷേ ഫലമുണ്ടായില്ല.

കൊച്ചു ഫ്രാൻസിസ്ക മരിച്ചു.

അവളുടെ ചേതനയറ്റ കുഞ്ഞുശരീരം പിൻമുറിയിൽ കിടത്തി. തൊട്ടടുത്ത മുറിയിൽ നേരം പുലരുംവരെ മൂന്നു മക്കൾ ജെന്നിയുടെയും മാർക്സിന്റെയും ശരീരം കെട്ടിപ്പിടിച്ചു കിടന്നു കരഞ്ഞു. മക്കളെ സമാധാനിപ്പിക്കാൻ പോലുമാകാതെ, അച്ഛനുമമ്മയും അവർക്കിടയിൽ കഴിഞ്ഞു.

നിശ്ശബ്ദയായി കണ്ണീരൊഴുക്കുന്ന ജെന്നി.

എങ്ങനെ ആശ്വസിപ്പിക്കണമെന്നറിയാതെ വിങ്ങുന്ന മനസുമായി മാർക്സ്.

ആരാണ് സഹായിക്കാനുള്ളത്. പരിചയക്കാരുടെ മുഖങ്ങൾ തെളിഞ്ഞുമാഞ്ഞു. ആർക്കും ഒന്നും ചെയ്യാൻ കഴിയുകയില്ല.

പിറ്റേന്ന് കാലത്ത് പതിവുപോലെ ഏംഗൽസ് വന്നു. വീട്ടിലെ സ്ഥിതി കണ്ടു വിഷമത്തോടെ നിന്നു. സഹായം വാഗ്ദാനം ചെയ്തു തിരിച്ചുപോയി. പക്ഷേ അയാൾക്കും ഒന്നും ചെയ്യാൻ കഴിഞ്ഞില്ല.

പരിചയക്കാരനായ ഒരു ഫ്രഞ്ചുകാരൻ അൽപ്പം ദൂരെ താമസിക്കുന്നുണ്ട്. ജെന്നി അയാളെ കാണാൻ പോയി. കാര്യം പറഞ്ഞു.

ശവപ്പെട്ടി വാങ്ങാൻപോലും പണമില്ല എന്നു കേട്ടപ്പോൾ അയാൾ രണ്ടു പവൻ നൽകി. ആ പണം കൊടുത്തു വാങ്ങിയ ശവപ്പെട്ടിയിൽ അവളെ അടക്കം ചെയ്തു.

'പിറന്നുവീണപ്പോൾ കിടക്കാൻ തൊട്ടിൽ പോലുമില്ലാത്ത കുഞ്ഞിന് ശാന്തിയാത്രയ്ക്ക് കടം വാങ്ങിയ പണംകൊണ്ടൊരു ശവപ്പെട്ടി.'

ജെന്നി ഹൃദയഭാരത്തോടെ ഓർത്തു കരഞ്ഞു. ജെന്നിയുടെ വേദന തന്റെ വേദനയാണെന്ന് മാർക്സ് അറിഞ്ഞു. പക്ഷേ ആശ്വാസം പകരാൻ വാക്കുകൾ പോലും അശക്തമാകുന്ന നിമിഷങ്ങൾ.

കരയുന്ന കുട്ടികൾ.

കരയാൻ പോലുമാവാതെ മൂകയായിരിക്കുന്ന ജെന്നി. മാർക്സ് എല്ലാവരെയും വിളിച്ച് അരികിലിരുത്തി പതുക്കെ സംസാരിച്ചു. മക്കളെ ചേർത്തുപിടിച്ചു, ഉമ്മ വെച്ചു. ജെന്നി എല്ലാം കണ്ടുകൊണ്ട് സമീപത്തു തന്നെയിരുന്നു.

ബൂർഷ്വാസമൂഹം ഭയപ്പെടുന്ന കാളിന്റെ വാക്കുകൾ കുട്ടികളുടെ മുമ്പിൽ മൃദുസംഗീതമായിത്തീരുന്നു. അഗ്നിയുടെ ചൂടുംചൂരുമുള്ള അവ മക്കളുടെ മുമ്പിൽ പൂക്കളായി വിടരുന്നു.

ജെന്നി വാക്കുകളുടെ സ്വരഭേദത്തിൽ നിന്നും വർണങ്ങളും സുഗന്ധവും തിരിച്ചറിഞ്ഞു.

'എന്നിൽ നിന്നുയർന്നീടേണം ലോകം, അതെന്റെ നെഞ്ചിൽ സ്വയം തലചായ്ക്കണം. എന്റെ ജീവരക്തത്തിൽ നിന്നും ആശ്വാസത്തിന്റെ നീരുറവകൾ കിനിയുന്നു. എന്റെ ആത്മാവിന്റെ നിശ്വാസത്താൽ സ്വർഗീയ ഗോപുരവാതിലുകൾ തുറക്കപ്പെടുന്നു.'

കാൾ എഴുതിയ കവിത ജെന്നി ഓർത്തു. ഒന്നും മറന്നിട്ടില്ല. ലോകത്തെ സമാശ്വസിപ്പിക്കാൻ കൊതിക്കുന്ന കാളിന്റെ നെഞ്ചിൽ ചാഞ്ഞു കിടന്നുറങ്ങിത്തുടങ്ങിയ മക്കളെ ജെന്നി പതുക്കെ തലോടി.

ആർദ്രമായ ഒരു നോട്ടം. മാർക്സിന്റെ കൈകൾ ജെന്നിയുടെ കൈകൾക്കുമേൽ മൃദുവായി പതിഞ്ഞു.

കണ്ണീരണിഞ്ഞ ഒരു ചിരിയോടെ ജെന്നി മാർക്സിന്റെ ചുമലിൽ ചാഞ്ഞു. ആ കൈകൾ ജെന്നിയെ ചേർത്തു പിടിച്ചു.

11

ഹൃദയത്തോടു ചേർത്തു പിടിക്കേണ്ടവർ

ജെന്നിയുടെയും മക്കളുടെയും കൂടെയിരിക്കുമ്പോൾ മനസ്സ് ശാന്തമാകും. അസൗകര്യങ്ങളുടെ നടുവിലും സംതൃപ്തിയുടെ ദിവസങ്ങൾ പുലർന്നു. കുട്ടികളുടെ പൊട്ടിച്ചിരിയും ബഹളവും അവരുടെ സന്തോഷം വിളിച്ചറിയിച്ചു. അവരുടെ മുഖം വാടിയാൽ, കണ്ണുകലങ്ങിയാൽ, കവിൾ നനഞ്ഞാൽ ഒരിടത്തും ഇരിക്കാനാവില്ല. എഴുതാനാവില്ല. ഒന്നും വായിക്കാനാവില്ല.

എല്ലാ ജോലികളും മാറ്റിവെച്ച് അവരോടൊപ്പം ചേരും. കഥ പറയും. അവരോടൊപ്പം തെരുവിലിറങ്ങി കളിക്കും. മാർക്സിന്റെയും മക്കളുടെയും കൂടെ ജെന്നിയും ചേരും.

വീട്ടിൽ ശന്തിയും സമാധാനവുമുണ്ടാവണമെന്ന് മാർക്സ് ആഗ്രഹിച്ചു. ദുരിതങ്ങളും പ്രശ്നങ്ങളും ജെന്നി ഏറ്റെടുത്തു. സന്തോഷം മാത്രം മാർക്സുമായി പങ്കുവെച്ചു. സങ്കടങ്ങൾ മുഴുവൻ സ്വയം സഹിച്ചു. എങ്കിലും മാർക്സ് എല്ലാ പ്രയാസങ്ങളും കണ്ടു, അറിഞ്ഞു. ജെന്നിയെ വിഷമിപ്പിക്കുന്ന സാമ്പത്തികപ്രയാസങ്ങൾ പരിഹരിക്കാൻ ശ്രമിച്ചു. എന്നാൽ ചില ദിവസങ്ങളിൽ ഭക്ഷണം വാങ്ങാൻ പോലും പ്രയാസപ്പെട്ടു.

ഒരു ദിവസം മാർക്സ് തന്റെ ധരിക്കാൻ കൊള്ളാവുന്ന ഉടുവസ്ത്രങ്ങൾ പണയപ്പെടുത്തി കുറച്ചു പണം കടം വാങ്ങി. അതുകൊണ്ട് ഭക്ഷണത്തിനുള്ള വക ശേഖരിച്ചു. കീറിപ്പഴകിയ വസ്ത്രങ്ങൾ ധരിച്ചു. പണം കിട്ടിയാൽ പണയംവെച്ചവ മടക്കി വാങ്ങാം. വസ്ത്രത്തിലും പ്രധാനമാണ് ഭക്ഷണം.

മാർക്സിനെ പ്രസംഗത്തിനായി തൊഴിലാളിസംഘങ്ങളിലേക്ക് പലരും ക്ഷണിച്ചു. പല സ്ഥലങ്ങളിലും പോവണം. പക്ഷേ എങ്ങോട്ടും പോകാൻ പറ്റില്ല.

മാർക്സ് സ്വന്തം സാഹചര്യമെന്താണെന്ന് എഴുതി അറിയിച്ചു;

'എന്റെ കാര്യങ്ങൾ ഇപ്പോൾ രസാവഹമായ ഘട്ടത്തിലെത്തിയിരിക്കുന്നു. എനിക്ക് പുറത്തിറങ്ങാൻ സാധിക്കുന്നില്ല. കാരണം എന്റെ നല്ല വസ്ത്രങ്ങളെല്ലാം ഞാൻ പണയം വെച്ചിരിക്കുകയാണ്. ഭക്ഷണം കഴിക്കാൻ വേണ്ടി പണമുണ്ടാക്കാൻ. അതും തീർന്നു. എനിക്കിനിയുള്ള ദിവസങ്ങളിൽ ഭക്ഷണം കഴിക്കാനും വഴിയില്ല. കാരണം കടം അത്രയധികം വർധിച്ചിരിക്കുന്നു.'

കാര്യങ്ങളെല്ലാം എംഗൽസ് അറിഞ്ഞു. പെട്ടെന്ന് കുറച്ച് പണം കൊടുത്തു സഹായിച്ചു. സ്ഥിരമായി മാർക്സിന് സാമ്പത്തികസഹായം നൽകണം. അതിനുവേണ്ടി എംഗൽസ് തുണിമില്ലിൽ ഗുമസ്തന്റെ ജോലി ചെയ്തു. അവിടെനിന്നുള്ള വരുമാനം മാർക്സിനും കുടുംബത്തിനും നൽകിത്തുടങ്ങി.

ലണ്ടനിലെ പ്രവാസികളായ കമ്യൂണിസ്റ്റ് ലീഗിന്റെ പ്രവർത്തകന്മാർ മാർക്സിന്റെ വീട്ടിൽ നിത്യസന്ദർശകരായി. പുതുതായി വരുന്നവരുടെ കാര്യത്തിൽ കൂടുതൽ ശ്രദ്ധ പതിപ്പിക്കണം. അവർക്ക് താമസസൗകര്യമൊരുക്കണം. ഭക്ഷണം നൽകണം, താൽക്കാലികമായെങ്കിലും ഒരു ജോലി സംഘടിപ്പിച്ചു കൊടുക്കണം. അവരുടെ നിയമപരമായ കാര്യങ്ങളിൽ വേണ്ടത് ചെയ്യണം.

സോഷ്യൽ ഡെമോക്രാറ്റിക് അഭയാർഥിക്കമ്മിറ്റിയുടെ ചെയർമാൻ എന്ന നിലയിൽ മാർക്സിന്റെ ദിവസത്തിൽ നിന്ന് കുറെസമയം അങ്ങനെയും കഴിഞ്ഞു. ജെന്നി അമേരിക്കയിലുണ്ടായിരുന്ന കമ്യൂണിസ്റ്റ് സുഹൃത്തിന് വീട്ടിലെ അന്നത്തെ സാഹചര്യത്തെപ്പറ്റി ഒരു കത്തിൽ എഴുതി:

'മാർക്സിന്റെ പാർട്ടി രാപകലില്ലാതെ തലകൊണ്ടും കൈകൾ കൊണ്ടും പ്രവർത്തിച്ചുകൊണ്ടിരിക്കുകയാണെന്ന് നിങ്ങൾക്ക് ഊഹിക്കാമല്ലോ.

പൊലീസുകാർ പറയുന്നതെല്ലാം പച്ചക്കള്ളമാണെന്നും അതെല്ലാം കെട്ടിച്ചമച്ചതാണെന്നും വ്യക്തമാക്കുന്നതിനുള്ള തെളിവുകൾ ഇവിടെ നിന്ന് അയച്ചുകൊടുക്കേണ്ടിയിരുന്നു. അതിനാൽ എന്റെ ഭർത്താവിന് രാവും പകലും ജോലി ചെയ്യേണ്ടിവന്നു. പിന്നീട് ഓരോ രേഖയുടെയും ആറും എട്ടും കോപ്പികൾ പകർത്തിയുണ്ടാക്കിയതിന് ശേഷം വിഭിന്ന മാർഗങ്ങളിലൂടെ — ഫ്രാങ്ക് ഫർട്ട് വഴിയും പാരീസ് വഴിയും മറ്റുമായി — അതെല്ലാം കൊളോണിലേക്ക് അയക്കേണ്ടിയിരുന്നു.

ഇവിടെ ഇപ്പോൾ ഒരു കാര്യാലയം തന്നെയായിരിക്കുന്നു. രണ്ടുമൂന്നുപേർ ഇരുന്നെഴുതുന്നു. മറ്റു ചിലർ പല കാര്യങ്ങൾക്കുവേണ്ടി ഓടി നടക്കുന്നു. വേറെ ചിലർ എഴുത്തുകാർക്ക് വേണ്ട തെളിവുകൾ ശേഖരിക്കുന്നതിൽ ഏർപ്പെട്ടിരിക്കുന്നു. തങ്ങളുടെ ജീവൻ രക്ഷിക്കാനും കേട്ടുകേൾവിപോലുമില്ലാത്ത ഈ അപവാദത്തിനെതിരെ ഉദ്യോഗസ്ഥലോകത്തിന്റെ മുഖത്തേക്ക് വലിച്ചെറിയാനുമുള്ളതാണത്. ചിലർ ഇതിനെല്ലാം വേണ്ട പണം ഉണ്ടാക്കുന്നതിനെക്കുറിച്ച് ആലോചിക്കുന്നു.

ഇതിനെല്ലാം പുറമെയാണ് ഒരിടത്തും അടങ്ങിയിരിക്കാത്ത മൂന്ന് കുട്ടികളുടെ പാട്ടുകളും ചൂളമടിയും. കർക്കശക്കാരനായ അച്ഛന്റെശകാരം അവർക്ക് ഇടയ്ക്കിടെ കേൾക്കേണ്ടി വരുന്നുണ്ട്. ആകപ്പാടെ വല്ലാത്ത ബഹളം.'

കൊളോൺ കമ്യൂണിസ്റ്റ് വിചാരണയെ സംബന്ധിച്ച വസ്തുതകൾ എന്ന പേരിൽ ഒരു ലഘുലേഖ തയാറാക്കി മാർക്സ് കേസിന്റെ ശരിയായ കാര്യങ്ങൾ ജനങ്ങളെ അറിയിക്കാൻ നിശ്ചയിച്ചു. കുറ്റവാളികളായി പ്രഖ്യാപിച്ചിരുന്നവരെ ശിക്ഷിക്കുക എന്നതാണ് പ്രഷ്യൻ സർക്കാരിന്റെ നയം. അക്കാര്യമാണ് മാർക്സ് തുറന്നുകാട്ടിയത്.

ലഘുലേഖ പ്രസിദ്ധീകരണത്തിന് അയക്കുന്നതോടൊപ്പം മാർക്സ് ഒരു എഴുത്തുകൂടി വെച്ചു.

'പാന്റും ചെരിപ്പുമിടില്ലെന്ന കാരണത്താൽ ഈ ലഘുലേഖയുടെ കർത്താവ് ഒരുതരം വീട്ടുതടങ്കലിലാണെന്നും കൊടും ദാരിദ്ര്യം അയാളുടെ കുടുംബത്തെ ഓരോ നിമിഷവും ഭീഷണിപ്പെടുത്തിയിരുന്നു എന്നും ഇപ്പോഴും ഭീഷണിപ്പെടുത്തുന്നുവെന്നുമുള്ള വസ്തുത കണക്കിലെടുക്കുന്ന പക്ഷം ഈ ലഘുലേഖയുടെ സാരസ്യം താങ്കൾക്ക് വിലയിരുത്താൻ കഴിയും.

കേസ് വിചാരണ മൂലം എന്റെ നില കൂടുതൽ വഷളായിരിക്കുകയാണ്. എന്തെന്നാൽ ഉപജീവനത്തിനു വേണ്ടി എന്തെങ്കിലും ജോലി ചെയ്യുന്നതിന് പകരം ഗവൺമെന്റിന്റെ ഉപജാപങ്ങൾ തുറന്നു കാട്ടിക്കൊണ്ട് അഞ്ചാഴ്ചക്കാലം എനിക്ക് പണിയെടുക്കേണ്ടി വന്നു.

മാത്രമല്ല, എന്റെ അർഥശാസ്ത്രം എന്ന ഗ്രന്ഥം പ്രസിദ്ധീകരിക്കാൻ തയാറാകുമെന്ന് ഞാൻ പ്രതീക്ഷിച്ചിരുന്ന ജർമൻ പുസ്തക വ്യാപാരികൾ കേസുവിചാരണ നിമിത്തം എന്നിൽ നിന്ന് അകലുകയും ചെയ്തിരിക്കുന്നു.'

എംഗൽസ് ലണ്ടനിലായാലും മാഞ്ചസ്റ്ററിലായാലും മാർക്സുമായി നിരന്തരം ബന്ധപ്പെട്ടു. നേരിൽ കാണുമ്പോഴും കത്തുകളിലൂടെയും ഭൗതികവാദത്തിന്റെ അടിത്തറയിൽ സാമൂഹ്യപ്രശ്നങ്ങൾ വിശകലനം ചെയ്തു. സാമ്പത്തിക സ്വാധീനങ്ങളെപ്പറ്റി ചർച്ച നടത്തി. സോഷ്യലിസ്റ്റ് ആശയത്തിന്റെ പ്രചരണപ്രവർത്തനങ്ങളെപ്പറ്റിയും അതിനുവേണ്ട സംഘടനാകാര്യങ്ങളെപ്പറ്റിയും ആലോചിച്ചു. ചിന്തിക്കുക, പഠിക്കുക, ആശയലോകത്ത് പുതിയ കണ്ടെത്തലുകൾ നടത്തുക; എഴുതുക. ഇതാണ് തനിക്കു ചെയ്യാനുള്ളത്. മാർക്സ് സ്വയം തിരിച്ചറിഞ്ഞു.

'മനുഷ്യരാശിക്ക് വേണ്ടി ഏറ്റവുമധികം അധ്വാനിക്കാൻ കഴിയുന്ന ഒരു തൊഴിൽ തെരഞ്ഞെടുത്താൽ അതിന്റെ ഭാരംകൊണ്ട് നമ്മൾ തളരുകയില്ല.'

സെക്കന്ററി സ്കൂൾ പരീക്ഷയ്ക്ക് എഴുതിയ ഉപന്യാസത്തിലെ വാക്കുകൾ മാർക്സ് ഓർത്തു. ഒരു തൊഴിൽ തെരഞ്ഞെടുക്കുന്നതിനെപ്പറ്റിയുള്ള യുവാവിന്റെ ചിന്തകൾ സ്വന്തം ജീവിതത്തിൽ പ്രായോഗികമായിരിക്കുന്നു.

സങ്കൽപ്പവും ജീവിതവും തമ്മിൽ ഒന്നുചേർന്നിരിക്കുന്നു. ജനകോടികൾക്കു വേണ്ടിയുള്ള ത്യാഗം. മാർക്സിന്റെ ജീവിതത്തെപ്പറ്റി എംഗൽസ് ഓർക്കാറുണ്ട്. തത്വചിന്തയെയും സാമ്പത്തികശാസ്ത്രത്തെയും അടിസ്ഥാനപ്പെടുത്തി സാമൂഹ്യവികാസത്തിന്റെ നിയമങ്ങളെ കണ്ടെത്താനും വ്യാഖ്യാനിക്കാനും ഇതുവരെ ആർക്കും കഴിഞ്ഞിട്ടില്ല. മാർക്സിന് അതുകഴിഞ്ഞു.

അധ്വാനത്തിന്റെയും മാനവികമായ എല്ലാറ്റിന്റെയും കാരണങ്ങളും കാര്യങ്ങളും മാർക്സ് കണ്ടെത്തുന്നു. അതേപ്പറ്റി എഴുതുന്നു;

'നാളിതുവരെ നിലനിന്നിട്ടുള്ള എല്ലാ സമുദായങ്ങളുടെയും ചരിത്രം വർഗസമരത്തിന്റെ ചരിത്രമാണ്.'

*കമ്യൂണിസ്റ്റ് മാനിഫെസ്റ്റോ*വിലെ വാചകങ്ങൾ എംഗൽസ് ഓർത്തു. വർഗസമരസിദ്ധാന്തം തത്വചിന്തയിലും ചരിത്രത്തിലും മാർക്സിന്റെ അതിപ്രധാനമായ കണ്ടുപിടുത്തമാണ്. മാർക്സിൽ നിന്നും ധാരാളം പ്രതീക്ഷിക്കുന്നു.

കുടുംബം പുലർത്താൻ വേണ്ടി ഒരു തൊഴിൽ തേടാൻ ഒരുങ്ങിപ്പുറപ്പെടുന്ന മാർക്സിനെപ്പറ്റി ആലോചിക്കാനേ വയ്യാ. ഏതെങ്കിലും ഒരിടത്ത് ഒരു ഗുമസ്തനായോ ഒരു കേവല കൈത്തൊഴിൽക്കാരനായോ ഒരു അധ്യാപകനായോ മാർക്സിനെ സങ്കൽപ്പിക്കാൻ കഴിയുന്നില്ല. ചിന്തയുടെയും അന്വേഷണത്തിന്റെയും താത്വികനിഗമനങ്ങളുടെയും വിശകലനങ്ങളുടെയും അടിസ്ഥാനത്തിൽ സാമൂഹ്യവികാസനിയമങ്ങളെപ്പറ്റി ശാസ്ത്രീയമായി പറയാൻ മാർക്സിനേ കഴിയൂ എന്ന് എംഗൽസ് കരുതി. മറ്റൊരു ജോലിയിലും ഇടപെടാതെ മാർക്സ് ആഗ്രഹിക്കും വിധം വായിക്കാനും പഠിക്കാനും എഴുതാനും വേണ്ടി എംഗൽസ് അവസരമുണ്ടാക്കി.

മാർക്സിന്റെ വീട്ടുചെലവുകൾക്കുവേണ്ട സംഖ്യ മുടങ്ങാതെ അയച്ചുകൊടുത്തു. ചിലപ്പോൾ മാർക്സ് എംഗൽസിനെ കാണാനായി വരും. അന്ന് വീട്ടിലെല്ലാവർക്കും സന്തോഷത്തിന്റെ ദിവസമാണ്. കുടുംബത്തിലെ ഒരംഗം ഒഴിവുകാലത്ത് സ്വന്തം വീട്ടിൽ വന്നതുപോലെ.... ആനന്ദകരമായ അനുഭവം എംഗൽസ് ആവോളം ആസ്വദിച്ചു.

അമേരിക്കയിൽ നിന്നും പ്രസിദ്ധീകരിക്കുന്ന *ന്യൂയോർക്ക് ഡെയ്‌ലി ട്രിബ്യൂൺ* മാർക്സിനോട് ലേഖനം വേണമെന്ന് ആവശ്യപ്പെട്ടു. മാർക്സിന്റെ ലേഖനങ്ങളും ഗ്രന്ഥങ്ങളും വായിച്ചിരുന്നവരെക്കൂടി ആകർഷിക്കാനാണ് പത്രത്തിന്റെ ശ്രമം.

മാർക്സ് ലേഖനം അയച്ചുകൊടുത്തു. പ്രസിദ്ധീകരിക്കുന്ന ലേഖനത്തിന് പ്രതിഫലവും കിട്ടിത്തുടങ്ങി. അമേരിക്കയിലെ വായനക്കാർ മാർക്സിന്റെ ലേഖനങ്ങൾ വായിച്ച് ഇഷ്ടപ്പെട്ടു. എന്നാൽ പിന്നീട് മാർക്സ് എഴുതി അയക്കുന്ന ലേഖനങ്ങൾ പത്രാധിപർ വെട്ടിമുറിച്ച് തിരുത്തലോടെ പ്രസിദ്ധീകരിച്ചു തുടങ്ങി.

മാർക്സിന് അതിഷ്ടമായില്ല. ലേഖനം എഴുതി അയച്ചില്ല. എന്നാൽ പത്രാധിപർ വീണ്ടും വീണ്ടും ലേഖനം ആവശ്യപ്പെട്ടുകൊണ്ട് കത്തെഴുതി.

പ്രസിദ്ധീകരിക്കപ്പെടുന്ന ലേഖനത്തിന് പ്രതിഫലം അയക്കുന്നുണ്ട്. ലേഖനമില്ലെങ്കിൽ പണവുമില്ല. ചെറിയ തുകയാണെങ്കിലും മാർക്സിന്റെ കുടുംബത്തിന് ആ പണം കിട്ടുന്നത് നല്ലതാണ്. എംഗൽസ് കരുതി. അത് തുടർച്ചയായി കിട്ടണം.

എംഗൽസ് മാർക്സിന്റെ പേരിൽ ലേഖനമെഴുതി പത്രത്തിനയച്ചു തുടങ്ങി. പ്രസിദ്ധീകരിക്കുന്ന ലേഖനങ്ങളുടെ പ്രതിഫലം മാർക്സിന് കിട്ടിത്തുടങ്ങി.

ഗൗരവമുള്ള വിഷയങ്ങളെപ്പറ്റിയാണ് ലേഖനം എഴുതിയിരുന്നതെങ്കിലും അതൊരു തമാശയെന്ന മട്ടിലാണ് മാർക്സും എംഗൽസും കണ്ടിരുന്നത്.

എംഗൽസ് സുഹൃത്തിനെഴുതി:

'ഞങ്ങൾക്ക് നർമബോധമില്ലാതാക്കാൻ ഞങ്ങളുടെ ശത്രുക്കൾക്ക് ഒരിക്കലും കഴിഞ്ഞില്ല.'

മാർക്സിന്റെ സാമ്പത്തികപ്രയാസങ്ങൾ ദിവസംതോറും വർധിച്ചു വന്നു. മാർക്സിനെ അന്വേഷിച്ച് വന്നുകൊണ്ടിരിക്കുന്നവർക്കു വേണ്ടി ധാരാളം സമയം ചിലവഴിച്ചു. കൊടും ദാരിദ്ര്യത്തിനിടയിലും മറ്റുള്ളവരെ സഹായിച്ചു. സുഖസൗകര്യങ്ങൾ ഒരുക്കി. തൊഴിലില്ലാതെ കഷ്ടപ്പെടുന്ന പ്രവാസികൾക്ക് തൊഴിൽ ലഭിക്കാനാവശ്യമായ പ്രവർത്തനങ്ങൾ നടത്തി. അപ്പോഴും സ്ഥിരവരുമാനമുള്ള ഒരു തൊഴിലിൽ മാർക്സിന് ഏർപ്പെടാൻ കഴിഞ്ഞില്ല.

തൊഴിലാളികളുടെ മനസിൽ മാർക്സിനുള്ള സ്ഥാനം പണ്ഡിതനും ചിന്തകനുമായ ഒരു വ്യക്തിയുടേതാണ്. വളരെ ഉയർന്ന തലത്തിലാണത് സങ്കൽപ്പിക്കപ്പെട്ടിരിക്കുന്നത്.

മാർക്സിനെ അനുകൂലിക്കുന്നവർക്ക് അനേകകാര്യങ്ങൾ പറയാനുണ്ട്. മാർക്സിനെ എതിർക്കുന്നവർക്കും ഏറെ പറയാനുണ്ട്.

ലണ്ടനിൽ നിന്നും ഒരു പത്രം പ്രസിദ്ധീകരിക്കാനുള്ള ശ്രമങ്ങൾ അവസാനം വിജയിച്ചു. *നോയെ റൈനിഷ സെയിതുങ്ങ* — രാഷ്ട്രീയ സാമ്പത്തികവിഷയങ്ങളിൽ പത്രം പുതിയ പ്രശ്നങ്ങൾ അവതരിപ്പിച്ചു. ജനങ്ങൾ ശ്രദ്ധിച്ചു തുടങ്ങി.

മാർക്സാണ് പത്രാധിപർ. എംഗൽസ് നല്ല ലേഖനങ്ങൾ എഴുതി നൽകി. സാമ്പത്തികമായും സഹായിച്ചു. എന്നാൽ പത്രം തുടർന്ന് നടത്താൻ വിഷമിച്ചു. ചെലവിനുള്ള പണം കൈയിലില്ല. ആറു ലക്കങ്ങൾ പുറത്തുവന്നു. തുടർന്ന് നടത്താൻ പണമില്ല. പത്രത്തിന്റെ പ്രസിദ്ധീകരണം നിറുത്തി.

മാർക്സിന്റെ സാമ്പത്തികപ്രയാസങ്ങൾ വർധിച്ചു. *ന്യൂയോർക്ക്*

ഡെയ്‌ലി ട്രിബ്യൂണിൽ എഴുതിക്കൊണ്ടിരുന്ന ലേഖനങ്ങൾക്ക് കിട്ടിക്കൊണ്ടിരുന്ന പ്രതിഫലം അവർ സ്വയം കുറച്ചു. അമേരിക്കയിലും സാമ്പത്തികകുഴപ്പമാണത്രെ. ലേഖനങ്ങൾ വേണം. പ്രതിഫലം നാലിലൊന്നായി കുറഞ്ഞു. എംഗൽസ് സഹായിക്കുന്നുണ്ട്. ആശ്വാസവചനങ്ങളും പുതിയ നിർദേശങ്ങളും നിറയെ സ്നേഹവുമായി എംഗൽസിന്റെ കത്തുകൾ മുടങ്ങാതെ വന്നു. മാർക്സ് ദാർശനികകാര്യങ്ങളും വ്യക്തിപരമായ പ്രശ്നങ്ങളും കുടുംബത്തിന്റെ നിലയും മറുപടിയിൽ വിശദമായി എഴുതും. എംഗൽസ് കുടുംബത്തിലെ ഒരംഗം തന്നെയെന്ന് കരുതും.

'ഇന്നലെയാണ് താങ്കളുടെ എഴുത്ത് കിട്ടിയത്. ഇവിടെ കാര്യങ്ങളെല്ലാം പഴയതുപോലെ തന്നെ വല്ലാത്ത സ്ഥിതിയിലാണ്. ഭാര്യക്ക് സുഖമില്ല. ജെന്നിമോൾക്കും അസുഖം ബാധിച്ചിരിക്കുന്നു. ഹെലന് പനിയാണ്. ഞരമ്പുകൾ വലിഞ്ഞ് വിഷമിക്കുന്നു. ആർക്കും മരുന്ന് വാങ്ങിയിട്ടില്ല. പണമില്ല. ഡോക്ടറെ വിളിക്കാനും കഴിഞ്ഞില്ല. പണം കിട്ടാനുള്ള വഴികൾ നോക്കിയെങ്കിലും വിജയിച്ചില്ല.

പഴയ കടങ്ങൾ തീർക്കാനുണ്ട്. പുതുതായി കടം തരാനും ആരും തയാറല്ല. കഴിഞ്ഞ എട്ടുപത്തു ദിവസങ്ങളായി റൊട്ടിയും ഉരുളക്കിഴങ്ങും മാത്രമാണ് ഭക്ഷണം. വീട്ടിലുള്ളവരിലാർക്കും ഈ ഭക്ഷണം പറ്റില്ലെന്ന് അറിയാമല്ലോ. ഇങ്ങനെ പോയാൽ അവ കൂടി വാങ്ങാൻ കഴിയുമോ എന്ന് സംശയിക്കുന്നു.

റൊട്ടിക്കാരനും പച്ചക്കറിക്കാരനും പാൽക്കാരനും ഇറച്ചിക്കാരനും പണം കൊടുക്കാനുണ്ട്. എങ്ങനെയാണ് ഈ വിഷമങ്ങളെല്ലാം പരിഹരിക്കുക എന്നറിവില്ല.'

കത്തുവായിച്ചു കഴിഞ്ഞപ്പോൾ എംഗൽസിന്റെ കൺമുന്നിൽ മാർക്സിന്റെ കുടുംബചിത്രം തെളിഞ്ഞു. അവിടുത്തെ ശബ്ദകോലാഹലങ്ങൾ പോലും കേൾക്കാം. എംഗൽസ് പെട്ടെന്നുതന്നെ മാർക്സിന്റെ പേരിൽ കുറച്ചു പണമയച്ചു. സ്വന്തക്കാർക്കു വേണ്ടി ചെയ്യേണ്ടിയിരുന്ന കാര്യമെന്നപോലെ. അൽപ്പം വൈകിപ്പോയോ എന്ന് ഒരുവേള സംശയിക്കുകയും ചെയ്തു.

ജെന്നി എല്ലാ ദുരന്തങ്ങളും സ്വയം സഹിച്ചു. പരാതി പറഞ്ഞില്ല. മാർക്സിനെ കുറ്റപ്പെടുത്തിയില്ല. എന്നാൽ വീട്ടുകാര്യങ്ങൾ നടത്താൻ വിഷമിച്ച ഹെലൻ ചിലപ്പോൾ ജെന്നിയോട് പരാതി പറഞ്ഞു.

"കുട്ടികൾക്കുപോലും ശരിയായി ഭക്ഷണം കൊടുക്കാൻ കഴിയുന്നില്ല. എല്ലാവരുടെയും ശരീരം ക്ഷീണിച്ചു. രോഗം വിടാതെ പിടികൂടുന്നു."

ജെന്നി ഹെലന്റെ സ്നേഹത്തിനു മുന്നിൽ മൗനിയായി നിൽക്കും. ഒരു നേർത്ത ചിരിയോടെ കുറേക്കൂടി അടുത്തുനിൽക്കും. ആത്മാവിനെ സ്പർശിച്ചതുപോലെ ഹെലൻ ജെന്നിയെ വിഷാദമൂകമായി ഒന്നു നോക്കും. പഴയകാലത്തെ പ്രതാപത്തിന്റെയും പ്രഭുമന്ദിരത്തിലെ സമ്പന്നതയുടെയും ഓർമയോടെ ഹെലൻ പതുക്കെ കുട്ടികളുടെ അടുത്തേക്ക് നടക്കും.

കുട്ടികളെ കാണുമ്പോൾ ജെന്നിയുടെ മനസ്സ് ഉരുകും. നല്ല ഭക്ഷണമില്ല. നല്ല വസ്ത്രമില്ല. നല്ലതൊന്നും അവർക്ക് നിൽകാൻ കഴിഞ്ഞിട്ടില്ല. സ്നേഹമൊഴികെ.

എഡ്ഗാർ ആകെ തളർന്നിരിക്കുന്നു. എട്ടു വയസുള്ള ഒരു ആൺകുട്ടിക്കുവേണ്ട ശാരീരിക വളർച്ചയില്ല. പട്ടിണിയും ദാരിദ്ര്യവും അവന്റെ കണ്ണുകളെപ്പോലും ബാധിച്ചിരിക്കുന്നു. മാർക്സിനും പ്രയാസമുണ്ട്. അവനെ സന്തോഷിപ്പിക്കുകയാണ് വേണ്ടത്. അതിനായി സമയം കിട്ടുമ്പോഴൊക്കെ അവന്റെ കളിക്കൂട്ടുകാരനായി.

വീട്ടിനകത്തും പുറത്തും മാർക്സ് കുട്ടികൾക്ക് കൂട്ടുകാരനായി. സന്തോഷത്താൽ വികസിക്കുന്ന കണ്ണുകളും ചിരിക്കുന്ന കൊച്ചുമുഖങ്ങളും കാണാൻ മാർക്സ് കൊതിച്ചു. പക്ഷേ, ഒരാൾക്കല്ലെങ്കിൽ മറ്റൊരാൾക്ക് എന്ന രീതിയിൽ രോഗം ഊഴംവെച്ച് മാർക്സിന്റെ ഭവനത്തിൽ കാവൽ നിന്നു.

എഡ്ഗാറിന് തീരെ സുഖമില്ലാതായി. മാർക്സും ജെന്നിയും അവന്റെ അടുത്തുനിന്നു മാറാതെനിന്നു പരിചരിച്ചു. എഴുതാൻ കഴിഞ്ഞില്ല. വായിക്കാൻപോലും തോന്നിയില്ല. മാർക്സ് ജെന്നിയുടെ മനസറിഞ്ഞ് പെരുമാറി.

ജെന്നിക്ക് രണ്ടുമക്കൾ മരിച്ചതിന്റെ ദുഃഖം പുർണമായി മാറിയിട്ടില്ല. അകാലത്തിൽ പൊലിഞ്ഞുപോയ ദീപങ്ങൾ. മനസിൽ ഇരുൾ നിറഞ്ഞതുപോലെ തോന്നിയിരുന്നു. ഇപ്പോഴിതാ എഡ്ഗാറിന്റെ രോഗശയ്യയ്ക്കരികിലിരുന്ന് ജെന്നി നെടുവീർപ്പിടുന്നു.

എഡ്ഗാറിന്റെ രോഗം മാറിയിരുന്നെങ്കിൽ — ഹെലൻ പ്രതീക്ഷയോടെ കുട്ടിയുടെ മുഖത്തുനോക്കി.

"പാവം കുഞ്ഞ്. അതിന് കണ്ണുതുറക്കാൻപോലും വയ്യാ". ഹെലൻ സങ്കടപ്പെട്ടു.

എഡ്ഗാർ മരിച്ചു.

പ്രിയപുത്രന്റെ മരണം കുടുംബത്തെ ആകെ തകർത്തു. മരണത്തെ സ്വന്തം വീട്ടിനകത്ത് വെച്ച് മുഖാമുഖം കണ്ടതുപോലെ മാർക്സ് മൂകനായി. ജെന്നിയെ എങ്ങനെ ആശ്വസിപ്പിക്കണമെന്നുപോലുമറിയില്ല.

"ഹൃദയം നീറുകയാണ്. തല പുകയുകയാണ്."

മാർക്സ് എംഗൽസിന് എഴുതി.

'പാവം മുഷ് മരിച്ചു. നിങ്ങളുടെ സൗഹൃദം ഈ ഭയങ്കര ദിനങ്ങളിൽ ഞങ്ങളെ എത്രയേറെ സഹായിച്ചുവെന്നത് ഞാൻ ഒരിക്കലും മറക്കുകയില്ല. എന്റെ ദുഃഖം എത്ര വലുതാണെന്ന് അറിയാമല്ലോ.'

എംഗൽസിന്റെ ഓരോ മറുപടിയും ആശ്വാസലേപനംപോലെ ഹൃദയത്തെ തഴുകി. ഹൃദയത്തോടും ബുദ്ധിയോടും ഒരുപോലെ സംസാരിക്കുന്ന ഒരാളേയുള്ളു. എംഗൽസ് മാത്രം.

മാർക്സ് വീണ്ടും വീണ്ടും എംഗൽസിനെഴുതി. മറുപടി കിട്ടാൻ കാത്തിരുന്നു.

"ഒട്ടേറെ കഷ്ടപ്പാടുകൾ അനുഭവിച്ചിട്ടുള്ളവനാണ് ഞാൻ. പക്ഷേ, യഥാർഥ ദുഃഖമെന്തെന്ന് എനിക്കിപ്പോഴാണ് മനസിലായത്."

എഡ്ഗാറിന്റെ മരണം മറ്റെല്ലാ ദുരിതങ്ങൾപോലെയും അവ ഗണിക്കാനാവുന്നില്ല. ജെന്നി മാർക്സിനെ ശ്രദ്ധിച്ചു. ഒന്നും ചെയ്യുന്നില്ല. ഒരിടത്തും പോകുന്നില്ല. ഈ സങ്കടക്കടൽ നീന്തിക്കയറേണ്ടിയിരിക്കുന്നു. ജെന്നി മാർക്സിന്റെ അടുത്ത് കൂടുതൽ സമയം ചിലവഴിച്ചു.

മാർക്സ് എംഗൽസിന് എഴുതി:

'ഇക്കഴിഞ്ഞ ദിവസങ്ങളിൽ അനുഭവിക്കേണ്ടിവന്ന വർധിച്ച യാതനകൾക്കിടയിൽ എനിക്ക് താങ്ങായുണ്ടായിരുന്നത് നിങ്ങളുടെ സൗഹൃദത്തെക്കുറിച്ചുള്ള ചിന്തയും നമുക്കൊരുമിച്ച് ഈ ലോകത്തിൽ ഇനിയും ചെയ്യാനുണ്ടെന്ന ബോധ്യവുമാണ്.'

മാർക്സ് എഴുത്തുമേശയ്ക്കരികിൽ ഇരിക്കുമ്പോൾ വേദനകളെല്ലാം ഉള്ളിലൊതുക്കി ജെന്നിയും അടുത്ത് ചെന്നിരിക്കും. എഴുതിയതെല്ലാം തന്നെ കാണിക്കുമായിരുന്നു. ആദ്യത്തെ വായനക്കാരിയെന്ന് വിളിച്ചു കളിയാക്കുമായിരുന്നു.എല്ലാം മറന്നുപോയതുപോലെ, ഒന്നിനും മനസില്ലാത്തതുപോലെ. മാർക്സും ജെന്നിയും പരസ്പരം ആശ്വസിപ്പിക്കാൻ ശ്രമിച്ചു. കുട്ടികളുടെ കൂടെ ഏറെനേരം കഴിഞ്ഞു.

ഹൃദയത്തോട് ചേർത്തുപിടിക്കേണ്ടവർ അകന്നുപോകുന്നു. ദാരിദ്ര്യവും ദുരിതവുംമൂലം മൂന്ന് മക്കളെ നഷ്ടപ്പെട്ട ജെന്നിയെ കാണുമ്പോൾ ഹെലന്റെ മനസുരുകും. ഒരു ദിവസമെങ്കിലും ജെന്നി പഴയ പ്രഭുകുമാരിയായി മാറിയിരുന്നെങ്കിൽ — വെറുതെ മോഹിച്ചു.

ബാല്യകാലദിനങ്ങളിലെ ഓർമകളിലേക്ക് മാർക്സ് ജെന്നിയെ ബോധപൂർവം കൊണ്ടുപോയി. അന്നത്തെ രസകരമായ ചില കാര്യങ്ങൾ ഓർമിപ്പിച്ചു. ജെന്നിക്ക് ചിരിക്കാനാവില്ല. മാർക്സ് തന്റെ സന്തോഷത്തിനായി സംസാരിക്കുകയാണെന്ന് ജെന്നിക്കും അറിയാം. വാക്കുകൾക്ക് അവയുടെ പൂർണമായ അർഥം നഷ്ടപ്പെടുന്ന സന്ദർഭങ്ങളുണ്ടെന്ന് രണ്ടുപേരും മനസിലാക്കി.

12

പ്രകാശപ്രയാണം

"അമ്മയെ ചെന്ന് കാണണം." ജെന്നി പറഞ്ഞു. ഏറെ നാളത്തെ ആഗ്രഹമാണ്. അച്ഛന്റെ മരണശേഷം അമ്മയും സഹോദരനും മാത്രമാണ് ആശ്രയമായുള്ളത്. ബഹിഷ്കൃതരായി രാജ്യങ്ങളിൽ നിന്ന് രാജ്യങ്ങളിലേക്കുള്ള യാത്രയ്ക്കിടയിൽ അമ്മയെ ചെന്നു കാണാൻ അധികമൊന്നും കഴിഞ്ഞില്ല. ജെന്നിയും മൂന്ന് പെൺമക്കളും ട്രിയറിൽ പോയി. മാർക്സ് തനിച്ചായി.

ജെന്നിയും മക്കളും അടുത്തില്ലാത്തതു മാർക്സിന്റെ മനസു തളർത്തി. അവിടെ എങ്ങനെ അവർ സ്വീകരിക്കപ്പെടും? ഒരിക്കൽ ഉപേക്ഷിച്ച് പോന്നതാണ്. ആശങ്കാകുലനായി.

ജെന്നിയുടെ സഹോദരൻ എഡ്ഗാർ എന്നും തങ്ങളുടെ മനസറിഞ്ഞ് പ്രവർത്തിച്ചിട്ടുണ്ട്. എന്നാൽ വെസ്റ്റ്ഫാലൻ പ്രഭുവിന്റെ ആദ്യഭാര്യയിൽ ജനിച്ച മകൻ ഫെർഡിനാൻഡ് ചെറുപ്പകാലം മുതൽ ഒരു പ്രത്യേകസ്വഭാവക്കാരനാണ്. അന്നേ സ്വന്തം കാര്യവും നേട്ടവും മാത്രമേ നോക്കാറുള്ളു. വെസ്റ്റ്ഫാലൻ പ്രഭു കൗൺസിലറായിരുന്നു. ഫെർഡിനാൻഡ് ആ പദവി നേടിയെടുത്തു. രാജഭരണത്തിന്റെ ആനുകൂല്യങ്ങൾ പങ്കുപറ്റിയ ഫെർഡിനാൻഡ് ഇപ്പോൾ പ്രഷ്യൻ ഗവൺമെന്റിൽ ആഭ്യന്തരമന്ത്രിയാണ്. മാർക്സിനെ ഒരിക്കലും അംഗീകരിക്കാത്ത മനുഷ്യൻ. ദുരഭിമാനി.

പ്രായമായ അമ്മയെ കാണാനും മക്കളെ സ്വന്തം ബന്ധുക്കളെയും നാടും കാണിക്കാനും ജെന്നിക്ക് തോന്നിയത് നന്നായി. ഒരു ദേശത്തും പൗരത്വമില്ലാത്തവനാണ് താനും മക്കളുമെന്ന ചിന്ത മാർക്സിനെ ചിരിപ്പിച്ചു.

ജെന്നിയും മക്കളും അമ്മയുടെ അടുത്ത് എത്തിയിരിക്കുമോ? ജെന്നി സ്വയം യാത്ര ചെയ്യാൻ കഴിവുള്ളവളാണ്. മാർക്സിന്റെ മനസ്സ് അവരുടെ പിറകെ പോയി. ജെന്നി ഫെർഡിനാൻഡിനെ കാണുമോ?

വിപ്ലവാശയങ്ങളോടും സംഘടനകളോടും ഫെർഡിനാൻഡിന് എതിർപ്പാണ്. *കമ്യൂണിസ്റ്റ് മാനിഫെസ്റ്റോ* അധികാരിവർഗത്തിലുണ്ടാക്കിയ നടുക്കം മാറിയിട്ടില്ല. ഫെർഡിനാൻഡും അതേപ്പറ്റി കേട്ടിരിക്കും അറിഞ്ഞിരിക്കും.

മാർക്സ് ഓർത്തു. തന്നോടുള്ള ശത്രുത വർധിക്കുകയേയുള്ളൂ. ജെന്നിയോടുള്ള പെരുമാറ്റത്തിൽ അതുകൂടി പ്രതിഫലിക്കുമോ? സംശയിച്ചു.

മക്കളെ അയാൾ എങ്ങനെ സ്വീകരിക്കും. മക്കളുടെ മുന്നിൽ വെച്ച് ജെന്നി അപമാനിക്കപ്പെടുന്നതിനെപ്പറ്റി ആലോചിച്ചപ്പോൾ മാർക്സിന് സമാധാനമില്ലാതായി.

ജെന്നി അമ്മയുടെ അടുത്തെത്തി. അമ്മയുടെ ജന്മനാടും വീടും കണ്ട് കുട്ടികൾ അത്ഭുതപ്പെട്ടു. പ്രഭുമന്ദിരത്തിന്റെ സൗകര്യങ്ങൾ സ്വപ്നത്തിൽപ്പോലും ഇതുവരെ കണ്ടിട്ടില്ല.

ജെന്നിമോളും ലോറയും ടുസ്സിയും അത്ഭുതത്തോടെ നടന്നു. മൂന്നുപേരെയും ജെന്നി അമ്മയ്ക്കരികിൽ നിർത്തി. പേരക്കിടാങ്ങളെ കണ്ടപ്പോൾ ആ മുഖം സന്തോഷംകൊണ്ട് പ്രകാശിച്ചു. പ്രായത്തെ മറന്ന് വല്ല്യമ്മ പേരക്കിടാങ്ങളെ ആശ്ലേഷിച്ച് മുത്തം നൽകി.

ജെന്നി അത് സംതൃപ്തിയോടെ കണ്ടുനിന്നു. സഹോദരൻ എഡ്ഗാർ എല്ലാവരെയും സ്നേഹപൂർവം സ്വീകരിച്ചു.

കുട്ടിക്കാലത്ത് കളിച്ചുനടന്നിരുന്ന റൈൻ നദിക്കരയിലെത്തിയപ്പോൾ ജെന്നിയും ചെറിയ കുട്ടിയായി മാറി.

മാർക്സ് ജെന്നിയില്ലാത്ത വീട്ടിൽ ഒറ്റപ്പെട്ടതുപോലെയായി. ജെന്നിയുമായി അടുത്ത നാളുകൾ ഇന്നലെയെന്ന പോലെ ഓർമയിലുണ്ട്. പിന്നീട് ഓരോ വിരഹവും സ്നേഹത്തെ തീവ്രമാക്കിയിട്ടേയുള്ളൂ.

മാർക്സ് ജെന്നിക്ക് എഴുതി:

'വെയിലും മഴയും ചെടികളെ വളർത്തുകയാണ് ചെയ്യുന്നത്. അതുപോലെ തന്നെ വിരഹം എന്റെ പ്രേമത്തെയും വളർത്തുന്നു. നമ്മൾ വേർപെട്ടു കഴിയുന്ന ഓരോ അവസരത്തിലും എനിക്കിത് ബോധ്യമാവുന്നുണ്ട്.'

ബോണിലും ബർലിനിലും കലാശാലകളിൽ പഠിച്ചിരുന്ന നാളുകൾ, ജെന്നിയുടെ സാമീപ്യത്തിനായി കൊതിച്ചിരുന്നത് ഓർത്തു.

തത്വശാസ്ത്രവും സാമ്പത്തികശാസ്ത്രവും ചരിത്രവും പഠിക്കുമ്പോൾ ജെന്നിയുടെ ഓർമകൾ ആവേശമായിരുന്നു. പഠനം പൂർത്തിയാക്കി എത്രയും വേഗം തിരിച്ചെത്തണം. എല്ലായ്പ്പോഴും ജെന്നിയുടെ സാമീപ്യം എഴുത്തിനെയും വായനയെയും ചിന്തയെയും ഉത്തേജിപ്പിച്ചു.

പ്രചോദനമാണ് ജെന്നി.

പ്രത്യാശയാണ് ജെന്നി.

ജെന്നിയും മാർക്സ് അടുത്തില്ലാത്തതിന്റെ മനോവിഷമമറിഞ്ഞു. ഓരോ ദിവസവും മാർക്സിന്റെ എഴുത്തിനുവേണ്ടി കാത്തിരുന്നു.

മനുഷ്യന്റേതായതൊന്നും എനിക്ക് അന്യമല്ല എന്നു കരുതുന്ന കാൾ ജീവിതത്തെ അനുഭവങ്ങളുടെ സമരവേദിയാക്കുന്നു. എല്ലാറ്റിനെയും ചോദ്യം ചെയ്യുന്നു. കീഴടങ്ങലും ദാസ്യമനോഭാവവും വെറുക്കുന്നു. ലാളിത്യത്തെ ഏറ്റവും വലിയ സദ്ഗുണമായി വിലമതിക്കുന്ന കാൾ സ്വന്തം ഹൃദയത്തോടൊപ്പം തന്നെയും ചേർത്തു നിർത്തുന്നു.

മാർക്സ് അയച്ച പ്രണയം തുളുമ്പുന്ന എഴുത്ത് ജെന്നി വീണ്ടും വായിച്ചു:

'ലോകത്തിൽ ധാരാളം സ്ത്രീകളുണ്ട്. അവരിൽ ചിലർ സുന്ദരികളുമാണ്. പക്ഷേ, നിന്റേതുപോലുള്ള വേറൊരു മുഖം എനിക്ക് കണ്ടെത്താൻ കഴിയുമോ?

നിന്റെ മുഖത്തിന്റെ രൂപഭംഗിയും അതിലെ ഓരോ ചുളിവും എന്നിൽ എത്രയും ശാന്തവും മധുരമനോഹരവുമായ ഓർമകൾ ഉണർത്തുന്നു.

എന്റെ അന്തമില്ലാത്ത യാതനകളും എന്റെ തീരാദുഃഖവും ആ മുഖത്ത് ഞാൻ വായിക്കുന്നു.

നിന്റെ സുന്ദരമുഖത്ത് ചുംബനമർപ്പിക്കുമ്പോൾ എന്റെ സകലയാതനകളും ഇല്ലാതാകുന്നു.'

വിരഹം ബാല്യയൗവനങ്ങളെ എല്ലാ ഭാവങ്ങളോടെയും തിരിച്ചു നൽകുന്നു. വീണ്ടും വീണ്ടും മാർക്സിന്റെ എഴുത്തുകൾക്കു വേണ്ടി ജെന്നി കാത്തിരുന്നു.

ഓരോ എഴുത്തിന്റെയും അവസാനവാചകം ജെന്നി മനസുകൊണ്ടു വായിച്ചു സന്തോഷിച്ചു.

ജെന്നിയാണ് സ്നേഹം.

സ്നേഹമാണ് ജെന്നി.

സന്തോഷംകൊണ്ട് തുള്ളിച്ചാടി നടന്ന പെൺകുട്ടിയായി മാറി. ഓർമകളുടെ വർണചിത്രങ്ങൾ നക്ഷത്രപ്രഭയോടെ ഹൃദയാകാശത്തിൽ തെളിഞ്ഞു.

ജെന്നി മറുപടി എഴുതി:

'അങ്ങ് എന്റെ ഹൃദയത്തിലെ കർദിനാളും ബിഷപ്പുമാണ്. ഒരിക്കൽക്കൂടി ഈ പാവപ്പെട്ട കുഞ്ഞാടിനെ സമാധാനത്താലും സമാശ്വാസത്താലും തലോടി.'

ജെന്നിയുടെ എഴുത്ത് വായിച്ച് മാർക്സ് പതുക്കെ ചിരിച്ചു. ജെന്നിയുടെ മനസ്സ് ഒട്ടും മാറിയിട്ടില്ല. നിഷ്കളങ്കമായ പെൺകുട്ടിയുടെ സ്വരവും ഭാഷയും തന്നെ ഇപ്പോഴും.

മാർക്സ് മറുപടി എഴുതി:

'ഞാൻ വീണ്ടും നിനക്കെഴുതുകയാണ്. കാരണം ഞാൻ ഒറ്റയ്ക്കാണ്. ചിന്തയിലൂടെ മാത്രം എനിക്ക് നിന്നോട് സംസാരിക്കാനാവില്ല. നീ ആ ചിന്തകൾ അറിയുകയില്ല. മറുപടി പറയാനാവുകയില്ല. നീ അടുത്തുള്ളപ്പോൾ നിത്യജീവിതത്തിലെ ചെറുപ്രശ്നങ്ങൾ എല്ലാ അളവുകളും കഴിഞ്ഞ് വളരുമ്പോൾ നീ അവയെ ശാന്തമായി നേരിടുകയും

പരിഹരിക്കുകയും ചെയ്യുമ്പോൾ ഉയർന്നു നിൽക്കുന്ന ഗോപുരങ്ങൾക്കു പോലും നിന്റെയത്ര ഉയരമുണ്ടെന്ന് തോന്നാറില്ല.

അടുത്തുള്ളവയോട് അഗാധമായ സ്നേഹവികാരങ്ങൾ ഉണ്ടാവുക സാധാരണയാണ്. ആ വികാരങ്ങൾ നിത്യശീലങ്ങൾക്ക് പ്രേരണയാവുകയും പ്രവർത്തിപ്പിക്കുകയും ചെയ്യും. അതും സ്വാഭാവികം തന്നെ.'

ജെന്നി എഴുത്തിലലിഞ്ഞു ചേർന്ന സ്നേഹത്തിന്റെ സ്വരം തിരിച്ചറിഞ്ഞു. എന്നും ഇങ്ങനെതന്നെയായിരുന്നു. പക്ഷേ, കഴിഞ്ഞുപോയ വർഷങ്ങൾ കാളിന്റെ മനസിൽ തനിക്കുള്ള സ്ഥാനത്തിന് ഒരു മാറ്റവുമുണ്ടാക്കിയിട്ടില്ല. ഇല്ല.

പരിഹരിക്കാനാവാത്ത രാഷ്ട്രീയപ്രശ്നങ്ങൾ, ഉത്തരം ലഭിക്കാത്ത തത്വചിന്താപരമായ ചോദ്യങ്ങൾ, കാളിനുമാത്രം പൂരിപ്പിക്കാനാവുന്ന സാമ്പത്തികരംഗത്തെ അടിസ്ഥാനസമസ്യകൾ, ഇവയ്ക്കെല്ലാറ്റിനും മുകളിൽ തന്നെപ്പറ്റിയുള്ള ചിന്തകളും സ്വപ്നങ്ങളും കാളിൽ നിറഞ്ഞു നിൽക്കുന്നു.

ജെന്നിക്ക് വല്ലാത്തൊരഭിമാനം തോന്നി. ജെന്നി വീണ്ടും വായന തുടർന്നു;

'വേർപാടിന്റെ മാന്ത്രികസ്വാധീനത്തിൽ ആ വികാരങ്ങൾ വളരുകയും കരുത്താർജിക്കുകയും ചെയ്യും. എനിക്ക് നിങ്ങളോടുള്ള സ്നേത്തിന്റെ കാര്യത്തിലും അങ്ങനെ തോന്നുന്നു. നീ എന്നിൽ നിന്ന് വേർപെട്ടിരിക്കുന്ന വേളയിൽ എന്റെ സ്നേഹം പൂമരം പോലെ എന്റെ മുന്നിൽ വളർന്നു പൂത്തുലഞ്ഞു നിൽക്കുന്നു.

എന്റെ എല്ലാ ആത്മീയശക്തിയും വൈകാരികതീവ്രതയും എല്ലാം എനിക്ക് നിന്നോടുള്ള സ്നേഹത്തിൽ കേന്ദ്രീകരിച്ചിരിക്കുന്നു.'

മാർക്സിന്റെ എഴുത്ത് കിട്ടിയപ്പോൾ ജെന്നി സ്കൂൾ ദിനങ്ങളിലേക്ക് മനസുകൊണ്ട് മടക്കയാത്ര ചെയ്തു. ബോണിൽ നിന്നും ബർലിനിൽ നിന്നും വന്നുകൊണ്ടിരുന്ന എഴുത്തുകൾപോലെയുണ്ട്.

നേർത്ത പുഞ്ചിരിയോടെ ജെന്നി എഴുത്ത് വായിച്ചു:

'പ്രിയപ്പെട്ടവളേ നീയിപ്പോൾ പുഞ്ചിരിക്കുന്നുണ്ടാകും.'

ജെന്നിയുടെ പുഞ്ചിരി പൊട്ടിച്ചിരിയായി മാറി. ഇത്രത്തോളം എന്റെ മനസറിഞ്ഞ കാളിന് ഇനിയെന്താണ് നൽകുക. സ്നേഹത്തിന്റെ കണ്ണീരണിഞ്ഞ് ജെന്നി മുകമായിനിന്നു വിതുമ്പി. പെട്ടെന്നുതന്നെ കണ്ണുകൾ തുടച്ചു. വായന തുടർന്നു.

'എന്താണിപ്പോൾ ഇത്രപെട്ടെന്ന് എനിക്ക് കവിത വരുന്നത് എന്ന് തോന്നുന്നുണ്ടാകും. എന്നാൽ നിന്റെ നിർമല മൃദുഹൃദയം എന്റെ ഹൃദയത്തോട് ചേർത്തുപിടിക്കാൻ കഴിഞ്ഞാൽ ഒരക്ഷരം ഉരിയാടാനാവാതെ ഞാൻ നിശ്ശബ്ദനാകും.'

ജെന്നി സന്തോഷംകൊണ്ട് അടിമുടി പൂത്തുലഞ്ഞു. ഈ സ്നേഹത്തിന് പകരം നൽകാൻ സ്വന്തം ഹൃദയത്തിൽ നിന്നുയരുന്ന വാക്കുകളേയുള്ളു.

ജെന്നി പെട്ടെന്ന് തന്നെ മറുപടി എഴുതി:

'പ്രിയപ്പെട്ട കാൾ, ഞാൻ ഒരു കാര്യത്തിൽ സന്തുഷ്ടയാണ്. അങ്ങ് പഴയ ആവേശവും ആർജവവും കൈവിടാതെ കാത്തുസൂക്ഷിക്കുന്നു.'

ജെന്നിയുടെ എഴുത്ത് വായിച്ചു മാർക്സ് മനസിൽ പറഞ്ഞു:

'ജെന്നിയും ഒട്ടും മാറിയിട്ടില്ല. അതേ സ്വരം, അതേ മനസ്സ്.

ജെന്നിയാണ് സ്നേഹം.

സ്നേഹമാണ് ജെന്നി.'

ഏത് കൊടുങ്കാറ്റിനും പ്രളയത്തിനും തളർത്താനാവാത്ത വിധം ജെന്നി കരുത്ത് നേടിയിരിക്കുന്നു. എല്ലാം സഹിക്കാനുള്ള കരുത്ത്. മാർക്സ് സമാശ്വസിച്ചു. ദുഃഖങ്ങളും ദുരിതങ്ങളും നിസ്സീമമായ സ്നേഹത്തിന്റെ സുഖസ്പർശത്താൽ ജെന്നി സഹനീയമാക്കിത്തീർക്കുന്നു. അപമാനകരമായ അവസരങ്ങളിൽ നിന്നും ഔചിത്യപൂർണമായ പെരുമാറ്റംകൊണ്ട് പുനഃരുത്ഥാനത്തിന്റെ അനുഭവങ്ങൾ തേടുന്നു.

മാർക്സ് അടുത്തില്ല. ജെന്നി വെറുതെ മോഹിച്ചു. കാൾകൂടി അടുത്തുണ്ടായിരുന്നെങ്കിൽ.. പഴയ പ്രണയകവിതയിലെ വരികൾ ഓർക്കാൻ ശ്രമിച്ചു.

'ആഹ്ലാദത്തിന്റെ നിറവിൽ ഹൃദയം മൃദുവാകുന്ന ഊഷ്മളനിമിഷങ്ങളിൽ എന്റെ ഗാനങ്ങളിൽ നിറയുന്ന വികാരങ്ങൾ, കണ്ണിൽ നിറയുന്ന സന്തോഷാശ്രുബിന്ദുക്കളായി മാറുന്നത് അറിയുന്നു.'

എന്റെ അൽപ്പാഹ്ലാദം കാളിനറിയാം. അറിയുന്നുണ്ടാകും. സംതൃപ്തിയോടെ കഴിയുകയാവാം.

ജെന്നി അമ്മയോടൊപ്പം അമ്മയെ ശുശ്രൂഷിച്ച് കഴിഞ്ഞു. പ്രായവും രോഗവും അവരെ പരിക്ഷീണിതയാക്കിയിട്ടുണ്ട്. എങ്കിലും സ്നേഹം നിറഞ്ഞ മനസുമാത്രം മാറിയിട്ടില്ല. പെട്ടെന്ന് അമ്മയുടെ രോഗം വർധിച്ചു. പതിനൊന്ന് ദിവസം വേദനയോടെ കിടന്നു.

അപ്പോഴും നിറഞ്ഞ സ്നേഹത്തോടെ ജെന്നിയെയും മക്കളെയും അടുത്ത് വിളിച്ചിരുത്തി. സുന്ദരിമാരായ മൂന്ന് പേരക്കുട്ടികളെയും നേർത്ത് ദുർബലമായ കൈകൾകൊണ്ട് അടുത്ത് പിടിച്ചിരുത്തി അനുഗ്രഹിച്ചു. ജെന്നിയുടെ കൈകൾ ചേർത്തുപിടിച്ചു. ദീർഘശ്വാസം വലിച്ചുകൊണ്ട് അമ്മ മരിച്ചു.

ജെന്നി ആ സത്യം മനസിലാക്കി.

'വാത്സല്യനിധിയായ അമ്മ.'

ജെന്നി വിതുമ്പി.

ശവസംസ്കാരം കഴിഞ്ഞു. പിന്നീട് അവരുടെ ഒസ്യത്തിനനുസരിച്ച് ജെന്നിക്ക് മാറ്റിവെച്ചിരുന്ന സമ്പാദ്യങ്ങൾ എഡ്ഗാർ പ്രിയസഹോദരിക്ക് നൽകി.

ജെന്നിയും മക്കളും ലണ്ടനിലേക്ക് മടങ്ങിയെത്തി. അമ്മയുടെ ഒസ്യത്തിൽ നിന്നു ലഭിച്ച തുക വലിയ സഹായമായി. എന്നാൽ സ്ഥിരവരുമാനം കുറഞ്ഞു.

ജെന്നി സുഹൃത്തിനെഴുതി:

'മേശക്കസേരകൾ പൊട്ടിപ്പൊളിഞ്ഞ ശോചനീയമായ മുറികളിലാണ് ഇത്രയും നാൾ ഞങ്ങൾ ലണ്ടനിൽ കഴിഞ്ഞത്. ഞങ്ങൾക്ക് വേണ്ടി ചെയ്ത എല്ലാ ത്യാഗങ്ങൾക്കും പുറമെ അമ്മ ഞങ്ങളെ ഏൽപ്പിച്ചിട്ട് പോയ ഏതാനും നൂറ് താലർകൊണ്ട് ഞങ്ങൾ സുന്ദരമായ ചെറിയൊരു വീട് വാടകയ്ക്കെടുത്തു. ഞങ്ങൾ ഇപ്പോൾ അവിടെയാണ് താമസം. അതുവരെ താമസിച്ചിട്ടുള്ള മാളങ്ങളുമായി തട്ടിച്ചു നോക്കുമ്പോൾ ഇത് ശരിക്കുമൊരു കൊട്ടാരമാണെന്ന് പറയാം. അത് അടിമുടി സജ്ജീകരിക്കാൻ ഞങ്ങൾക്ക് നാൽപ്പതു പവനേ ചെലവായുള്ളൂ. പഴയ വിലയ്ക്ക് വാങ്ങിയ അല്ലറചില്ലറ സാധനങ്ങൾ കുറച്ചൊന്നുമല്ല സഹായിച്ചത്.

ഞങ്ങളുടെ സുഖകരമായ സ്വീകരണമുറിയിൽ ഇരിക്കുമ്പോൾ ഞാൻ വലിയൊരു തറവാട്ടമ്മയാണെന്ന തോന്നൽ ആദ്യമൊക്കെ എനിക്കുണ്ടായി.

ഞങ്ങളുടെ പഴയപ്രതാപത്തിന്റെ കൊച്ചുകൊച്ച് അവശിഷ്ടങ്ങളായ തുണികളും മറ്റും ഞങ്ങൾ പണയംവെച്ച കടയിൽ നിന്നും തിരിച്ചുവാങ്ങി. സ്കോട്ട്ലണ്ടിലുണ്ടാക്കിയ ചിത്രവേല ചെയ്ത നാപ്കിനുകൾ എണ്ണുമ്പോഴുള്ള സുഖം ഞാൻ വീണ്ടും അനുഭവിച്ചു.

ആ സുഖം അധികനാൾ നീണ്ടുനിന്നില്ല. സാധനങ്ങൾ ഒന്നൊന്നായി വീണ്ടും പണയം വെയ്ക്കേണ്ടിവന്നു. എങ്കിലും അല്ലലില്ലാത്ത ആ ജീവിതം ഞങ്ങൾ ശരിക്കും ആസ്വദിച്ചു. അപ്പോഴാണ് അമേരിക്കയിൽ സാമ്പത്തികക്കുഴപ്പമുണ്ടായത്.

ഞങ്ങളുടെ വരുമാനം പകുതിയായി കുറഞ്ഞു. ഞങ്ങളുടെ സ്ഥിതി വീണ്ടും പരുങ്ങലിലായി. ഞങ്ങൾക്ക് കടം കയറി. വേറെ ഗതിയില്ലായിരുന്നു. കാരണം മൂന്ന് പുത്രിമാരുടെ പഠിപ്പ് തുടങ്ങിവെച്ചത് തുടരേണ്ടിയിരുന്നു.'

ജെന്നിമോൾക്ക് പതിനേഴ് വയസ്സ് തികയുകയാണ്. ലോറയ്ക്ക് പതിനഞ്ചു വയസ്സ് പൂർത്തിയായി. ടുസ്സി എല്ലാവരുടെയും ഓമനയായി വളരുന്നു. കുട്ടികളെ പിയാനോവും ചിത്രകലയും പ്രത്യേകം പഠിപ്പിക്കാൻ പണം വേണം. എല്ലാം മുടങ്ങുമെന്നായിരിക്കുന്നു. വീട്ടുഭരണം ജെന്നിയെ വിഷമിപ്പിച്ചു. വിഷമങ്ങളൊന്നും മാർക്സിനെ അറിയിക്കാറില്ല. ഹെലനും ജെന്നിയും കൂടിയിരുന്ന് പരിഹാരമാർഗങ്ങൾ തേടുകയാണ് പതിവ്.

'എന്റെ സാമ്പത്തികപഠനങ്ങൾ ക്രോഡീകരിക്കുന്നതിനുവേണ്ടി രാത്രിമുഴുവൻ ഉറക്കമിളച്ചിരുന്ന് ഒരു ഭൂതാവേശിതനെപ്പോലെ ഞാൻ പണിയെടുക്കുകയാണ്. മഹാപ്രളയത്തിന് മുമ്പ് മൗലികപ്രശ്നങ്ങളിലെങ്കിലും വ്യക്തത നേടണം.'

മാർക്സ് എംഗൽസിനെഴുതി. എഴുത്ത് വായിച്ചപ്പോഴാണ് സ്വന്തം നിശ്ചയത്തിൽ മാർക്സ് എത്രത്തോളം ശ്രദ്ധാലുവാണെന്ന് ബോധ്യമായത്.

മൂലധനത്തെപ്പറ്റിയുള്ള പഠനം മാർക്സിനേ തുടരാനും പൂർത്തിയാക്കാനും കഴിയുകയുള്ളൂ. അതിനാവശ്യമായ സഹായങ്ങൾ നൽകുവാനേ തനിക്ക് കഴിയുകയുള്ളൂ. അനേകായിരം പേജുകൾ മാർക്സ് എഴുതിയിട്ടുണ്ട്. എല്ലാം നേരിൽ കണ്ടതാണ്. എന്നിട്ടും തൃപ്തി വരാതെ വീണ്ടും വീണ്ടും മാറ്റിയും കൂട്ടിച്ചേർത്തും എഴുതിക്കൊണ്ടിരിക്കുന്നു.

മാർക്സ് മിച്ചമൂല്യസിദ്ധാന്തം ആവിഷ്കരിച്ചത്, അതിൽ നിന്നുള്ള എല്ലാ നിഗമനങ്ങളും പൂർണമായി വിശദീകരിച്ചുകൊണ്ടാണ്. അതുവരെ അത് അച്ചടിപ്പിക്കുകയില്ലെന്ന് വാശിയായിരുന്നു.

എംഗൽസ് ഓർത്തു. ഇത് മാർക്സിനേ കഴിയൂ. തുടർച്ചയായ പഠനങ്ങൾ, പുതിയ നിരീക്ഷണങ്ങൾ, നിഗമനങ്ങൾ, വിലയിരുത്തലുകൾ.

പൊതുജനങ്ങളും പണ്ഡിതലോകവും ആവേശത്തോടെ സ്വീകരിക്കുമായിരുന്ന എത്രയോ ലേഖനങ്ങൾ തൃപ്തിപോരാതെ പ്രസിദ്ധീകരിക്കാതെ വെച്ചിരിക്കുന്നു. മാറ്റിയെഴുതിക്കൊണ്ടിരിക്കുന്നു.

ശാസ്ത്രീയകമ്യൂണിസത്തെപ്പറ്റി മാർക്സ് ആവിഷ്കരിച്ച സിദ്ധാന്തവും പണ്ഡിതസമൂഹത്തിനുമുമ്പിലെത്തിക്കാൻ പ്രയാസമായി. കൈയെഴുത്ത് പ്രതി പ്രസാധകന് അയച്ചുകൊടുക്കാൻ വേണ്ട പണം കൈയിലില്ല. കടം കിട്ടാനും വഴിയില്ല.

മാർക്സ് സഹായം ചോദിച്ചുകൊണ്ട് സുഹൃത്തിന് കത്തെഴുതി.

എഴുത്തിലെ അവസാനവാചകം വായിച്ചു കഴിഞ്ഞപ്പോൾ ചിരിക്കാനും ചിരിക്കാതിരിക്കാനും വയ്യാത്ത അവസ്ഥയായി.

'ഇതുപോലെ തീർത്തും പണമില്ലാത്തപ്പോൾ പണത്തെപ്പറ്റി ആർക്കെങ്കിലും എഴുതേണ്ടി വന്നിട്ടുണ്ടെന്ന് തോന്നുന്നില്ല.'

13

സ്നേഹത്തിന്റെ പൂക്കാലം

ലോകത്തിന്റെ സാമ്പത്തികസ്ഥിതിവിവരങ്ങൾ കുറിച്ചിട്ട കടലാസുകൾ മുന്നിൽ ചിതറിക്കിടക്കുന്നു. എഴുത്ത് മേശമേൽ സാമ്പത്തികശാസ്ത്രത്തെപ്പറ്റി എഴുതിയ നിരീക്ഷണലേഖനങ്ങൾ. ജെന്നി മാർക്സിനരികിലിരുന്ന് അവ പകർത്തിയെഴുതുന്നു.

അടുക്കളയിൽ ഹെലൻ ഒഴിഞ്ഞ പാത്രങ്ങൾ വീണ്ടും പരിശോധിക്കുന്നു. കുട്ടികൾ വിശന്ന് ഓരോ കോണിൽ മുനിഞ്ഞിരിക്കുന്നു.

വീട്ടിനുമുന്നിൽ വാടകബാക്കി വാങ്ങാൻ വന്ന ഉടമസ്ഥന്റെ മയമില്ലാത്ത വാക്കുകൾ. ഹെലൻ അയാളെ സമാധാനിപ്പിച്ചു പറഞ്ഞയച്ചു. അപ്പോഴേക്കും പാൽക്കാരനും പച്ചക്കറിക്കാരനും പണത്തിനുവേണ്ടി വാതിൽക്കലെത്തി. അവരോട് സംസാരിക്കുന്നതിന് ജെന്നി തന്നെ ചെന്നു.

മാർക്സ് എംഗൽസിന് എഴുതി:

'സ്ഥിതി വളരെ ദുഃഖകരമാണ്. ഈ അവസ്ഥയിൽ ഞാൻ മാത്രമെങ്ങനെ മാറി നിൽക്കും. മുകളിലത്തെ നിലയിലെ മുറിയിലിരുന്ന് ഞാൻ എഴുതിക്കൊണ്ടിരിക്കുമ്പോൾ താഴെ കടക്കാർ വന്ന് പണം ചോദിക്കുന്നു. അവർ എന്റെ ഭാര്യയ്ക്ക് ചുറ്റും കൂടുന്നു. വിശക്കുന്ന ചെന്നായ്ക്കളെപ്പോലെ അവർ അവളിൽ നിന്നും പണം പിഴിഞ്ഞെടുക്കാൻ ശ്രമിക്കുകയാണ്. അവളുടെ കൈയിൽ പണമൊന്നുമില്ല. വീട്ടിലുള്ള ആരുടെ കൈയിലും പണമില്ല.'

എഴുത്ത് കിട്ടിയ ഉടൻ തന്നെ എംഗൽസ് കുറച്ച് പണമുണ്ടാക്കി മാർക്സിനയച്ചു കൊടുത്തു. ഒപ്പം മൂലധനമെന്ന സാമ്പത്തികശാസ്ത്രഗ്രന്ഥം പൂർത്തിയാക്കാൻ അഭ്യർഥിച്ചുകൊണ്ടുള്ള കത്തും അയച്ചു.

സമൂഹത്തിന്റെ സാമ്പത്തികബന്ധങ്ങളെ പഠിച്ചുകൊണ്ടിരുന്ന മാർക്സിന്റെ കുടുംബത്തിന് കടം വീട്ടാൻ കഴിഞ്ഞില്ല. വീട് ഒഴിഞ്ഞു കൊടുക്കണമെന്ന് ഉടമ ആവശ്യപ്പെട്ടു.

മാർക്സ് എല്ലാ ജോലികളും ഉപേക്ഷിച്ചു തെരുവിലിറങ്ങി നടന്നു. ഒരു ജോലി സമ്പാദിക്കണം. തീരുമാനിച്ചു. റെയിൽവെ ബോർഡറിൽ കുറെ ഗുമസ്തന്മാരെ ആവശ്യമുണ്ടെന്നറിഞ്ഞ് മാർക്സ് ചെന്നു. അപേക്ഷ നൽകി. ജോലി കിട്ടുമെന്ന് ഉറപ്പായി.

ആശ്വാസം.

കുടുംബത്തിന് ഒരു സ്ഥിരവരുമാനം ലഭിക്കും. ഒഴിവുസമയങ്ങളിൽ എഴുത്തും വായനയും തുടരുകയും ചെയ്യാം.

ജെന്നി അറിഞ്ഞിട്ടില്ല. അറിഞ്ഞാൽ എന്തുപറയുമെന്ന് ഒരു നിമിഷം ആലോചിച്ചു. പൂർണസമ്മതത്തോടെയല്ലെങ്കിലും സന്തോഷിക്കാൻ കാരണമുണ്ട്. മൂന്ന് പെൺമക്കൾക്ക് ആവശ്യങ്ങളേറെയുണ്ട്.

മാർക്സ് നിയമന ഉത്തരവിനുവേണ്ടി കാത്തിരുന്നു. റെയിൽവെ ഗുമസ്തനായി ജോലിനേടിയെന്നറിയുമ്പോൾ ജെന്നിയുടെ മുഖത്ത് തെളിയുന്ന ഭാവങ്ങളെപ്പറ്റി ആലോചിച്ചു. നേർത്ത ചിരി വിടർന്നു.

ആരോ ചുമലിൽ തട്ടി വിളിച്ചു.

"നിയമനം നടത്താൻ സാധ്യമല്ല. താങ്കളുടെ കൈയെഴുത്ത് വളരെ മോശമാണെന്നറിയാമല്ലോ"

മാർക്സിന്റെ പുഞ്ചിരി നിറചിരിയായി മാറി. വീട്ടിലേക്ക് മടങ്ങി. ജെന്നിയോട് കാര്യം പറഞ്ഞു.

"ഭാഗ്യത്തിനോ ദൗർഭാഗ്യത്തിനോ എന്നെനിക്ക് അറിഞ്ഞുകൂടാ. കൈപ്പട മോശമായതിനാൽ ആ ജോലി എനിക്ക് കിട്ടിയില്ല."

"അത് നന്നായി."

ചിരിച്ചുകൊണ്ട് ജെന്നി മറുപടി പറഞ്ഞു.

കാൾ പഴയതുപോലെ എഴുത്തിലും വായനയിലും ശ്രദ്ധ കേന്ദ്രീകരിച്ചു. പകൽ മുഴുവൻ ബ്രിട്ടീഷ് മ്യൂസിയത്തിൽ ചെന്നിരുന്ന് ആവശ്യമുള്ള പുസ്തകങ്ങൾ എടുത്ത് വായിച്ചു. കുറിപ്പുകൾ തയാറാക്കി. രാത്രി വളരെ വൈകുവോളം എഴുതി. സന്തോഷത്തോടെ ജെന്നി എല്ലാം വൃത്തിയായി പകർത്തി വെച്ചു.

വല്ലാത്ത ക്ഷീണം. ജെന്നി അത്ര കാര്യമാക്കിയില്ല. പക്ഷേ പിറ്റേന്ന് പുലർന്നപ്പോൾ എഴുന്നേറ്റ് നടക്കാൻ കൂടി വയ്യാതായി. ഡോക്ടറെ വീട്ടിലേക്ക് വിളിച്ചുകൊണ്ടു വന്നു. പരിശോധന നടത്തി.

"വസൂരിയാണ് രോഗം."

ഡോക്ടർ പറഞ്ഞു.

"കുട്ടികളെ ഇപ്പോൾത്തന്നെ ഈ വീട്ടിൽനിന്നും മറ്റൊരിടത്തേക്ക് മാറ്റണം."

എങ്ങോട്ട് പോകാൻ? കുട്ടികൾ എന്തു ചെയ്യണമെന്നറിയാതെ നിന്നു. ഭാര്യയുടെ ചികിത്സയ്ക്ക് പണം വേണം. കുട്ടികളെ എങ്ങോട്ടെങ്കിലും മാറ്റിത്താമസിപ്പിക്കണമെങ്കിൽ അതിനും പണം വേണം.

ജീവിതത്തിന്റെ മുമ്പിൽ മാർക്സ് മൗനംപൂണ്ടു നിന്നു. ബന്ധുക്കളാരുമില്ല. കുറെ നല്ല സുഹൃത്തുക്കളുണ്ട്. അവർ ആരും സമ്പന്നരല്ല. എന്തുചെയ്യും? ജെന്നി നിറഞ്ഞ പ്രതീക്ഷയോടെ കാളിനെ നോക്കി. ആ മുഖത്ത് നിസ്സഹായതയുടെ ദീനഭാവം കണ്ടു ജെന്നി ഒന്നും പറഞ്ഞില്ല, ചോദിച്ചുമില്ല.

ജെന്നിയുടെ രോഗത്തെപ്പറ്റി അറിഞ്ഞ് ലീബ്ക്നെറ്റ് ഭാര്യയെയും കൂട്ടി വീട്ടിലെത്തി. കുട്ടികളെ അവർ കൂടെക്കൊണ്ടുപോയി. മൂന്ന് സുന്ദരിക്കുട്ടികൾ. ആർഭാടരഹിതമായ അവരുടെ വസ്ത്രസഞ്ചിക്ക് തീരെ ഭാരം കുറവായിരുന്നു.

മക്കൾ വീടുവിട്ടു പോയപ്പോൾ ആശ്വാസമായി. മാർക്സ് ജെന്നിയുടെ അരികിലിരുന്നു. വാത്സല്യത്തോടെ ശുശ്രൂഷിച്ചു.

ജെന്നിയുടെ ശരീരം മുഴുവൻ കുരു പൊങ്ങി, വേദന ദുഃസഹമായി. മുഖത്ത് കഠിനമായ നീറ്റൽ അനുഭവപ്പെട്ടു. ഉറങ്ങാൻ തീരെ കഴിഞ്ഞില്ല. തുറന്ന ജനാലയ്ക്കരികിലാണ് കിടന്നത്. നവംബറിലെ ശീതക്കാറ്റ് ഒരു ദാക്ഷിണ്യവുമില്ലാതെ ജെന്നിയുടെ നേരെ വീശിയെത്തി. അടുപ്പിൽ തീ ആളിക്കത്തിച്ചു മുറിയിലെ തണുപ്പകറ്റി. അപ്പോഴും ചുട്ടുപൊള്ളുന്ന ജെന്നിയുടെ ചുണ്ടത്ത് മാർക്സ് ഐസ്കട്ടകൾ വെച്ചു തണുപ്പിച്ചു. വീഞ്ഞുതുള്ളികൾ വായിലേക്ക് ഇടയ്ക്കിടെ ഒഴിച്ചു കൊടുത്തു.

ഭക്ഷണം കഴിക്കാൻ വയ്യാ. ചവച്ചിറക്കാൻ കഴിയില്ല. ജെന്നിയുടെ അടുത്ത് രാവും പകലും കാൾ നിന്നു. ബോധാബോധങ്ങളുടെ നൂൽപ്പാലത്തിലൂടെയാണ് ജെന്നി കടന്നുപോകുന്നതെന്ന് തോന്നി. അപ്പോഴും ബോധത്തിന്റെ നിമിഷങ്ങളിൽ ജെന്നി കാളിന്റെ സാമീപ്യം അറിഞ്ഞു, ആശ്വസിച്ചു. ആ അവസ്ഥയിലും കാളിന്റെ ആരോഗ്യത്തെപ്പറ്റി ആശങ്കാകുലയായി.

മാർക്സിന്റെ ശ്രദ്ധയോടുകൂടിയ പരിചരണവും ഔഷധങ്ങളും ഫലം കണ്ടു. ജെന്നിയുടെ രോഗം മാറി. മുഖത്ത് വസൂരിക്കലകളുടെ വികൃതമായ പാടുകൾ. രണ്ടുമാസത്തോളം വീടുവിട്ടു മാറിനിൽക്കേണ്ടി വന്ന കുട്ടികൾ മടങ്ങിവന്നു. അമ്മയുടെ സുന്ദരമായ മുഖത്ത് പാടുകൾ കണ്ടപ്പോൾ കുട്ടികൾ പൊട്ടിക്കരഞ്ഞു.

ജെന്നിയുടെ രോഗം മാറി എഴുന്നേറ്റു. തന്റെ അമ്മാവനെ കാണാൻ ഹോളണ്ടിൽ പോകണം. മാർക്സ് നിശ്ചയിച്ചു. സാമ്പത്തികമായി സഹായം തേടുകയാണ് ലക്ഷ്യം. ആവുമെങ്കിൽ ബർലിൻ വരെയും പോകണം. അവിടുത്തെ രാഷ്ട്രീയ സാഹചര്യങ്ങൾ അറിയണം. പുതിയ ഒരു പത്രം പ്രസിദ്ധീകരിക്കുന്നതിനെപ്പറ്റി ആലോചിക്കണം. ജെന്നി പൂർണ്ണമനസോടെ മാർക്സിന് ഹോളണ്ടിലേക്ക് പോകാനുള്ള ഒരുക്കങ്ങൾ നടത്തി.

മാർക്സ് പോയിക്കഴിഞ്ഞപ്പോൾ ഹെലൻ രോഗം പിടിച്ചു കിടന്നു. ജെന്നി ഹെലനെ ശുശ്രൂഷിച്ചു. ഒപ്പം വീട്ടുജോലികളും ചെയ്തു.

ദുരിതങ്ങൾ ഒഴിയാബാധപോലെ വീടിനുചുറ്റും കറങ്ങുകയാണ്. ഒന്നല്ലെങ്കിൽ മറ്റൊന്ന്. ജെന്നി പതറിയില്ല. എല്ലാം നേരിട്ടു.

മാർക്സ് തിരിച്ചു വന്നു.

യാത്രകൊണ്ട് സാമ്പത്തികമായി വലിയ ഗുണമൊന്നുമുണ്ടായില്ല.

മാർക്സ് *മൂലധന*ത്തിന്റെ രചനയിൽ ശ്രദ്ധ കേന്ദ്രീകരിച്ചു. മറ്റെല്ലാക്കാര്യവും മാറ്റിവെച്ചു. എഴുത്തുകൾക്ക് മറുപടിപോലും അയച്ചില്ല. കടം വാങ്ങിയവർക്ക് തിരിച്ചു കൊടുക്കാനുണ്ട്. അവർ നിരന്തരം കത്തുകളയച്ചു. പണം ആവശ്യപ്പെട്ടു. മറുപടി പ്രതീക്ഷിച്ചു.

മാർക്സ് വീണ്ടും രോഗശയ്യയിലായി. ദാരിദ്ര്യവും വിശ്രമമില്ലാത്ത ജോലിയും വല്ലാതെ വിഷമിപ്പിച്ചു. ചികിത്സ നടത്താൻ പണമില്ല.

എംഗൽസ് കാര്യമറിഞ്ഞു. പെട്ടെന്ന് വരാൻ കഴിഞ്ഞില്ല. കത്തെഴുതി അയച്ചു:

'എനിക്കും നിങ്ങളുടെ കുടുംബത്തിനും വേണ്ടി നിങ്ങൾ ഒരു കാര്യം ചെയ്യണം. ചികിത്സ നടത്തണം. നിങ്ങൾക്കെന്തെങ്കിലും സംഭവിക്കുന്ന പക്ഷം പ്രസ്ഥാനം മുഴുവൻ അവതാളത്തിലാവുകയില്ലേ?'

മാർക്സ് ചികിത്സ തുടർന്നു. ഒപ്പം എഴുത്തും പഠനവും നിർത്തി. മൂലധനത്തിന്റെ ഒന്നാം ഭാഗം പ്രസിദ്ധീകരണത്തിന് നൽകാവുന്ന വിധം എഴുതിത്തീർത്തു. മാർക്സ് എംഗൽസിനെഴുതി:

'നീണ്ട പ്രസവവേദനയ്ക്ക് ശേഷം പിറന്ന കുട്ടിയെ ഞാനിപ്പോൾ നക്കിത്തുടയ്ക്കുകയാണ്.'

കൈയെഴുത്ത് പ്രതിയിൽ വീണ്ടും ചെറിയ തിരുത്തലുകൾ നടത്തി.

'എന്റെ കൃതികൾക്ക് എന്തെല്ലാം കുറവുകളുണ്ടെങ്കിലും അവയ്ക്ക് ഒരു മെച്ചമുണ്ട്. അവ പൂർണ ശിൽപ്പങ്ങളാണ്.'

മാർക്സ് സ്വന്തം കൃതിയെ വിലയിരുത്തി.

മൂലധനത്തിന്റെ കൈയെഴുത്തുപ്രതിയുമായി മാർക്സ് ഹാം ബുർഗിലെത്തി. അത് പ്രസാധകനെ ഏൽപ്പിച്ചു. പ്രസാധകൻ പിന്നീട് പ്രൂഫ് തിരുത്താനായി മാർക്സിനു തന്നെ അയച്ചു കൊടുത്തു. പ്രൂഫിലും ആവശ്യമെന്ന് തോന്നിയ മാറ്റങ്ങൾ വരുത്തി തിരിച്ചയച്ചു കൊടുത്തു.

അന്ന് രാത്രി മാർക്സ് എംഗൽസിനെഴുതി:

'അങ്ങനെ ഈ വാല്യത്തിന്റെ പണിതീർന്നു. നിങ്ങളുടെ സഹായം കൊണ്ട് മാത്രമാണ് അത് സാധിച്ചത്. എനിക്ക് വേണ്ടിയുള്ള നിങ്ങളുടെ നിസ്വാർഥ ത്യാഗമില്ലായിരുന്നെങ്കിൽ മൂന്ന് വാല്യങ്ങൾക്ക് വേണ്ടിയുള്ള ബൃഹത്തായ ഈ ജോലി മുഴുവൻ ചെയ്തുതീർക്കാൻ എനിക്ക് ഒരിക്കലും കഴിയുമായിരുന്നില്ല. കൃതജ്ഞതാനിർഭരനായി ഞാൻ നിങ്ങളെ ആശ്ലേഷിക്കുന്നു.

എന്റെ പ്രിയപ്പെട്ടവനും വിശ്വസ്തനുമായ സുഹൃത്തിന് അഭിവാദനങ്ങൾ.'

എംഗൽസ് മറുപടി എഴുതി:

'ഏറെക്കാലം ഈ പുസ്തകം എഴുതുന്നതിന് ചെയ്ത അധ്വാനമാണ് താങ്കളുടെ നിർഭാഗ്യങ്ങൾക്കെല്ലാം കാരണമെന്ന് ഞാൻ എപ്പോഴും

ആലോചിച്ചിട്ടുണ്ട്. അത് പുറത്തുവരുന്നതുവരെ കഷ്ടപ്പാടുകളെ അതിജീവിക്കാൻ സാധ്യമല്ലെന്നും അത് പൂർത്തിയാകാതിരിക്കുന്നത് താങ്കളെ ശാരീരികമായും ധിഷണാപരമായും സാമ്പത്തികമായും മോശപ്പെട്ട നിലയിലെത്തിച്ചിരുന്നു. അത് തീർത്തുകഴിഞ്ഞപ്പോൾ താങ്കൾക്ക് വളരെ വ്യത്യസ്തമായി തോന്നുന്നുവെന്നത് എനിക്ക് മനസിലാക്കാവുന്ന സംഗതിയാണ്.'

മാർക്സ് എംഗൽസിനെപ്പറ്റി അഭിമാനത്തോടെ ചിന്തിച്ചു. എംഗൽസിന്റെ സൗഹൃദത്തിന് പകരം നൽകാൻ ഒന്നും തന്റെ കൈയിലില്ല. മനുഷ്യകുലത്തെപ്പറ്റിയുള്ള ചരിത്രവും ഭാവിപ്രതീക്ഷകളും പങ്കുവെയ്ക്കുന്നവരാണ് തങ്ങൾ. ഒരേ മനസുള്ളവർ, ഒരേപോലെ ചിന്തിക്കുന്നവർ.

മാർക്സ് ആവേശത്തോടെ വീണ്ടും എംഗൽസിനെഴുതി:

'ഇക്കൊല്ലം അവസാനത്തിൽ ഞാൻ ഒരു മനുഷ്യനാവുമെന്ന് ദൃഢമായി വിശ്വസിക്കുന്നു. എന്റെ സാമ്പത്തിക ബാധ്യതകൾ ഏറെക്കുറെ ഒഴിവാകുമെന്നും, അങ്ങനെ സ്വന്തം കാലിൽ എനിക്ക് നിൽക്കാനാവുമെന്നും. താങ്കളെക്കൂടാതെ ഈ കൃതി ഞാൻ മുഴുമിപ്പിക്കുകയില്ലായിരുന്നു എന്ന് താങ്കളോട് തറപ്പിച്ച് പറയുന്നു. താങ്കളുടെ സവിശേഷതയും കഴിവുകളും വാണിജ്യകാര്യങ്ങളിൽ പാഴാക്കിക്കളയേണ്ടി വന്നത് എനിക്ക് വേണ്ടിയാണെന്നത് എന്റെ മനഃസാക്ഷിയിൽ ഒരു വലിയ ഭാരമാണ്. എല്ലാറ്റിനുമുപരി എന്റെ എല്ലാ കഷ്ടതകളും വിഷമതകളും താങ്കളും അനുഭവിക്കേണ്ടിവന്നുവെന്നതും.'

മൂലധനത്തിന്റെ പ്രസിദ്ധീകരണം നടന്നാൽ പ്രസാധകനിൽ നിന്ന് പണം കിട്ടുമെന്ന് ജെന്നിയും കരുതി. പണ്ഡിതന്മാരും ചിന്തകരും വിപ്ലവകാരികളും *മൂലധന*ത്തെ പുതിയ ലോകവ്യവസ്ഥയുടെ വേദഗ്രന്ഥമെന്ന നിലയിൽ സ്വീകരിച്ചു. എന്നാൽ മാർക്സിന്റെ ജീവിതാവസ്ഥയെ അത് ഒരു തരത്തിലും മാറ്റിയില്ല.

അടുക്കളയിൽ ഹെലൻ ഒഴിഞ്ഞ പാത്രങ്ങളെ നോക്കി പതിവുപോലെ നെടുവീർപ്പിട്ടു. ജെന്നി കണ്ടു; മക്കൾ കളിയും ചിരിയുമടക്കി വെറുതെയിരിക്കുന്നു. മാർക്സ് അപ്പോഴും പുസ്തകത്തിന്റെ നിറംമങ്ങിയ ഏടുകളിൽ മനുഷ്യവംശത്തിന്റെ ഭാവി തിരയുന്നു. ജെന്നി കുസൃതി നിറഞ്ഞ ഒരു ചിരിയോടെ മാർക്സിന്റെ മേശയുടെ അരികിലേക്ക് നടന്നു.

ജെന്നി അടുത്തെത്തിയെന്നറിഞ്ഞപ്പോൾ അതുവരെ എഴുതിവെച്ച കടലാസുകൾ പതുക്കെ ജെന്നിയുടെ മുന്നിലേക്ക് നീക്കി വെച്ചു.

ജെന്നി കൗമാരകാലത്തെ താൽപ്പര്യത്തോടെ എന്നപോലെ അടുത്തു വന്നിരുന്നു. അവർ കാലത്തെ അവഗണിച്ച് ചേർന്നിരുന്നു.

ജീവിതത്തെ എല്ലാ പ്രയാസങ്ങളോടെയും അനുഭവിക്കുമ്പോൾ ചിരിയിൽ അതെല്ലാം അലിയിച്ചു കളയുന്നതിന് ജെന്നിക്ക് കഴിയും. ഒരു മടിയും കൂടാതെ മാർക്സ് ഒപ്പം ചേരും.

മുറിക്കു പുറത്ത് മക്കൾ മൂന്നുപേരുമുണ്ട്. അവരെക്കൂടി അകത്തേക്ക് വിളിച്ചു. കുട്ടികൾ അകത്തേക്ക് വന്നു.

രണ്ട് സ്കൂൾ കുട്ടികളെപ്പോലെ മാർക്സും ജെന്നിയും ചിരിയടക്കാൻ പാടുപെട്ട് വീർപ്പുമുട്ടി ഇരിക്കുന്നതാണ് കുട്ടികൾ കണ്ടത്.

അവരെ രണ്ടുപേരെയും കൂട്ടിയിണക്കുന്ന ഒരു കണ്ണിയാണ് അവരുടെ അനൽപ്പമായ നർമബോധം. എലിയനോർ ഓർത്തു.

അച്ഛനും അമ്മയും ഒന്നും പറയുന്നില്ല. പക്ഷേ, അവർ പരസ്പരം മൗനമായി സംസാരിച്ചുകൊണ്ടിരിക്കുകയാണെന്ന് പെൺമക്കൾ മനസിലാക്കി.

അൽപ്പനിമിഷങ്ങൾ അങ്ങനെ ആരും ഒന്നും മിണ്ടാതെ കഴിഞ്ഞു. പിന്നെ വസന്തം വിരുന്നുവന്നതുപോലെ എല്ലാ മുഖങ്ങളിലും ചിരി പൊട്ടിവിടർന്നു.

ചിരിയുടെ പൂക്കാലം.

മാർക്സിന്റെ എഴുത്തു മേശമേൽ നിന്ന് ലോറ ഒരു പഴയ പുസ്തകം എടുത്ത് തുറന്നു.

മാർക്സ് എഴുതിയ കവിതകളുടെ പഴയ കൈയെഴുത്ത് പ്രതി. കാലം മായ്ക്കാത്ത സ്നേഹമുദ്ര പതിഞ്ഞ താളുകൾ.

ജെന്നിയാണ് സ്നേഹം.

സ്നേഹമാണ് ജെന്നി.

മാർക്സും ജെന്നിയും പൊട്ടിച്ചിരിക്കുന്ന കുട്ടികളുടെ മുന്നിൽ അവരേക്കാൾ കുട്ടികളായി മാറി.

14

പിതാവിന്റെ വഴിയിൽ മക്കളും

അക്ഷരങ്ങൾക്കും പുസ്തകങ്ങൾക്കുമിടയിൽ മാർക്സിന്റെ ദിവസങ്ങൾ ഉദിച്ചസ്തമിക്കുന്നു. ദാരിദ്ര്യം അടുക്കളപ്പാത്രങ്ങളിൽ നിറഞ്ഞുകവിയുന്നു. ജെന്നി പതിവുപോലെ നിലാവിന്റെ പുഞ്ചിരിയുമായി കാളിന്റെ ഒപ്പമിരുന്ന് കൈയെഴുത്തുപ്രതികൾ പകർത്തുന്നു.

കാലം എത്ര വേഗത്തിലാണ് കടന്നുപോയത്.

ഹെലൻ ചിന്തിച്ചു. വിരൽത്തുമ്പിൽ തൂങ്ങിനടന്നിരുന്ന കുഞ്ഞുങ്ങൾ വളർന്നു യുവതികളായി. കുസൃതിത്തരങ്ങളെല്ലാം യൗവനമോഹങ്ങൾക്കു വഴിമാറി.

കൊച്ചു ജെന്നിയും ലോറയും എലിനോറും വിവാഹിതരായി വീടുവിട്ടുപോയപ്പോഴാണ് ഒറ്റപ്പെട്ടതുപോലെയായത്.

ഓരോ ഓർമപ്പെടുത്തലുകൾ പോലെ അവർ വന്നുപോകുന്നു. സന്തോഷത്തിന്റെ ദിവസങ്ങൾക്ക് ഇടവേളകൾ അനുവദിക്കാത്ത ജെന്നിയുടെയും കാളിന്റെയും ദിവസങ്ങൾക്ക് കാവലാളായി എന്നും താനുണ്ട്.

വാടകവീടുകളിൽ നിന്ന് മോശപ്പെട്ട തെരുവുകളിലെ മോശമായ വീടുകളിലേക്കുള്ള മാറ്റം അവസാനിപ്പിച്ചിരിക്കുന്നു. രാജ്യങ്ങളിൽ നിന്നും രാജ്യങ്ങളിലേക്കുള്ള നാടുകടത്തലുകളും വേണ്ടെന്നു വച്ചിരിക്കുന്നു. നിരന്തരമായി വന്ന് ശല്യപ്പെടുത്തുമായിരുന്ന രഹസ്യപ്പൊലീസുകാരുടെ കണ്ണുകൾക്കു മുന്നിൽ ആകാംക്ഷയോടെ നിൽക്കേണ്ടതില്ല. ദുരിതങ്ങളുടെ ആഴങ്ങളിൽ നിന്നും നീന്തിക്കയറിയിരിക്കുന്നു.

ഒരു നിമിഷം പോയകാലത്തിന്റെ നിഴൽച്ചിത്രങ്ങൾ മനസിൽ മിന്നിമറഞ്ഞു. പ്രഭുകുടുംബസമൃദ്ധിയുടെയും സൗകര്യങ്ങളുടെയും ഓർമകളിൽ ഹെലൻ ഒരു പക്ഷിയെപ്പോലെ പറന്നുനടന്നു.

പ്രഭുകുമാരിമാരായി വളർന്നുവരേണ്ടിയിരുന്ന പെൺകുട്ടികൾ എല്ലാ

ആവശ്യങ്ങളും മനസിലൊതുക്കി മാതാപിതാക്കളുടെ ഇല്ലായ്മ കൾക്കൊപ്പം വളർന്നു. നഗരസംസ്കാരത്തിന്റെ ആർഭാടശീലങ്ങളിൽ നിന്നും മാറിനിന്നു.

ആരും പരാതി പറഞ്ഞില്ല. എന്നാൽ ഹെലൻ കുട്ടികളുടെ കാര്യ ങ്ങളിൽ വിട്ടുവീഴ്ചകൾ ചെയ്തില്ല. ആവും വിധം അവരെ ഊട്ടി. ആവ ശ്യങ്ങൾ കണ്ടറിഞ്ഞു ചെയ്തു.

ജെന്നിയുടെയും മക്കളുടെയും സന്തോഷം തന്റെ സന്തോഷം തന്നെയെന്ന് കരുതി.

ഒട്ടും നിരാശയില്ല.

എവിടെയായിരുന്നാലും ഇതിലധികം സന്തോഷം തനിക്കുണ്ടാകു മായിരുന്നോ? ഹെലൻ ആലോചിച്ചു.

കുട്ടികളോടൊപ്പം അവരുടെ വളർത്തമ്മയായി കഴിഞ്ഞു. ഉല്ലാസ യാത്രകളുടെ ഓർമത്തീരത്തു കൂടി ഹെലൻ സ്വയം സഞ്ചരിച്ചു.

വിനോദയാത്രയെപ്പറ്റി കുട്ടികൾ ആഴ്ചകൾക്കുമുമ്പേ പറഞ്ഞു തുടങ്ങും. തങ്ങളുടെ മനസിലുള്ളതാണ് കുട്ടികൾ പറയുന്നതെന്ന് ഓരോ രുത്തർക്കും തോന്നും.

കാലത്ത് വീട്ടിൽ നിന്നിറങ്ങി ഡീൻ തെരുവിലൂടെ ചെറിയ കുന്നു ലക്ഷ്യമാക്കി നടക്കും. ഒന്നൊന്നര മണിക്കൂർ സമയത്തെ യാത്ര. കൊച്ചു കാലുകൾ തളരുമ്പോൾ ഇടയ്ക്കൊരു വിശ്രമം. ചെറുതമാശകൾ പൊട്ടി ച്ചിരികൾ.

കുന്നുകൾക്കപ്പുറത്ത് വിശാലമായ താഴ്വരകൾ, ഉയരം കൂടിയ പുൽമേടുകൾ, താഴ്ന്നചതുപ്പുകൾ, മരക്കൂട്ടങ്ങൾ, മുൾച്ചെടികൾ അവ യ്ക്കിടയിലൂടെ ചുറ്റി നടക്കാം. ലണ്ടനിലെ താമസക്കാർക്ക് ആരുടെയും അനുവാദം ചോദിക്കാതെ സ്വതന്ത്രമായി നടക്കാവുന്ന സ്ഥലം. ഇടുങ്ങിയ വാടകമുറികളിൽ നിന്നും പുറത്തിറങ്ങി വന്നവരുടെ വിശ്രമസങ്കേതം.

എന്നും ആരെങ്കിലും അതിഥിയായി വീട്ടിലുണ്ടാവും. ജർമൻതൊഴി ലാളികൾ, തൊഴിലന്വേഷകർ, സംഘടനാപ്രവർത്തകർ, കാളിനെ കണ്ട് തത്വചിന്താപ്രശ്നങ്ങളിൽ സംശയം തീർക്കാനെത്തിയവർ, പല രാജ്യ ക്കാർ പല തരക്കാർ. ഉല്ലാസയാത്രയെന്നു കേട്ടാൽ അവരും ഉൽസാഹ പൂർവം കൂടെവരും. ദാരിദ്ര്യം പങ്കുവെക്കാനെത്തിയ അവരുടെ വിശപ്പു പരിഹരിക്കേണ്ടതും ഹെലന്റെ ചുമതലയായി മാറും.

തീറ്റയും കുടിയും കഴിഞ്ഞാൽ കുട്ടികളുടെ കളിസംഘത്തോടൊപ്പം ചേരും. പുരുഷന്മാർ രാഷ്ട്രീയകാര്യങ്ങളെപ്പറ്റി വാദപ്രതിവാദം നടത്തും. സ്ത്രീകൾ വെറുതെ സുഖമായി ഒരിടത്തിരിക്കും.

എത്രദിവസം വേണമെങ്കിലും കടുപ്പമൊന്നുമില്ലാതെ വായിക്കാനും എഴുതാനും കാളിനു കഴിയും. എഴുതിക്കൊണ്ടിരുന്ന മാർക്സിനെ നോക്കിയപ്പോൾ ഒരു പഴയ സംഭവം ഓർമവന്നു. ഒരുദിവസം ഉല്ലാസ യാത്രയ്ക്കിടയിൽ ഞാവൽപ്പഴം എറിഞ്ഞു വീഴ്ത്താൻ ശ്രമിച്ചു. ഉന്നം പിഴച്ച കാളിന്റെ ഏറു കണ്ട് എല്ലാവരും കളിയാക്കി. പിന്നെ വാശിയോടെ

ഏറു തുടർന്നു. വീട്ടിൽ തിരിച്ചെത്തി പിറ്റേന്നാണ് അതിന്റെ ഫലം അറിഞ്ഞത്. ഒരാഴ്ചയോളം കാളിനു വലതുകൈ അനക്കാൻപോലും കഴിഞ്ഞില്ല.

കഴുതപ്പുറത്ത് ആർപ്പുവിളികളോടെ ഒരു സവാരി. ഉല്ലാസയാത്രയുടെ ഏറ്റവും നല്ല അനുഭവം. കുട്ടികളെപ്പോലെ കാളും അതിൽ പങ്കുചേരും. ബർലിനിൽ പഠിക്കുന്ന കാലത്ത് കുതിരസവാരി പഠിച്ചിട്ടുണ്ടെന്ന് ഓരോ തവണയും കാൾ സ്വയം ന്യായീകരിക്കും.

ഒരിക്കൽ കൂടെയുണ്ടായിരുന്ന എംഗൽസ് കളിയാക്കി ചിരിച്ചുകൊണ്ട് പറഞ്ഞു:

"രണ്ടു ദിവസമേ പഠിക്കാൻ പോയിട്ടുള്ളൂ."

ആ ചിരിയിൽ കാൾ കൂടി പങ്കാളിയായി.

"മാഞ്ചസ്റ്ററിൽ എന്നെ കാണാനെത്തിയപ്പോൾ ആടിനെപ്പോലെ ശാന്തസ്വഭാവമുള്ള പ്രായംചെന്ന ഒരു കുതിരയുടെ പുറത്ത് ഞങ്ങൾ ഒന്നിച്ചൊരു യാത്ര നടത്തിയിട്ടുണ്ട്."

അപൂർവമായി പരസ്പരം കളിയാക്കാൻ രണ്ടുപേർക്കും കിട്ടുന്ന അവസരങ്ങൾ. രണ്ടുപേരും ചിരിക്കും.

ചില ദിവസങ്ങളിൽ കൊച്ചു ജെന്നിയും മക്കളും വീട്ടിൽവരും. വല്യച്ഛൻ കാളും ചെറുമക്കളും കൂടിയിരുന്നു മതിവരുവോളം കളിക്കും. പാരീസ് കമ്യൂണിൽ പങ്കെടുത്ത് ഭരണാധികാരികളിൽ നിന്നും രക്ഷപ്പെട്ട ലോംങ്ങെയാണ് കൊച്ചു ജെന്നി വിവാഹം ചെയ്തത്. അവരുടെ മൂത്തമകൻ ജോണി കാളുമായി നല്ല ചങ്ങാത്തത്തിലാണ്. വണ്ടികളിക്കാനും കുതിരകളിക്കാനും ചുമലിൽ കയറിയിരിക്കും. മുട്ടുകാലിലിഴഞ്ഞും എടുത്തോടിയും കാൾ തളരും. പിന്നെ കൊച്ചുമകനുമായി സന്ധിയിലാവും. കളി അവസാനിച്ചു കഴിഞ്ഞാലും അതിന്റെ ചിരിയും സന്തോഷവും ഏറെനേരം തങ്ങിനിൽക്കും.

ചരക്കിന്റെയും പണത്തിന്റെയും മൂല്യവിചാരത്തിന്റെയും ചരിത്രപരമായ ഭൗതികവാദത്തിന്റെയും കൂലിയുടെയും ലാഭത്തിന്റെയും പൊരുളന്വേഷണത്തിന്റെയും ഇടയിൽ നിന്നുകൊണ്ട് എങ്ങനെ കാളിനു കൊച്ചുമക്കളോടൊപ്പം കളിക്കാൻ കഴിയുന്നു. ജെന്നി അത്ഭുതപ്പെടും. വായനയ്ക്കിടയിൽ ഒരു തടിച്ച പുസ്തകത്തിൽ അടയാളം വെച്ച് എഴുന്നേറ്റു ചെന്നാവും കളിയും ചിരിയും അല്ലെങ്കിൽ എഴുത്തിനിടയിൽ ഒരിടവേള.

പേരക്കുട്ടികളോടു മാത്രമല്ല തെരുവിലൂടെ നടക്കുമ്പോൾ കാണുന്ന കുട്ടികളോടെല്ലാം ചങ്ങാത്തം കൂടും. സംസാരിക്കും. അവർക്കുവേണ്ടി സമയം ചെലവഴിക്കും.

ജെന്നി മാർക്സിനെ ശ്രദ്ധിച്ചിരിക്കുകയായിരുന്നു. ഹെലന്റെ നോട്ടം ഒരു മുന്നറിയിപ്പെന്നപോലെ മുന്നിലുണ്ട്. അടുക്കളയിൽ തീർന്ന സാധനങ്ങൾ വാങ്ങണം. പാൽക്കാരൻ പാലു തന്നിട്ടില്ല. അങ്ങനെയങ്ങനെ ഊഹിക്കാവുന്ന നിരവധികാര്യങ്ങൾ ആ മുഖത്തു നിന്നും അറിയാം.

എത്രയോ ദിവസങ്ങൾ പഠിച്ചും പകർത്തിയും എഴുതി പൂർത്തിയാ

ക്കിയ *മൂലധനം* എന്ന ഗ്രന്ഥത്തിന്റെ ഒന്നാംഭാഗം പുറത്തിറങ്ങിയിട്ട് ഒരു ഗുണവും വീട്ടിലുണ്ടായില്ല. അനുകൂലിച്ചും വിമർശിച്ചും പലരും എഴുതി. സാമ്പത്തികശാസ്ത്രജ്ഞരും ചിന്തകരും അഭിപ്രായം പറഞ്ഞു. പക്ഷേ അതിന്റെ പ്രസിദ്ധീകരണത്തിനുശേഷം കിട്ടുമെന്നു പ്രതീക്ഷിച്ച പണം കിട്ടിയില്ല. അച്ചടിച്ചെലവു കഴിച്ചുള്ള പണത്തിന്റെ പകുതി കാളിനു കിട്ടുമെന്നായിരുന്നു കരാർ. അതു വെറുംവാക്കു മാത്രമായി.

അധ്വാനത്തിന്റെയും കൂലിയുടെയും വിലയുടെയും പുതിയ സത്യങ്ങൾ ലോകത്തെ ബോധ്യപ്പെടുത്താൻ ജീവിതം മാറ്റിവെച്ച കാളിന്റെ അധ്വാനത്തിന് അർഹിക്കുന്ന കൂലിയും വിലയും കിട്ടുന്നില്ലെന്ന് ജെന്നി ഓർത്തു.

കൊച്ചുജെന്നി ഒരു അധ്യാപികയായി ജോലിചെയ്യുന്നു. അമ്മയ്ക്ക് ആശ്വാസമായി. കാളിനും അതിഷ്ടപ്പെട്ടുവെന്ന് അഭിനന്ദനവാക്കുകളിൽ നിന്നും വ്യക്തമായി. ഏട്ടത്തിയെപ്പോലെ എലിയനോറും ഒരധ്യാപികയായി ബ്രൈറ്റിൽ ജോലി ചെയ്യുന്നു. രണ്ടുപേരുടെയും സാമ്പത്തിക സഹായം കുടുംബത്തിന് അത്യാവശ്യമായിരുന്നു.

മക്കളുടെയും കാളിന്റെയും ജീവിതചിത്രങ്ങൾക്ക് മിഴിവേകുന്നത് ജെന്നിക്ക് ആഹ്ലാദകരമാണ്. ഓർമയുടെ നൂറു നൂറു രംഗങ്ങൾ തിക്കിത്തിരക്കി വന്നുതെളിയുന്നു.

എഴുതിവെച്ച കൈയെഴുത്തുപ്രതികൾ തനിക്കു വയ്യാതാവുമ്പോൾ പകർത്തിയെഴുതിയിരുന്നത് മക്കളാണ്. സുഹൃത്തുക്കൾക്കും തൊഴിലാളിപ്രവർത്തകർക്കുമുള്ള കാളിന്റെ കത്തുകൾ കേട്ടെഴുതിയിരുന്നതും മക്കളാണ്.

കൊച്ചുജെന്നിക്ക് വിപ്ലവകാരികളോടുള്ള കൂറ് അധികമായിരുന്നു. അയർലണ്ടിലെ കലാപകാരികളുടെ സ്വാതന്ത്ര്യസമര ചിഹ്നമായിരുന്ന കുരിശ് ആരോ അവൾക്ക് സമ്മാനിച്ചിരുന്നു. അത് ആവേശപൂർവം കൊച്ചുജെന്നി കഴുത്തിലണിഞ്ഞിരുന്നു. എംഗൽസ് കൊച്ചുജെന്നിയെപ്പറ്റി പറഞ്ഞു:

"അന്താരാഷ്ട്രത്തൊഴിലാളി പ്രസ്ഥാനത്തിന്റെ ചുറ്റുപാടുകളിലാണ് മക്കൾ വളരുന്നത്. ആ പ്രസ്ഥാനവുമായി അവർ ഒട്ടിച്ചേരുകയും ചെയ്തു."

മക്കളെപ്പറ്റി അഭിമാനത്തോടെയേ കാൾ സംസാരിച്ചിരുന്നുള്ളൂ. മക്കൾ സഹപ്രവർത്തകരാണെന്നു പറയും. രണ്ടാമത്തെ മകൾ ലോറ മാർക്സിന്റെ വീക്ഷണവുമായി അടുത്ത ബന്ധമുള്ള ലഫാർഗിനെയാണ് വിവാഹം ചെയ്തത്.

മക്കൾ ഭർത്താക്കന്മാരോടൊപ്പം വിവിധ സ്ഥലങ്ങളിലാണ് താമസിച്ചിരുന്നത്. എന്നാൽ ഒരിടത്തും സ്ഥിരമായി താമസിക്കാൻ പൊലീസും ഭരണാധികളും സമ്മതിച്ചില്ല.

"കാൾ മാർക്സിന്റെ മക്കളെയും ഭരണാധികാരികൾ ഭയക്കുന്നു." ലോറ കളിയായി പറയാറുണ്ട്.

കൊച്ചുജെന്നി ഇന്റർനാഷണൽ ജനറൽ കൗൺസിലിൽ സജീവ

മായി പങ്കെടുത്തുകൊണ്ടിരുന്നു. പത്രത്തിൽ ഇടയ്ക്കൊക്കെ ജെ വില്യംസ് എന്ന തൂലികാനാമത്തിൽ ലേഖനങ്ങൾ എഴുതുകയും ചെയ്തു. രാഷ്ട്രീയ ലേഖനങ്ങളെഴുതുന്ന ജെ വില്യംസ് ആരാണെന്ന് അന്വേഷിക്കാൻ രഹസ്യപ്പൊലീസുകാരും ശ്രമിച്ചിരുന്നു.

ബ്രിട്ടനിലെ ഗവൺമെന്റ് പ്രക്ഷോഭകാരികളോട് എടുത്ത നിലപാടുകൾക്കെതിരെ കൊച്ചുജെന്നി ഒരിക്കൽ ജെ വില്യംസ് എന്ന പേരിൽ ഒരു ലേഖനപരമ്പര തന്നെ എഴുതി. തടവിലാക്കപ്പെട്ട പ്രക്ഷോഭകാരികളുടെ നേരെ നിർദയം പെരുമാറിയതിനെപ്പറ്റിയായിരുന്നു ലേഖനങ്ങൾ. ജനശ്രദ്ധ ആകർഷിച്ച ആ ലേഖനപരമ്പര ഫലം ചെയ്തു.

പാർലമെന്ററിസമിതി പ്രശ്നത്തെപ്പറ്റി അന്വേഷണം നടത്തുമെന്ന് ഗവൺമെന്റ് പ്രഖ്യാപിച്ചു. ജീവപര്യന്തം ശിക്ഷിക്കപ്പെട്ട തടവുകാരെ അന്വേഷണത്തിനുശേഷം വിട്ടയച്ചു.

ഹെലനും ജെന്നിയും കൊച്ചുജെന്നിയെ അഭിനന്ദിച്ചു. മാർക്സ് ഒരു ലേഖനത്തിൽ അതേപ്പറ്റി എഴുതി:

'ഏതാനും പ്രശ്നങ്ങൾ പൊതുജനശ്രദ്ധയിൽ കൊണ്ടുവരാൻ കഴിഞ്ഞു. അതു വലിയ ഒച്ചപ്പാടുണ്ടാക്കി. അതിന്റെ ഫലമായി അനേകവർഷത്തെ നിന്ദാഗർഭമായ നിരാസങ്ങൾക്കുശേഷം തടവുകാരായ ഫെനിയന്മാരുടെ പ്രശ്നങ്ങളെ ഗവൺമെന്റിന് പരിഹരിക്കേണ്ടിവന്നു.'

ലഫാർഗ് ഭാര്യയായ ലോറയോടൊപ്പം സ്പെയിനിൽ ഒളിവിൽ കഴിയുന്നു. ഫ്രഞ്ചുപൊലീസ് അന്വേഷണം ഊർജിതമായിനടത്തുന്നുണ്ട്. വിപ്ലവപ്രസ്ഥാനത്തിൽ പ്രവർത്തിച്ചുവെന്നതാണ് കുറ്റം. കൊച്ചുജെന്നിയും എലിയനോറും സ്പെയിനിലേക്ക് പോയി. വലിയ പരിശോധനയോ ചോദ്യങ്ങളോ ഒന്നും അതിർത്തിയിലുണ്ടായിരുന്നില്ല. എന്നാൽ തിരിച്ചുവരുമ്പോൾ രണ്ടുപേരെയും ഫ്രഞ്ച് അതിർത്തിയിൽ വച്ച് അറസ്റ്റു ചെയ്തു.

കൊച്ചുജെന്നിയെയും എലിനോറെയും അധികാരികൾ ദേഹപരിശോധന നടത്തി. അപമാനകരമായ പെരുമാറ്റവും അനുഭവവും. സഹോദരിമാർ ക്ഷമയോടെനിന്നു. ഒന്നും ഒളിക്കാനില്ല. ചോദ്യം ചെയ്യലായിരുന്നു പിന്നീടുള്ള ക്രൂരത.

പിതാവായ മാർക്സിനെയും മരുമകനായ ലഫാർഗിനെയുംകുറിച്ച് അവർക്ക് എല്ലാം അറിയണം. ബന്ധുക്കളും സുഹൃത്തുക്കളും എന്തു ചെയ്യുന്നു? എങ്ങനെ ചിന്തിക്കുന്നു? എവിടെ കഴിയുന്നു? ചോദ്യങ്ങൾ ചോദ്യങ്ങൾ! നിരന്തരമായ ചോദ്യങ്ങൾ. ഭീഷണികൾ. അനുനയകൗശലങ്ങൾ, വീണ്ടും ശകാരം പുരട്ടിയ ചോദ്യങ്ങൾ.

എല്ലാ ചോദ്യങ്ങൾക്കും സഹോദരിമാർ ക്ഷമയോടെ മറുപടി പറഞ്ഞു. എന്നാൽ പറയേണ്ടിയിരുന്നതിനപ്പുറം ഒരക്ഷരം പോലും രണ്ടുപേരും മിണ്ടിയില്ല.

പൊലീസുകാർ കേൾക്കാൻ കൊതിച്ചതും അവർക്ക് കിട്ടേണ്ടിയിരുന്നതും സഹോദരിമാരുടെ വാക്കുകളിലില്ല.

"മാർക്സ് കുടുംബത്തിലെ സ്ത്രീകളെല്ലാം വലിയ തന്റേടികളാണെന്നു തോന്നുന്നു."

ചോദ്യം ചെയ്യലിനൊടുവിൽ പൊലീസ് മേധാവി നിരാശയോടെയും കോപത്തോടെയും പറഞ്ഞു.

"അവരുടെ ബ്രിട്ടീഷ് പാസ്പോർട്ടുകൾ മടക്കിക്കൊടുത്ത് വിട്ടയക്കുക."

മറ്റൊന്നും ചെയ്യാനുണ്ടായിരുന്നില്ല. കൊച്ചുജെന്നിയും എലിയനോറും വീട്ടിലെത്തി പരിശോധനയുടെ കഥ പറഞ്ഞു പൊട്ടിച്ചിരിച്ചു.

"അച്ഛന്റെ മക്കൾ തന്നെ."

ജെന്നി വാത്സല്യത്തോടെ ഇളയമകളുടെ അടുത്തുചെന്നിരുന്നു. ഒരു തമാശ കേട്ട് പൊട്ടിച്ചിരിക്കുന്നതുപോലെ മാർക്സും അന്ന് ഉറക്കെ ചിരിച്ചു. എല്ലാം കേട്ടു സന്തോഷിച്ച ഹെലന്റെ മുഖവും ചിരി കൊണ്ടു വിടർന്നു.

കൊച്ചുജെന്നിയും ഭർത്താവായ ലോംഗെയും പാരീസിന്റെ പ്രാന്തപ്രദേശമായ അർജന്റ്യോവിലാണ് താമസിക്കുന്നത്. നാടും ബന്ധങ്ങളും വിട്ടു താമസിക്കുന്നതിന്റെ സർവദുരിതങ്ങളും അവർക്കുണ്ട്. കൊച്ചു ജെന്നിക്ക് അതൊന്നും ഒരു പുതിയ അനുഭവമേയല്ല എല്ലാം സഹിച്ചു.

"ബഹിഷ്കൃതജീവിതത്തിന്റെ എല്ലാ ദുരിതങ്ങളും കുട്ടിക്കാലം മുതൽ മക്കൾ അനുഭവിച്ചിട്ടുണ്ട്."

ജെന്നി മക്കളുടെ രാജ്യം മാറിയുള്ള ജീവിതത്തെപ്പറ്റി കാളിനോടു പറഞ്ഞു.

"പ്രായമായപ്പോഴും അവരുടെ ചിന്തയിലും വീക്ഷണത്തിലും വ്യത്യാസം വന്നിട്ടില്ല."

മാർക്സ് തമാശയായി പറഞ്ഞു.

ജെന്നിക്കു കാര്യം മനസിലായി.

അച്ഛന്റെ ആശയം തന്നെയാണ് മക്കൾ പിന്തുടരുന്നതെന്നാണ് സൂചന. മായാതെ ചുണ്ടത്ത് തങ്ങിനിൽക്കുന്ന ചിരി മക്കളെക്കുറിച്ചോർത്തുണ്ടായ വാത്സല്യവും അഭിമാനവും വ്യക്തമാക്കുന്നതാണ്.

മക്കളുടെ പ്രവാസജീവിതത്തെപ്പറ്റിയോ അവരുടെ വീടുകളിൽ ഇടയ്ക്കുണ്ടാവുന്ന പൊലീസ് നോട്ടങ്ങളെപ്പറ്റിയോ മാർക്സ് വേവലാതിപ്പെട്ടില്ല. മക്കൾ തെരഞ്ഞെടുത്തവരെല്ലാം പോരാട്ടവീര്യവും മനസുമുള്ളവരാണ്. അവർക്കൊപ്പം നിന്ന് ചൂഷണമുക്തമായ സമൂഹത്തിനുവേണ്ടിയുള്ള പ്രവർത്തനങ്ങളിൽ ഏർപ്പെടുന്നു. കമ്യൂണുകളിൽ പ്രവർത്തിക്കുന്നു.

"നല്ലത്, നല്ലത്."

അഭിനന്ദനത്തിന്റെ സ്വരം!

മാർക്സുമായി ബന്ധപ്പെട്ടതിനെയെല്ലാം ഭരണാധികാരികൾ ഭയപ്പെടുന്നു.

ജെന്നിക്ക് പെൺമക്കളുടെ കാര്യത്തിൽ വല്ലാതെ വിഷമമുണ്ട്. എന്നാൽ *കമ്യൂണിസ്റ്റ് മാനിഫെസ്റ്റോ*വിന്റെ അവസാനഭാഗത്ത് മാർക്സ് എഴുതിയത് മക്കൾക്കു കൂടി ബാധകമാണെന്ന് ഓർത്തു.

പലതവണ പകർത്തിയെഴുതിയ ഒരു കൊച്ചുഖണ്ഡിക വേവലാതികൾക്കുമേൽ കുളിരുള്ള ഒരു ആവരണം പോലെ പതിഞ്ഞുകിടന്നു.

"കമ്യൂണിസ്റ്റുകാർ എല്ലായിടത്തും നിലവിലുള്ള സാമൂഹ്യ - രാഷ്ട്രീയ ക്രമങ്ങൾക്കെതിരായ എല്ലാ വിപ്ലവപ്രസ്ഥാനങ്ങളേയും പിന്താങ്ങുന്നു."

അതെ. അതുതന്നെയാണ് അവർ ചെയ്യുന്നത്.

ജെന്നി വിദൂരതയിലിരുന്ന് മക്കൾക്ക് വിപ്ലവാശംസകൾ നേർന്നു.

കാൾ എഴുതിക്കൊണ്ടിരിക്കുന്ന *മൂലധന*ത്തിന്റെ രണ്ടാംഭാഗം ഏതാണ്ട് പൂർത്തിയാകാറായിരിക്കുന്നു. മൂന്നാംഭാഗത്തിന്റെ വിശദമായ കുറിപ്പുകൾ അടുക്കടുക്കായി കെട്ടിവെച്ചിരിക്കുന്നു. രണ്ടാംഭാഗത്തിന്റെ പണി കഴിഞ്ഞുവേണം മൂന്നാംഭാഗം തുടങ്ങാൻ എന്നാണ് കാൾ പറഞ്ഞത്.

ജെന്നിയുടെ മനസിലൊരു കൊച്ചുമോഹം മുളപൊട്ടി. എഴുത്തുകഴിഞ്ഞാൽ മക്കളെയെല്ലാവരെയും ചെന്നുകാണണം കുറച്ചുദിവസം അവരുടെ കൂടെ താമസിക്കണം.

കാൾ വിരോധമൊന്നും പറയില്ല. മക്കളെയും കൊച്ചുമക്കളെയും കാണാൻ ധൃതിയുണ്ട്. അവരുടെ കാര്യങ്ങളിൽ കാണിക്കുന്ന അമിതതാൽപ്പര്യത്തിന് അതുതന്നെയാണർഥം.

ഒരു യാത്ര ആവശ്യമായിരിക്കുന്നു.

ജെന്നിയുടെ മോഹത്തെപ്പറ്റി അറിഞ്ഞപ്പോൾ ഹെലനും സന്തോഷമായി. മക്കളെയെല്ലാവരെയും കണ്ടിട്ട് മാസങ്ങൾ കഴിഞ്ഞിരിക്കുന്നു.

കൊച്ചുജെന്നിയും ലോറയും എലിയനോറും അവരുടെ ഭർത്താക്കന്മാരും മക്കളുമടങ്ങുന്ന ലോകം ഹെലന്റെ ചിന്തയിലൊതുങ്ങുന്നില്ല. ഇഷ്ടത്തിന്റെയും അനുതാപത്തിന്റെയും വാത്സല്യത്തിന്റെയും കുസൃതിയുടെയും അളവറ്റ ഹൃദയബന്ധത്തിന്റെയും സങ്കൽപ്പത്തിലൊതുങ്ങാത്ത ലോകം.

ജെന്നിയും ഹെലനും ഒരു യാത്രയ്ക്കുള്ള ഒരുക്കങ്ങൾ രഹസ്യമായി തുടങ്ങി.

15

ഏറ്റവും മഹത്തായ മനസ്സ്
ഏറ്റവും ശക്തമായ ഹൃദയം

മുറതെറ്റാതെ വന്നുകൊണ്ടിരിക്കുന്ന കത്തുകൾ, കത്തുകൾക്കൊപ്പം അയച്ചു കിട്ടിയിരുന്ന പണം, മാർക്സിന്റെ ജീവിതത്തിലും ഭവനത്തിലും എംഗൽസിന്റെ സാന്നിധ്യമറിയിച്ചു. അപ്രതീക്ഷിത സന്ദർശനങ്ങൾ മാർക്സിന്റെ എഴുത്തുമുറിയെ ശബ്ദമുഖരിതമാക്കി. എല്ലാവരുടെയും ഹൃദയത്തിൽ എംഗൽസിനു വേണ്ടി ഒരിടം മാറ്റിവെച്ചു.

എല്ലാ നല്ല ചിന്തകളുടെയും പ്രതീക്ഷകളുടെയും ഒപ്പം ചേർത്തു പറയാവുന്ന പ്രിയപ്പെട്ട നാമമാണ് എംഗൽസ് എന്ന് മാർക്സ്ഭവനത്തിലെ ഓരോരുത്തരും കരുതി. സ്വന്തം വീട്ടിൽ തിരിച്ചെത്തിയതിന്റെ മാനസികോല്ലാസം ബന്ധുക്കളിൽ നിന്നും നിർലോഭം ലഭിക്കുന്നതെങ്ങനെയെന്ന് എംഗൽസും അറിഞ്ഞു.

മാർക്സും എംഗൽസും തമ്മിലുള്ള സൗഹൃദത്തെ സഹപ്രവർത്തകർ ആദരവോടെ വാഴ്ത്തി. മനസുനിറഞ്ഞ ഒരാശയം രണ്ടുപേരെ എങ്ങനെ ബന്ധുക്കളാക്കുന്നുവെന്ന് അവർ പഠിച്ചു. സഖാവ് എന്ന വാക്കിന് സഹോദരൻ എന്ന് അർഥം പറയാവുന്നത്ര അടുപ്പം.

മാഞ്ചസ്റ്ററിലെ പിതാവിന്റെ വ്യവസായ സ്ഥാപനത്തിന്റെ നടത്തിപ്പും കമ്യൂണിസ്റ്റ് ഇന്റർനാഷനലിന്റെ പ്രവർത്തനത്തിൽ പങ്കാളിത്തം വഹിക്കലും ഇനിയും ഒന്നിച്ചു കൊണ്ടുപോവാൻ പറ്റുകയില്ലെന്ന് എംഗൽസിനു തോന്നിയപ്പോഴാണ് അവിടുത്തെ എല്ലാ ബന്ധങ്ങളും കാര്യങ്ങളും ഉപേക്ഷിച്ച് ലണ്ടനിലേക്കു വന്നത്. സ്ഥിരതാമസത്തിനു ഒരു വീടു കണ്ടെത്തി. മാർക്സിന്റെ വീട്ടിൽനിന്നും അധികം അകലെയല്ലാതെ അടുത്തൊരു തെരുവിലായിരുന്നു അത്.

എംഗൽസ് മിക്കവാറും ദിവസങ്ങളിൽ മാർക്സിനെ കാണാനെത്തും. ഓടിവന്ന് കഴുത്തിലും കൈയിലും തൂങ്ങിക്കളിച്ചിരുന്ന കുട്ടികൾ

വലുതായി ഭർത്തൃമതികളായിരിക്കുന്നു. അവരാരും അടുത്തില്ലാത്തതിന്റെ ശൂന്യത അവിടെയുണ്ട്.

തമ്മിൽ കണ്ടുകഴിഞ്ഞാൽ എത്രനേരം സംസാരിച്ചിരിക്കുമെന്നു കണക്കില്ല. അല്ലെങ്കിൽ രണ്ടുപേരും കൂടി തെരുവിലിറങ്ങിനടക്കും. അപ്പോഴും സംസാരം തുടർന്നു കൊണ്ടിരിക്കും.

പരസ്പരം പൂരിപ്പിക്കാൻ, തിരുത്താൻ, സ്വീകരിക്കാൻ, ആശയങ്ങളെ പൂർണതയിലെത്തിക്കാൻ ഓരോ സമാഗമവും പ്രയോജനപ്പെടുത്തി. വാദപ്രതിവാദത്തിന്റെ കെട്ടഴിച്ചു വിട്ടാൽ മുറി ബഹളമയമാകും. രണ്ടുപേരേയുള്ളുവെന്നത് ചെന്നുനോക്കിയാലേ അറിയൂ. ചിലപ്പോൾ അമർത്തിപ്പിടിച്ച സംസാരത്തിന്റെ ഗൗരവനിമിഷങ്ങൾ.

കാൾ ക്ഷീണിച്ചിരിക്കുന്നു.

ഒരു ദിവസം എംഗൽസ് പോയിക്കഴിഞ്ഞപ്പോൾ ജെന്നി മാർക്സിന്റെ അടുത്തെത്തി. ഏറെനേരം സംസാരിച്ചതുകൊണ്ടുള്ള ക്ഷീണമാണെന്നാണ് ആദ്യം കരുതിയത്. എന്നാൽ പതിവുതമാശകൾക്കുപോലും ഇട നൽകാത്തവിധം കാൾ തളർന്നിരിക്കുന്നു.

ജെന്നി അടുത്തു ചെന്നിരുന്നു.

നിരന്തരമായ വായനയും എഴുത്തും ഇതിനെല്ലാം വേണ്ടിവരുന്ന ഉറക്കമൊഴിവും കാളിനെ വല്ലാതെ വിഷമിപ്പിക്കുന്നുണ്ട്. എന്നാൽ വായനയും എഴുത്തുമില്ലാത്ത ഒരു ദിവസത്തെപ്പറ്റി കാളിനു ചിന്തിക്കാനും വയ്യാ.

ഇവിടെ നിന്നും വിട്ടുനിന്നാൽ കുറച്ചുദിവസം പൂർണവിശ്രമം കിട്ടും ജെന്നി നിശ്ചയിച്ചു. ശരത്കാലം ആരംഭിച്ചതോടെ ജെന്നിക്ക് രോഗം വർധിച്ചു. കാൻസർ രോഗം കരളിന് താങ്ങാനാവുന്നതിലധികമായിരിക്കുന്നു.

കിടക്കയിൽ നിന്നെഴുന്നേൽക്കാൻ വയ്യ. ഹെലനും ടുസ്സിയും പരിചരിച്ചു. അസുഖമാണെങ്കിലും മാർക്സ് പതുക്കെ നടന്ന് പ്രിയപ്പെട്ടവളുടെ കിടക്കയ്ക്കരികിലെത്തും. അവിടെയിരിക്കും.

ഒരു മനസും രണ്ടു ശരീരവുമായി കഴിഞ്ഞിരുന്നവർ. അവർ വാക്കുകളില്ലാതെ സംസാരിച്ചു. കണ്ണുകൾകൊണ്ട് പരസ്പരം അറിഞ്ഞു.

ആരുടെ രോഗത്തെപ്പറ്റിയാണ് ആദ്യം ചിന്തിക്കേണ്ടത്. ജെന്നിയുടെ രോഗത്തെപ്പറ്റിത്തന്നെ.

മാർക്സ് തീരുമാനിച്ചു.

രോഗശയ്യയിൽ കിടന്നുകൊണ്ട് ജെന്നി മാർക്സിന്റെ ആരോഗ്യനിലയെപ്പറ്റി ചിന്തിച്ചു. എലിയനോറെയെ വീട്ടിലെല്ലാവരും ടുസ്സി എന്നു വിളിച്ചു. ടുസ്സിയും ഹെലനും ജെന്നിയെ പരിചരിച്ചു. മാർക്സിനു വേണ്ട കാര്യങ്ങൾ ചെയ്തു. പക്ഷേ മാർക്സിനു ന്യൂമോണിയ പിടിപ്പെട്ടു.

ജെന്നി ഒരു മുറിയിൽ, മാർക്സ് മറ്റൊരു മുറിയിൽ. രണ്ടു രോഗികൾ പരസ്പരം കാണാനാവാത്ത നില.

ടുസ്സിയും ഹെലനും രണ്ടു മുറികളിലും ഓടിയെത്തി പരിചരണം തുടർന്നു. രണ്ടു രോഗികളുടെയും സ്ഥിതിയും വിഷമത്തിലായി. ഹൃദയത്തിന്റെ പകുതിയാണ് അടുത്ത മുറിയിൽ രോഗംപിടിച്ചു കിടക്കുന്നത്.

കണ്ണടച്ചു കിടന്നു. ബോധാബോധങ്ങളുടെ നിമിഷങ്ങളിൽ നീന്തി നീന്തിച്ചെന്ന് ഹൃദയസാന്ത്വനത്തിന്റെ സ്വരം കേൾപ്പിക്കുന്നതാരാണ്?

മനസിൽ പൂർണ സ്നേഹത്തിന്റെ പൂക്കൾ വിടർന്ന സുഗന്ധം പരക്കുന്നു. അവർ അതിന്റെ അലകളിൽ ആയിരം ഓർമകൾ തൂക്കിയിട്ടു.

മൂന്നാഴ്ചക്കാലം രാവും പകലുമില്ലാതെ രണ്ടുപേരെയും പരിചരിച്ചു.

ഒരുദിവസം കാൾ ടുസ്സിയുടെ കൈയും പിടിച്ചു ജെന്നിയുടെ അടുത്തെത്തി. സന്തോഷം കൊണ്ടുവിടരുന്ന ജെന്നിയുടെ മുഖം അന്നാദ്യം കാണുകയാണെന്നതു പോലെ നോക്കി.

എന്റെ ജെന്നിയുടെ രാഗാദ്രഗീതികൾ പാടി ഞാൻ യാത്ര തുടരുന്നു.

മാർക്സിലെ യൗവനപ്രായത്തിലുള്ള കവി എഴുതിയ വരികൾ വീണ്ടും ഓർത്തു.

പരിപൂർണതയുടെ സീമയോളം ഞാൻ യാത്ര തുടരും. ഹൃദയം പ്രഭാപൂരിതമാവുന്നു. നോവുകൾ ഒഴിഞ്ഞകലുന്നു. മുഖകാന്തിസ്വപ്നങ്ങളുടെ ഭാവങ്ങൾ വ്യക്തമാക്കുന്നു.

കാൾ സ്നേഹത്തോടെ എഴുതിയ കത്തുകളിലെ വരികൾ സംഗീതമായി ഹൃദയം നിറയുന്നു. ഓർമകൾക്ക് പൂക്കളുടെ ഭംഗി. എന്നോ മറന്നുപോയ വരികൾ ജെന്നിയുടെ ഓർമകളിൽ ഓടിയെത്തി പൂമ്പാറ്റകളായി ചിറകടിച്ചുയർന്നു പറക്കുന്നു.

രണ്ടുമനസുകൾ സ്നേഹത്തിൽ ആകാശത്തിൽ ഇണക്കിളികളായി ചിറകടിച്ച് ഒന്നായി പറക്കുന്നു.

മാർക്സ് ജെന്നിയുടെ അടുത്തുചെന്നിരുന്നു കൈകൾ സ്വന്തം കൈയാൽ കോരിയെടുത്തു. ജെന്നിക്ക് അസഹ്യമായ വേദനയുണ്ടെന്ന് ആ കിടപ്പു കണ്ടാലറിയാം. എങ്കിലും ഒരു കുഞ്ഞിനെപ്പോലെ ചിരിച്ചു.

വാർധക്യം ആരോ നിർബന്ധപൂർവം അണിയിച്ച താൽക്കാലിക ഉടയാടകൾ മാത്രമാണെന്ന് അവർക്ക് തോന്നി. ഈ രോഗവും അവശതയും പ്രണയതീക്ഷ്ണമായ ഓർമകൾക്കുമേൽ മഞ്ഞുപാളികൾ പോലെ എടുത്തുവെച്ചതാരാണ്? അവർ പരസ്പരം മുഖത്തോടുമുഖം നോക്കി ശബ്ദമില്ലാതെ ചോദിച്ചു.

എല്ലാം തട്ടിക്കുടഞ്ഞെറിഞ്ഞ് ഉത്സാഹത്തോടെ നദിക്കരയിലൂടെ കൈകൾ കോർത്തു പിടിച്ചു നടക്കാൻ കൊതിച്ചു. അവശയായ ജെന്നിയുടെ നേർത്ത ചിരിക്കു മാത്രം മാറ്റമില്ല. വാർധക്യത്തിന്റെ വിഷമങ്ങളൊന്നും കാളിന്റെ കണ്ണിന്റെ തീക്ഷ്ണത കുറച്ചിട്ടില്ല. അവർ പരസ്പരം കണ്ടെത്തി.

രോഗത്തിന്റെയും പ്രായത്തിന്റെയും അലോസരങ്ങൾ ശല്യമായിത്തീർന്ന ശരീരങ്ങൾക്കകത്ത് പ്രണയാർദ്രമായ രണ്ടു മനസുകൾ കിടന്നു പിടഞ്ഞു.

പരസ്പര സ്നേഹത്തിന്റെയും ആരാധനയുടെയും മുഹൂർത്തങ്ങളിൽ തങ്ങളെ കടന്നുപോയ നിമിഷങ്ങൾ വീണ്ടും തിരിച്ചെത്തിയിരിക്കുന്നു എന്ന് അവർ മനസിലാക്കി.

മാർക്സിന്റെ ന്യൂമോണിയ രോഗം കുറഞ്ഞു. എങ്കിലും നല്ല വിശ്രമം ആവശ്യമുണ്ട്. അധികം വായനയും എഴുത്തും പാടില്ല. ഹെലനും ടുസ്സിയും ശ്രദ്ധയോടെ പരിചരിച്ചു. കാളിന്റെ രോഗം ഭേദമായതറിഞ്ഞു ജെന്നി സന്തോഷിച്ചു.

ജെന്നിയുടെ കരളിനെ ബാധിച്ച രോഗം കൂടിവന്നു. ഡിസംബർ പിറന്നു. കാലാവസ്ഥ മോശമായി. രോഗത്തിന്റെയും വേദനയുടെയും പിടിയിലമർന്നു ജെന്നി വിഷമിച്ചു.

1881 ഡിസംബർ 2.

അസ്വസ്ഥതയുടെ എല്ലാ തീവ്രവേദനകളും വിട്ടൊഴിഞ്ഞു പോയതുപോലെ ശാന്തമായ ഭാവത്തിൽ ജെന്നി കിടന്നു. കണ്ണുകൾ അടഞ്ഞിരിക്കുന്നു.

ടുസ്സി ഉള്ളു പൊള്ളിയതുപോലെ അമ്മയുടെ അടുത്തെത്തി. തൊട്ടുവിളിച്ചു.

പതുക്കെ കണ്ണു തുറന്നു. മകളെ ഒന്നുനോക്കി. പിന്നെ പതുക്കെ ആ ചുണ്ടുകൾ മന്ത്രിച്ചു.

"കാൾ."

അച്ഛനെ കാണാൻ ആഗ്രഹിക്കുന്ന ടുസ്സി മാർക്സിനെ കൂട്ടിക്കൊണ്ടുവന്ന് അടുത്തുനിർത്തി.

അവസാനംവരെ ജെന്നി സ്വബോധത്തോടെ സ്വന്തം കാളിനോടു പതുക്കെ സംസാരിച്ചു. ഒച്ചപൊങ്ങാതായപ്പോൾ കൈപ്പിടിച്ചമർത്തി. ചിരിക്കാൻ ശ്രമിച്ചു. പിന്നെ നിശബ്ദതയുടെയും അചേതനയുടെയും നിമിഷങ്ങളിലലിഞ്ഞു.

ജെന്നി മരിച്ചു.

അവിശ്വസനീയമായ സത്യം.

മൂറും മരിച്ചു. മാർക്സ് സ്വയം പറഞ്ഞു. ജെന്നിയില്ലാത്ത ലോകം തന്നെ സംബന്ധിച്ചിടത്തോളം ശൂന്യമാണെന്ന് തോന്നി.

ജെന്നിയുടെ മരണവാർത്തയറിഞ്ഞ് എംഗൽസ് ഓടിയെത്തി. തന്റെ സഹോദരി വിട്ടുപോയിരിക്കുന്നു. പ്രിയ സഖാവിനെ ആശ്വസിപ്പിക്കുന്നതെങ്ങനെ.

എംഗൽസിനെ കണ്ടപ്പോൾ മാർക്സ് തന്റെ ഹൃദയം തുറന്നു. എംഗൽസിന്റെ ആശ്വാസവചനങ്ങൾ കേട്ടപ്പോൾ മാർക്സിന്റെ ആദ്യ വാചകം ഇതായിരുന്നു.

"മൂറും മരിച്ചിരിക്കുന്നു."

"സത്യമാണ്." എംഗൽസ് മനസിൽ പറഞ്ഞു.

ശവസംസ്കാര വേളയിൽ എംഗൽസ് പറഞ്ഞു.

"ഇത്ര ആത്മാർഥതയുള്ളവർ വേറെയുണ്ടാവാനിടയില്ല. ആരിലും മതിപ്പുളവാക്കുന്നതിനുള്ള കഴിവ് ജന്മസിദ്ധമാണ്. ഏതു കാര്യവും വിമർശനപരമായി സൂക്ഷ്മതയോടെ മനസിലാക്കും. രാഷ്ട്രീയമായ പ്രശ്നങ്ങളിൽ വീഴ്ചപറ്റാത്ത സമീപനം, ചടുലവും ഊർജസ്വലവുമായ പെരുമാറ്റം. സ്വയം സമർപ്പിതമായ നിലയിൽ പൂർണ വിശ്വാസത്തോടെയുള്ള പ്രവർത്തനങ്ങൾ. ലോകവിപ്ലവ പ്രസ്ഥാനത്തിനു വേണ്ടി നിശബ്ദമായി പ്രവർത്തിച്ചു. ഒരിക്കലും മുൻനിരയിൽ വരാൻ ആഗ്രഹിച്ചില്ല. പത്രങ്ങളിൽ ഒരിക്കലും സ്വന്തം പേര് അച്ചടിച്ചു കാണണമെന്ന് കരുതിയില്ല.

'അവർ നിരന്തരമായി പ്രവർത്തിച്ചു. അവരോടൊപ്പം നിൽക്കുന്നവരുടെ സന്തോഷമാണ് തന്റെ സന്തോഷമെന്നു കരുതി മറ്റുള്ളവർ സന്തോഷിക്കുമ്പോൾ സ്വയം സന്തോഷിച്ചു.'

മാർക്സ് ഭവനത്തിൽ ഒരിക്കലെങ്കിലും എത്തി അവരുടെ ആതിഥ്യം സ്വീകരിച്ചിരുന്നവരുടെ മനസിൽ ആ വാക്കുകൾ ഓർമകളായി പൂത്തുലഞ്ഞു. ഇല്ലായ്മയുടെയും പട്ടിണിയുടെയും ദിവസങ്ങളിൽ സന്തോഷത്തോടെ സ്വീകരിച്ച് ഭക്ഷണം നൽകിയത് ഓർത്തു.

*മൂലധന*ത്തിന്റെ മൂന്നാംഭാഗത്തിന്റെ എഴുത്ത് തുടർന്നു. ജെന്നിയില്ലാത്ത വീട് മാർക്സിന്റെ മനസിൽ വല്ലാത്ത ശൂന്യത നൽകി. എല്ലായിടത്തും ഒപ്പമുണ്ടായിരുന്നു. ഭരണാധികാരികൾ നിരന്തരം നാടുകടത്തുന്നതിന് തീരുമാനിച്ചപ്പോഴൊക്കെ ഒപ്പംതന്നെയുണ്ടായിരുന്നു. ജെന്നിയുടെ വാക്കുകൾ എല്ലാം സഹിക്കാൻ ധൈര്യമേകി.

ശാരീരികാവശതയുണ്ട്. മകൾ ടുസ്സി എഴുത്തുമുറിയിൽ അച്ഛനെ സഹായിച്ചു. ഹെലൻ അടുക്കളക്കാര്യങ്ങൾ നോക്കി.

കാലാവസ്ഥാ വ്യതിയാനങ്ങൾ മാർക്സിനെ വീണ്ടും വിഷമിപ്പിച്ചു. എഴുത്തും വായനയും തുടർന്നു കൊണ്ട് ഒരു വർഷം ലണ്ടനിൽ കഴിച്ചു. ഈ നിലയിൽ തുടരാനാവില്ല എന്നു തോന്നിയപ്പോൾ മാർക്സ് പാരീസിലേക്ക് പോയി. അവിടെനിന്നും മൂത്തമകൾ കൊച്ചു ജെന്നി താമസിക്കുന്ന അർജന്റ്യായിലേക്കുമാറി.

കൊച്ചുജെന്നിക്കും മക്കൾക്കും സന്തോഷമായി. മൂത്തവൻ ജോണി മുത്തച്ഛന്റെ എല്ലാക്കാര്യങ്ങൾക്കും ഒപ്പം സഹായിയായി. ടുസ്സിയും അവിടെയെത്തി.

ഏതാനും ദിവസം അവിടെ താമസിച്ചു. പക്ഷേ മാർക്സിന്റെ മനസ്സ് ഫ്രാൻസിന്റെ തെക്കൻ ദിക്കുകളിലായിരുന്നു. അവിടുത്തെ രാഷ്ട്രീയ സംഭവവികാസങ്ങളെപ്പറ്റി അറിഞ്ഞതുമുതൽ അങ്ങോട്ടു പോകണമെന്ന് പറഞ്ഞു.

"ഈ അവസ്ഥയിൽ ഒരു യാത്ര?"

കൊച്ചു ജെന്നി ചോദിച്ചു.

"പോകണം."

നിശ്ചയിച്ചു കഴിഞ്ഞു. മാർക്സിന്റെ മനസറിയാവുന്നവർ സമ്മതിച്ചു.

അൾജിയേഴ്സിലും നിറ്റ്സെയിലും കാനെയിലും മാർക്സ് ചെന്നു. അവിടെയെല്ലാം ആവശ്യമായത്ര ദിവസങ്ങൾ ചെലവഴിച്ചു.

കാലാവസ്ഥ മോശം. അതിലും മോശമായ രാഷ്ട്രീയ പ്രശ്നങ്ങളിലായിരുന്നു ശ്രദ്ധ മുഴുവൻ. ആരോഗ്യവും മോശമായി. വെന്റ്നോർ പട്ടണത്തിൽ താമസിച്ചു. ആരോഗ്യം വീണ്ടെടുക്കാനുള്ള ചികിത്സ തുടങ്ങി. കൊച്ചുജെന്നിയുടെ മൂത്തമകൻ, ടുസ്സിയുടെ കൂടെ മുത്തച്ഛനെ കാണാനെത്തി. സന്തോഷമായി. കൊച്ചുമക്കളിൽ അവനോടാണ് ഏറ്റവും ഇഷ്ടമെന്ന് പറഞ്ഞ് അവനെയെല്ലാവരും കളിയാക്കി. മാർക്സും ആ തമാശയിൽ പങ്കുകൊണ്ടു രസിച്ചു.

ടുസ്സിക് സ്കൂളിൽ ജോലിയുണ്ട്. അവൾ പോയി.

വിശ്രമം ആവശ്യമാണ്. ശരത്കാലവും ശൈത്യകാലവും ഐൽ ഓഫ് വൈറ്റിലെ വെന്റ്നോർ പട്ടണത്തിൽത്തന്നെ കഴിഞ്ഞു.

മക്കൾക്കെല്ലാം കത്തുകളെഴുതും. മക്കളും പ്രിയപ്പെട്ട അച്ഛന്റെ സുഖവിവരമന്വേഷിച്ച് കത്തെഴുതും. ഒരാളിൽ നിന്നും ഒരു കത്ത് കിട്ടിയാൽ അത് മറ്റുള്ളവർക്കു കൂടി അയച്ചുകൊടുക്കും. കത്തുകൾ പരസ്പരം അറിയാനും അറിയിക്കാനും വേണ്ടിയാണ് എഴുതിയിരുന്നത്.

കൊച്ചു ജെന്നിക്ക് സുഖമില്ല. രോഗവിവരം അറിഞ്ഞപ്പോൾ മുതൽ എല്ലാവരും വിഷമത്തിലായി. മാർക്സ് മക്കൾക്കെഴുതി.

"കൊച്ചു ജെന്നിയുടെ അസുഖം ഭേദമുണ്ട് ആരും വിഷമിക്കേണ്ടതില്ല."

ടുസ്സിക്ക് അച്ഛന്റെ എഴുത്തുകിട്ടി ആശ്വാസമായി എന്നു കരുതിയിരിക്കുമ്പോഴാണ് കമ്പിസന്ദേശം എത്തിയത്.

ജെന്നിഹെൻ മരിച്ചിരിക്കുന്നു.

വിശ്വസിക്കാനായില്ല. മുപ്പത്തെട്ട് വയസേ ആയിട്ടുള്ളൂ. ദുഖകരമായ ഈ വാർത്ത അച്ഛനെ അറിയിക്കാനുള്ള ഉത്തരവാദിത്വവും തന്നെ ഏൽപ്പിച്ചിരിക്കുന്നു.

ടുസ്സി കരഞ്ഞു. എത്രയും പെട്ടെന്ന് വെന്റ്നോറിലെത്തി വിവരം അറിയിക്കണം. അപ്പോഴത്തെ അവസ്ഥയിൽ ഒരു ആഘാതം കൂടി താങ്ങാൻ കഴിയുമോ?

ടുസ്സി ആശങ്കയോടെ പിതാവിന്റെ അടുത്തേക്കു പുറപ്പെട്ടു. ഇത്രയും സങ്കടകരമായ അവസരങ്ങൾ അധികമുണ്ടായിട്ടില്ല. ഒന്നു മനസു തുറന്ന് കരയാൻ പോലും പറ്റാത്ത അവസ്ഥ.

എങ്ങനെയാണ് ഏട്ടത്തിയുടെ മരണവാർത്ത അറിയിക്കുക. അതു കേൾക്കുമ്പോൾ അച്ഛന്റെ സ്ഥിതിയെന്താവും. ഏറ്റവും പ്രിയപ്പെട്ട മകൾ. അമ്മയുടെ പേരു തന്നെ മകൾക്കും നൽകിയത് അതുകൊണ്ടാണ്. കൊച്ചുജെന്നിയെന്ന് വിളിക്കുമ്പോൾ ഓരോസ്വരത്തിലും വാത്സല്യം കിനിയും.

ടുസ്സി വഴി നീളെ ഇതുതന്നെയാണ് ആലോചിച്ചുകൊണ്ടിരുന്നത്.

അച്ഛന്റെ താമസസ്ഥലത്ത് എത്തി. വിങ്ങുന്ന ഹൃദയം, കണ്ണീരടക്കി നിർത്തിയമിഴികൾ, ഒന്നും പറയാനാവാതെ വിതുമ്പുന്ന ചുണ്ടുകൾ.

മാർക്സ് മകളെ നോക്കിനിന്നു.

കുസൃതിത്തരവും ബഹളവുമില്ലാതെ ഒരു കൂടിക്കാഴ്ചയുമുണ്ടായിട്ടില്ല. കരയാൻ തുടങ്ങുന്ന ടുസ്സിയോട് മാർക്സ് പതുക്കെ ചോദിച്ചു:

"നമ്മുടെ കൊച്ചുജെന്നി മരിച്ചു. ഇല്ലേ?"

കണ്ണീരുകൊണ്ടു ടുസ്സി അതിനു മറുപടി പറഞ്ഞു. സഹനത്തിന്റെ തുരുത്തിൽ രക്ഷപ്പെടാനുള്ള ശ്രമത്തിലാണ് അച്ഛൻ. നിശ്ശബ്ദനായിരിക്കുന്ന പിതാവിന്റെ അവസ്ഥ മകൾ മനസിലാക്കി മിണ്ടാതിരുന്നു. എന്നാൽ മാർക്സ് പറഞ്ഞു:

"പാരീസിലേക്കു പോവുക കുട്ടികളുടെ കാര്യം നോക്കുക."

പേരക്കുട്ടികളെപ്പറ്റിയാണ് ചിന്ത. അവരുടെ കാര്യങ്ങൾ നോക്കാൻ അമ്മയില്ലാതായിരിക്കുന്നു.

ദു:ഖകരമായ അവസ്ഥയിൽ അച്ഛനെ വിട്ടുപോവാൻ തോന്നിയില്ല. കുറച്ചുദിവസം അച്ഛന്റെ കൂടെ താമസിച്ച് ഹൃദയഭാരം കുറഞ്ഞാൽ തിരിച്ചുപോകാമെന്നാണ് കരുതിയത്.

ടുസ്സി മടിച്ചു മടിച്ചു പതുക്കെ തന്റെ ആഗ്രഹം അറിയിച്ചു. എന്നാൽ മാർക്സിലെ അച്ഛനെക്കാൾ വലിയ ശ്രദ്ധയിലാണ് മുത്തച്ഛൻ. പേരക്കുട്ടികൾക്ക് ടുസ്സിയുടെ സഹായം ആവശ്യമുണ്ട്. മാർക്സ് നിർബന്ധപൂർവം പറഞ്ഞു.

അരമണിക്കൂർ മാത്രം അവിടെ കഴിഞ്ഞു ടുസ്സി പാരീസിലേക്ക് പോയി. വിഷമവും വിഷാദവും കൂടിക്കലർന്ന യാത്ര. ടുസ്സി മാത്രമേ അടുത്തുള്ളൂ. ലോറ വരാൻ വൈകും.

ടുസ്സി പാരീസിൽ പോയി. കുട്ടികളോടൊപ്പം താമസിച്ചു. വേണ്ടതെല്ലാം ചെയ്തു തിരിച്ചുപോന്നു.

മാർക്സ് ലണ്ടനിലേക്കു മടങ്ങി.

രോഗം പൂർണമായി മാറിയിട്ടില്ല. ഇഷ്ടപ്പെട്ടവരെല്ലാം വിട്ടുപിരിഞ്ഞിരിക്കുന്നു. ജെന്നിയും കൊച്ചു ജെന്നിയും ഇല്ലാത്ത വീട്. ശൂന്യത മാറ്റാൻ പുസ്തകങ്ങൾ കൂട്ടിന്നുണ്ട്. പാതിവഴി നിർത്തിയ എഴുത്ത് വീണ്ടും തുടങ്ങി.

മൂലധനം മൂന്നാംഭാഗം എഴുതാൻവേണ്ടി തയാറാക്കിയിരുന്ന കുറിപ്പുകളിലൂടെ അധ്വാനത്തിന്റെയും മനുഷ്യമഹത്വത്തിന്റെയും പുതിയചിന്തകൾക്ക് ജീവൻ നൽകി. മൂന്നു ഭാഗങ്ങളായുള്ള ഗ്രന്ഥത്തിന്റെ ജോലി മിക്കവാറും പൂർത്തിയായിട്ടും ഒന്നാം ഭാഗം മാത്രമാണ് പ്രസിദ്ധീകരിക്കാൻ കഴിഞ്ഞത്. മറ്റു രണ്ടു ഭാഗങ്ങളിലും വേണ്ട മാറ്റങ്ങൾ വരുത്തിക്കൊണ്ടേയിരുന്നു.

എംഗൽസ് എന്നും വരും. റഷ്യൻഭാഷ പഠിച്ച കാര്യം മാർക്സ് ഉൽസാഹത്തോടെ പറയും. റഷ്യയിൽ നിന്നും വരുന്ന വിവരങ്ങളും ചർച്ച ചെയ്യും.

1883 മാർച്ച് 14 ഉച്ചകഴിഞ്ഞ സമയം പതിവുപോലെ എംഗൽസുമായി സംസാരിച്ചിരിക്കുകയായിരുന്നു മാർക്സ്. കേൾവിക്കാരും സുഹൃത്തുക്കളുമായി ധാരാളം പേർ ചുറ്റുമുണ്ട്.

ശ്വാസതടസമുണ്ട്. അതുകൊണ്ട് ഇടയ്ക്കൽപ്പം മിണ്ടാതിരിക്കും. ചോദ്യങ്ങളും സംശയങ്ങളും അധികമാവുന്നു. എംഗൽസ് എല്ലാവരെയും പുറത്തേക്കു നയിച്ചു.

അൽപ്പം ശാന്തത ലഭിക്കട്ടെ. സംസാരിക്കാതിരുന്നാൽ ശ്വാസതടസം കുറച്ചു ഭേദമാവും.

മാർക്സ് ചാരുകസാലയിൽ ചാഞ്ഞിരുന്നു. ചുറ്റും ആരുമില്ല കണ്ണുകൾ അടച്ചു.

എംഗൽസ് തിരിച്ചുവന്നു.

മാർക്സ് ഉറങ്ങുകയാണ്. വിളിക്കേണ്ടതില്ല. ഉണരുന്നതും കാത്തിരുന്നു. പക്ഷേ മാർക്സ് കണ്ണു തുറന്നതേയില്ല. മാർക്സ് മരിച്ചിരിക്കുന്നു.

എംഗൽസ് എഴുതുന്നു.

'ഇന്നലെ രണ്ടേ മുക്കാൽ മണിക്ക് കഷ്ടിച്ചു രണ്ടു മിനിട്ടു നേരം അദ്ദേഹത്തെ തനിച്ചാക്കിയിട്ടു തിരിച്ചു വന്നപ്പോൾ, അദ്ദേഹം തന്റെ ചാരുകസേരയിൽ സ്വസ്ഥമായി ഉറങ്ങുന്നതാണു കണ്ടത്.

നമ്മുടെ പാർട്ടിയിലെ ഏറ്റവും മഹത്തായ മനസ്സ് ചിന്തിക്കാതായി. ഞാൻ അറിഞ്ഞിട്ടുള്ളതിൽ വച്ച് ഏറ്റവും ശക്തമായ ഹൃദയം സ്പന്ദിക്കാതായി.'

പ്രിയ സഖാവിനെപ്പറ്റി എംഗൽസ് സുഹൃത്തിനുള്ള ഒരു കത്തിൽ സ്വന്തം വേദന മറന്ന് മറ്റുള്ളവരെ ആശ്വസിപ്പിക്കാൻ ശ്രമിച്ചു.

'വൈദ്യശാസ്ത്രത്തിന്റെ മിടുക്കുകൊണ്ട് അദ്ദേഹം ഒരുപക്ഷേ ഏതാനും വർഷം കൂടി ജീവിച്ചിരുന്നേനെ. പെട്ടെന്നല്ലാതെ ഇഞ്ചിഞ്ചായി മരിക്കുന്ന ഒരു നിസഹായജീവിയുടേതായ ആ ജീവിതം വൈദ്യശാസ്ത്രത്തിന്റെ ഒരു വിജയവുമായിരുന്നേനെ. എന്നാൽ മാർക്സ് അത് ഒരിക്കലും സഹിക്കുമായിരുന്നില്ല. പൂർത്തിയാക്കാത്ത ഒട്ടേറെകൃതികൾ തന്റെ മുന്നിൽ കാണുകയും അവ പൂർത്തിയാക്കാനുള്ള ആഗ്രഹം കൊണ്ടും അതിനുള്ള കഴിവുകേടു കൊണ്ടും നിരന്തരമായ പീഡ അനുഭവിക്കുകയും ചെയ്യുകയെന്നത് മാർക്സിനെ സംബന്ധിച്ചിടത്തോളം സ്വസ്ഥമായ ആ മരണത്തെക്കാൾ ആയിരമിരട്ടി കഠോരമായിരുന്നേനേ.

മാനവരാശിക്ക് ഒരാൾപ്പൊക്കം കുറഞ്ഞിരിക്കുന്നു. ആ ആളാകട്ടെ നമ്മുടെ കാലത്തെ ഏറ്റവും വലിയ മഹാനുമായിരുന്നു.'

www.ingramcontent.com/pod-product-compliance
Lightning Source LLC
LaVergne TN
LVHW090426051026
849518LV00006B/2455
9788126204564